मृत्यू अमृताचे द्वार

ओशो

अनुवाद
मीना टाकळकर

मेहता पब्लिशिंग हाऊस

MRITYU AMRUTACHE DWAR by OSHO

'**MRITYU AMRUTACHE DWAR**' is also available as a print edition

ISBN 81-7766-683-5

This book is a translation, in Marathi, of (Chapters 7 to 10) of **Gunge Keri Sarkara**, and (Chapters 1 to 3) of **Kahai Kabir Main Pura Paya**, a series of original talks by Osho, given to a live audience. All of Osho's talks have been published in full as books, and are also available as original audio recordings. Audio recordings and the complete text archive can be found via the online OSHO Library at
www.osho.com/library

Translated in Marathi Language by Meena Takalkar

मृत्यू अमृताचे द्वार / वैचारिक

अनुवाद : मीना टाकळकर

प्रकाशक : सुनील अनिल मेहता, मेहता पब्लिशिंग हाऊस,
१९४१, सदाशिव पेठ, माडीवाले कॉलनी, पुणे ४११ ०३०.

मुखपृष्ठ : चंद्रमोहन कुलकर्णी

प्रथमावृत्ती : जुलै, २००६ / जुलै, २०११ / पुनर्मुद्रण : डिसेंबर, २०१६

P Book ISBN 9788177666830

E Books available on : play.google.com/store/books
m.dailyhunt.in/Ebooks/marathi

अनुक्रमणिका

अवधू ऐसा ग्यान विचार ।
भेरै चढै सु अधधर डूबै, निराधार भए पार ।।
उपट चलै सु नगरि पहूंतै, बाट चलै ते लूटे ।
एक जेबडी सब लपटाने, के बांधे के छूटे ।।
मंदिर पैसि चहूं दिसि भींजे, बाहरि रहै ते सूखा ।
सरि भारे ते सूखारे, अनभारे ते दूखा ।।
बिन नैनन के सब जग देखै, लोचन अचते अंधा ।
कहै कबीर कछु समझि परि है, यह जग देख्या धंदा ।।

प्रवचन एक

जो जागा झाला त्यालाच ईश्वर भेटला!

तुम्ही जे काही आहात त्याच्या अगदी बरोबर विरुद्ध असणे हाच खरा मार्ग आहे. म्हणजे असे की ज्या दिशेने तुम्ही जात आहात त्याच्या बरोबर उलट्या दिशेने जाऊ शकलात तर पोहोचाल.

गंगा सागराच्या दिशेने वाहते. तिचा मूळ प्रवाह मागेच राहिला आहे. गंगोत्री मागे राहिली आहे. पुढे तर अंतर राहणारच आहे. गंगोत्री पर्यंत पोहोचण्याचा हा मार्ग नाही. गंगेच्या प्रवाहाच्या उलटे जावे लागेल.

तुमच्या चेतनेचा प्रवाह जेव्हा उलट दिशेने वाहू लागेल – गंगोत्रीकडे परतेल, मूळ प्रवाहाकडे, तेव्हाच तुम्ही पोहोचू शकाल. कारण की तुम्ही जे गमावले आहे ते मूळ प्रवाहामध्येच गमावले आहे. जे हरवले आहे ते पुढे नाही, ते तुम्ही मागेच सोडून आला आहात.

ह्या गोष्टीचा तुम्ही नीट विचार करा. कबिरांच्या वरील सूत्राचा (दोहा) रोख नेमका याच दिशेकडे आहे.

आणि कबीर म्हणतात, की हे सगळ्यात महत्त्वाचे आहे ज्याचा साधूंनी विचार करायला पाहिजे. ज्याला तुम्ही शोधत आहात ते तुम्ही मागेच सोडून आला आहात. कधी ती तुमची संपदा होती, ती विस्मृतीत गेली आहे. कधी तुम्ही तिचे मालक होतात आणि आता तुम्ही तिचा शोध घेत आहात. कधी अस्तित्वाचा सारा आनंद तुमचा होता, निर्दोषपण तुमचे होते. तुम्ही साधू म्हणूनच जन्माला आला होतात. सगळे जण साधू म्हणूनच जन्माला येतात. 'साधुता' हा एक स्वभाव आहे. असाधुता तुमची कमाई आहे जी तुम्ही शिकून मिळविली आहे. आपल्या हुशारीमुळे तुम्ही असाधू बनलात, निर्दोषतेमध्ये तुम्ही साधू होताताच!

सगळी मुले 'साधू'सारखीच जन्माला येतात – अगदी साधूप्रमाणेच! आणि या जगामधील अप्रिय गोष्टी, शिकवण, संस्कार, गजबजाट, हळूहळू तुमचा स्वभाव बदलून टाकते. ते आपल्या केंद्रापासून वंचित होतात आणि मग आयुष्यभर त्याच केंद्राचा शोध सुरू राहातो. परंतु समाजाच्या नियमानुसार शोध चालत राहातो आणि हाच खरा उपद्रव, त्रास आहे.

समाजातील नियमांनीच तुम्हाला या केंद्रापासून बाजूला केले आहे. या नियमांचा आदर करूनच तुम्ही आनंदाचा शोध घेता. मग तुम्ही अधिकच दूर दूर जाऊ लागता. तुम्ही अजूनच दिशाहीन होता. ज्याने तुम्हाला या 'स्वयं'पासून दूर केले आहे, त्यालाच हाताशी धरून तुम्ही चालत राहाता. समाजच तुमचा गुरू बनला आहे. त्यामुळे तुम्ही स्वत:चा आतमधील आवाज ऐकणे एकदम बंद करून टाकले आहे. आणि समाजाने एक खोटे अंत:करण तुमच्या आतमध्ये निर्माण केले आहे.

जेव्हा तुम्ही चोरी करायला जाता तेव्हा तुमच्या आतमधील आवाज म्हणतो,

चोरी करू नकोस. जेव्हा वाईट काम करायला जाता तुमच्या आतमध्ये कोणीतरी म्हणते, वाईट काम करू नकोस. परंतु हे अंतःकरण तुम्हाला समाजानेच दिले आहे. हा तुमच्या आत्म्याचा आवाज नसून तो समाजाचाच आवाज आहे.

चांगले काय आणि वाईट काय हे तुम्हाला समाजाने शिकवले आहे. आणि म्हणूनच वेगवेगळ्या देशांमध्ये, वेगवेगळ्या जातींमध्ये, वेगवेगळे अंतःकरण असेल. तुमचे अंतःकरणच बोलत असेल – जे तुम्हाला परमेश्वराने दिले आहे, अस्पृश्य समाजाचा असेल तर त्यांचा आवाज सगळ्या दुनियेमध्ये आणि सगळ्या युगांमध्ये एकच असणार. ते तर शाश्वत असणार. समजा तुम्ही आत्ता हत्या करायला निघाला आहात, तेव्हा तुमचे अंतःकरण, जे खरे तर तुमचे नाही. समाजाचा धोका आहे, आणि तुमच्या अंतःकरणामध्ये अजून एक अंतःकरण लपले आहे, समाजाची शिकवण – ते म्हणते हत्या करू नकोस! समजा उद्या तुम्ही न्यायाधीश असाल तर आता तेच अंतःकरण असे सांगत नाही की हत्या करणाऱ्याला शिक्षा करू नका. अशा पदावर असताना तुम्ही तर शेकडो लोकांना फासावर लटकवता.

तुम्ही युद्धभूमीवर जाता. कालपर्यंत तर समाजाचे अंतःकरण म्हणत होते हत्या करणे पाप आहे, मुंगी मारली तरी घोर अपराध केल्यासारखे आहे. आणि आता युद्धभूमीवर अगदी सहज लोकांना कापत आहात. आणि याच समाजाचे अंतःकरण तुम्हाला म्हणते की, तुम्ही खूप महान कार्य करत आहात. तुमच्या चितेवर फुलांचा वर्षाव होईल. तुम्ही मोठे शूरवीर आहात म्हणून देश तुमची नेहमी आठवण ठेवेल, इतिहास लक्षात ठेवेल, तुमचे गुणगान केले जाईल.

समजा तुमचे अंतःकरणच जर सांगत असेल की, तुम्हाला वाटत असेल तर हत्या करा. तुम्हाला वाटत असेल तर न्यायाधिशाप्रमाणे कुणालाही फाशी द्या. युद्धभूमीवर हवे असेल तर कुणाच्याही छातीवर गोळी मारा. – परंतु त्या अंतःकरणाचा आवाज एकच असेल, की हे चुकीचे आहे, कुणाला संपवणे चुकीचे आहे, नष्ट करणेही चांगले नाही. कारण परमेश्वर निर्माता आहे आणि तुम्ही सर्वनाश करत आहात! त्यामुळे तुम्ही परमेश्वरापासून दूर जात आहात.

खरं तर तुमचं अंतःकरण कोणत्याही परिस्थितीत हमखास हेच सांगेल की हिंसा वाईट आहे. परंतु समाजामुळे बनलेले अंतःकरण समाजाच्या हिताचे असेल तेव्हा म्हणेलच की हिंसा वाईट आहे, कधी म्हणेल की हिंसा करणे ठीकच आहे, कधी म्हणेल बेपवाईने हिंसा करा, हेच पुण्य आहे, हाच धर्म आहे. असे वाटते की प्रश्न हत्या करण्याचा नाही, प्रश्न समाजाच्या सुविधा असुविधेचा आहे.

आणि तुम्ही हेच अंतःकरण घेऊन वावरत राहिलात तर आपल्या स्वतःच्या अंतःकरणाचा शोध कधीही घेऊ शकणार नाही. आणि तुम्ही याच्याच आधारे त्याला

शोधण्याचा प्रयत्न करत आहात. नीतीच्या मार्गाने तुम्ही धर्मापर्यंत पोहोचण्याचा प्रयत्न करत आहात. नीती ही अशी व्यवस्था आहे की जिने तुम्हाला धर्मापासून वंचित केले आहे.

कबिरांच्या या ओव्यांना (वचनांना) समजून घेणे खूप साहसाचे आहे. तुम्हाला विश्वासही वाटणार नाही की संत अशा गोष्टी सांगू शकतात. परंतु संतच अशा गोष्टी सांगू शकतात. कारण की तेच मोठे विद्रोही आहेत, आणि ते जे काही सांगतात ते योग्यच आहे. याचा परिणाम काय होईल, समाज याबाबत चांगला-वाईट कसा विचार करेल, याची त्यांना अजिबात चिंता वाटत नाही.

समजण्याचा प्रयत्न करा.

'अवधू ऐसा ग्यान विचार ।
भेरै चढै सु अधधर डूबै, निराधार भए पार ।।
उपटि चलै सु नगरि पहुंतै, बाट चलै ते लूटे'

जो राजमार्गाने चालला होता त्यालाच लुटून नेले आणि जो विरुद्ध दिशेने गेला तो पोहोचला.

'उपटि चलै सु नगरि पहुंतै, बाट चलै ते लूटै ।'

ज्याने उलटा मार्ग पकडला, गंगोत्रीच्या दिशेने ज्याचा प्रवास सुरू झाला. जो लोकांच्या विरुद्ध दिशेने चालायला लागला, म्हणजे लोक चालले होते पूर्वेकडे, तो पश्चिमेकडे चालू लागला. समाज एकीकडे चालला होता, त्याने पाठ फिरवली, जो मागच्या मागे परत फिरला, ज्याने पुढील यात्रा अर्धवट सोडून दिली. समाज म्हणत होता, बाहेर चला, तो आतमध्येच चालू लागला. ज्याने समाजाचे ऐकले नाही आणि आपलेच ऐकले – त्याने विरुद्ध मार्ग स्वीकारला.

फकिराचा मार्ग उलटा मार्ग आहे. आणि म्हणून तर आपण येशूला सुळावर लटकावले. उगीचच नाही लटकावले, विचारपूर्वक जाणून घेऊन लटकावले. म्हणून तर कबिरांना आपण रस्त्याच्या कडेला सोडून निघून जातो. असा माणूस कधी झाला होता हे विसरण्याचा प्रयत्न करतो. 'सुकरात'ला विष देतो, 'मंसूर'चे हातपाय कापून टाकतो.

हेच नाही तर इतरही कारणे आहेत की हा माणूस समाजासाठी खूप खतरनाक आहे, कारण की हे उलटा मार्ग सांगतात.

तुम्ही माझ्यासंबंधीही काही बातम्या ऐकल्या असतीलच, जागोजागी लोक सांगतात, तेथे अजिबात जाऊ नका. ते उलटाच मार्ग सांगतात. ते त्यांचे म्हणणे खरेही आहे. कारण उलट्या मार्गाने जाण्याचे थोडेसे जरी भय वाटत असेल तर त्यांचे ऐकून तेथेच थांबणे योग्य होईल.

राजमार्गाचा अर्थ आहे जेथून सारे लोक चालतात. राजमार्गाने सारे लोक

पोहोचत असते तर सगळेच लोक आत्तापर्यंत तेथे पोहोचले असते. उत्तम राजमार्ग आहे तो, सुविधापूर्ण आहे, मोठा आहे, भव्य आहे, शत्रू नाही, काटे नाही, मार्ग नीटनेटका आहे, सुविधेने परिपूर्ण आहे, मित्र-परिवार, नातेवाईक सगळे त्याच मार्गाने जात आहेत. तेथे तुम्ही एकटेच नाही. मी तुम्हाला एकटे करून टाकेन. तेथे गर्दीमुळे खूप गरम वातावरण आहे. आणि तेथे एवढे लोक चालतात कि तुम्हाला चालावे लागतच नाही. तुम्ही तर गर्दीच्या धक्क्याने आपोआप चालत जाता.

तुम्ही गर्दीमध्ये कधी चालून बघितले आहे? जेव्हा गर्दी एखाद्या तुफानासारखी येते तेव्हा तुम्हाला तुमचे पाय उचलावेच लागत नाही. पावले उचलली जातात, उचलली नाहीत तर दाबली जाऊन मरून जाल. तुम्हाला चालावे लागतच नाही. गर्दीचा वेगच तुम्हाला पुढे घेऊन जातो. तुम्हाला विचार करायला संधीच देत नाही. गर्दी विचार करण्याची सवड सुद्धा देत नाही.

गर्दी संस्कार देते, विचार देत नाही. गर्दी आंधळेपण देते, डोळे नाही. आणि जेथे खूप लोक असतात, तेथे सहजगत्या असे वाटते की, काहीतरी चांगले असेल म्हणून तर इतके लोक इथे आहेत. काही बरोबर नसते तर इतके लोक कसे असते? ज्या रस्त्यावरून वर्षानुवर्षे लोक जात आहेत त्याच्यावर अधिक विश्वास असणार हे खरेच आहे.

नवीन गोष्ट विश्वासार्ह वाटत नाही. म्हणून तर सगळे धर्म म्हणतात की आमचा धर्म खूप खूप प्राचीन आहे, सनातन आहे, पूर्वीपासून चालत आला आहे, सगळे धर्म नंतरचे आहेत, आमचा धर्म पहिला आहे.

इतका जुना असण्याचा आग्रह कशासाठी? धर्म म्हणजे काही मुरलेली दारू आहे, जितकी जुनी तितकी उत्तम? परंतु याला कारण आहे. जितका जुना होण्याचा दावा केला जातो; तेवढा लोकांचा भरवसा अधिक वाढतो, कारण की खूप दिवसांपासून हे दुकान चालत आहे आणि गिऱ्हाईकही येत आहेत त्याअर्थी इथे चांगला माल विकला जात असेल. इतक्या लोकांना इतके दिवस तर फसवले जाऊ शकत नाही. जुन्या दुकानाची प्रतिष्ठाही तितकीच असते. जुन्या दुकानामध्ये श्रद्धेच्या, विश्वासाच्या बळावर कचरासुद्धा विकला जातो.

म्हणून तर सगळे धर्म प्राचीन असण्याचा दावा करतात. परंतु लक्षात ठेवा, परमेश्वर प्रत्येक घटकेला नवीन आहे. परमेश्वर जुन्याला मानतच नाही. म्हणूनच वृद्धत्वाला बाजूला करतो आणि अर्भकाला जन्म देतो. वाळलेल्या पानांना खाली पाडतो. अनुभवी पानांना खाली पाडतो, नवीन पालवी फुटते – अनुभव – शून्य! कारण अनुभव विकृत करून टाकतो. अनुभव ओझं होऊन जातो. अनुभवाला घमेंड चढते. अनुभवाची दुर्गंधीही येते.

निष्पाप पालवी फुटते - अनुभव - शून्य! त्याचे ताजेपण काही वेगळेच!

परमेश्वराचा भरवसा या नवीन पालवींवर आहे. म्हणून परमेश्वर प्रत्येक घटकेला नवीन बनवतो. त्याने (परमेश्वराने) कधीही भूतकाळातही सृष्टी निर्माण करण्याचे आणि इतर गोष्टी करण्याचे थांबवले नाही. तो प्रत्येक क्षण नवनिर्मिती करतच राहिला.

सृष्टीची उत्पत्ती एक शाश्वत, सनातन, सतत होणारी प्रक्रिया आहे. या क्षणीसुद्धा ती चालू आहे. नाही तर नवीन पालवी कशी येणार? अंडी कशी उबतील? नवीन पक्षी उडतील? नवीन बीज कसे फुटणार? नवीन अंकुर कसे येणार? नवनिर्मिती कशी होणार? नव्याचा जन्म कसा होणार?

परमेश्वर प्रत्येक क्षणाला नव्याला जन्म देतो आहे. परमेश्वराचा भरवसा तर नवीनतेवर अधिक आहे. तुमच्या धर्माचा भरवसा जुन्यावर आहे. तुमच्या धर्माचा परमेश्वराशी काहीही संबंध नाही असे वाटते. परंतु याला कारणही आहे, कारण असे की तुमचा दावा जितका पक्का असेल की आम्ही जुने आहोत, खूप दिवसापासून चालत आलेलो आहे, हजारो-लाखो लोक आम्हाला मानत आहेत, जर तुम्ही एकटे असता, तर तुम्हाला आत्मविश्वास वाटला नसता. आत्मविश्वासाच्या कमतरतेमुळे लोक गर्दीची साथ-संगत शोधतात. एकटेपणी, अंधाऱ्या रात्री, एखाद्या गल्लीमधून तुम्ही जात आहात, कोणीही मित्र बरोबर नाही अशा वेळेस तुम्ही गाणे गुणगुणू लागता. आपलेच गीत ऐकून तुम्हाला असे वाटते की आपण एकटे नाही. शिट्टी वाजवू लागता, आपलीच वाजवलेली शिट्टी ऐकून वाटते की चला आपण कमीत कमी दोघं तर आहोत – एक वाजवणारा आणि दुसरा ऐकणारा. अशावेळेस शरीरात उत्साह संचारतो, एक शक्ती येते, आत्मविश्वास येतो.

आपल्या चारही बाजूला इतक्या मोठ्या प्रमाणात गर्दी बघून असे वाटू लागते की, हे जर चुकीचे असते तर कुणाच्या तरी लक्षात आलेच असते ना!

राजमार्गावर चालणे खूप सोयीचे आहे. परंतु राजमार्गावरून चालणारा कोणीही सत्यापर्यंत पोहोचलेला नाही. प्रत्यक्षात जो सारखा सुविधांचाच विचार करतो,. त्याच्याच शोधात असतो, तो सत्यापर्यंत पोहोचूच शकत नाही. कारण की तेथपर्यंत पोहोचण्यासाठी कष्ट घ्यावे लागतात. आणि पोहोचण्यासाठी ज्याने गर्दीचा आधार घेतला आहे, तो तर नेहमीच वंचित राहील, कारण की कबीर असे म्हणतात की तेथे एकटाच जाऊ शकतो. गर्दी तेथे पोहोचतच नाही. तेथे एकट्यालाच जावे लागते. निरव एकांतामध्येच ते मिलन होते. तेथे साक्षीदारासारखा दुसरा कोणीही लागत नाही.

या गोष्टीचे थोडे स्मरण करा. 'भेरै चढै सो अधधर डूबै' – कबीर म्हणतात, जे नावेमध्ये चढतील ते प्रवाहाच्या मध्यभागी डुबणार! 'निराधार भए पार' आणि जे नावेत चढले नाहीत ते पलीकडे गेले. ज्यांनी आधार घेतला ते डुबले. जे निराधार

होते ते पलीकडच्या किनाऱ्यावर पोहोचले.

एक तर कबिरांचे डोके फिरले आहे नाहीतर तुम्ही सगळे चुकीचे आहात, कारण की तुमचा तर्क तर हे सांगतो की नावेच्या आधारे तुम्ही पलीकडे पोहोचता. पलीकडे जाण्यासाठी आधार शोधता. परंतु तुम्ही कधी विचार केला? तुम्ही आधार शोधता याचे कारण असे की तुमचा तुमच्यावर विश्वास नाही. नावेत तुम्ही म्हणूनच बसता की तुम्हाला पोहायला येत नाही. आणि हा प्रवास असा आहे की तुम्ही पोहूनच पलीकडे जाऊ शकता, नावेच्या आधारे नाही. कारण की कोणताही नावाडी बरोबर जाऊ शकत नाही. आणि कोणतेही बाह्य साधन बरोबर जाऊ शकत नाही, कारण हा आतमधील प्रवास (अन्तर्यात्रा) आहे. या नदीमध्ये नाव घेऊन जाण्याची कोणतीही गरज नाही. हा चैतन्याचा सागर आहे. इथे कोणतीही वस्तू नावेसारखी तुम्हाला साथ देणार नाही.

परंतु तुम्ही तर कमजोर आहात. पोहणे तर तुम्हाला येत नाही. पोहण्याचा अर्थ आहे एकटे-एकटे जाणे, ते तुम्हाला माहिती नाही. तुम्ही नावेचा आधार घेता, किंबहुना तुम्ही असे बघता की कोणत्या नावेमध्ये अधिक माणसे आहेत, अशाच नावेचा आधार घेता. तुम्ही गर्दीच्या मानसशास्त्रावर विजय मिळवला.

आणि कबीर म्हणतात ''भेरै चढे सो अधधर डूबै''- जो नावेमध्ये चढला तो प्रवाहाच्या मध्यभागी डुबलाच! तो ज्याक्षणी नावेत चढला त्याचक्षणी त्याचे डुबणे सुरू झाले. तो पोहू शकत नव्हता म्हणून तर तो चढला. आणि हा प्रवास पोहून पार करण्याचा आहे, एकट्याचा आहे.

तुमच्या समाधीमध्ये तुमच्या बरोबर कोण जाऊ शकेल?

एक शिष्य एका झेन गुरूचा निरोप घेऊन निघाला होता. अंधारी रात्र होती. तो जरा घाबरलेलाही दिसत होता. निर्जन रस्ता होता. गावापर्यंत जाताना मधे बऱ्याच निर्मनुष्य अशा रस्त्यावरून जावे लागत असे. जंगली जनावरेही होती आणि तो थोडा घाबरला होता. तेव्हा गुरूने त्याला विचारले, तू काहीसा घाबरलेला दिसतोस. तो म्हणाला की हो मी निश्चितच घाबरलेलो आहे. भयाचे कारण असे आहे की, रात्र अंधारी आहे, रस्ता जंगलातून जाणारा आहे, जंगली जनावरे आहेत, आणि मी एकटा आहे. गुरू म्हणाले की, मी तुला एक दिवा पेटवून देतो. गुरूने एक पेटवलेला दिवा शिष्याच्या हातात दिला आणि दिवा हातात धरून शिष्य जिन्याच्या पायऱ्याच उतरत होता. तेवढ्यात गुरूने फुंकर मारली आणि दिवा विझवून टाकला. पहिल्यापेक्षा अंधार अधिक दाट झाला. एक विश्वास मिळाला होता, पण तोही गेला. नाव मिळाली व सुटली. शिष्य आश्चर्यचकित झाला आणि म्हणाला, हे आपण काय केले? विझवायचाच होता तर लावला कशासाठी? तुमचे म्हणणे काय आहे? मला थोडे अधिक स्पष्ट सांगण्याचा प्रयत्न कराल?

तेव्हा गुरूने सांगितले! ही यात्रा अशी आहे की, दुसऱ्याने दिलेला दिवा बरोबर घेऊन जाऊ शकत नाही. हा प्रवास एकट्याचाच आहे. इथे कुणाचाही आधार उपयोगी पडणार नाही. इथे आपल्याला – स्वत:च्याच आधारे जावे लागेल आणि समजा निराधार असाल तर निराधारच जावे लागेल. खोटा आधार घेऊ नका. मन खूप सांगेल की कोणतातरी आधार घ्या.

मी लोकांना सांगतो की शांत होऊन जा. ते म्हणतात की काही आश्रय, काही आधार, काही साधन सांगा. मंत्रांचे पठण करू! मंत्रांची नावे पाहिजे? त्यांना समजा सांगितले की तुम्ही फक्त गप्प रहा, शांत व्हा, तर ते म्हणतात, ते जरा अवघड आहे करायला काही तरी सांगा की नुसती माळच ओढत बसायची. काही करायला असले तर गुंतून राहायला होते. काहीच करायला नसेल तर समजत नाही काय करावे ते!

निराधार होण्याचे भय वाटते. जपमाळ का असेना त्याच्या आधारे पैलतीरी जाल, मंत्राचा आधार का होईना, पण कोणता तरी आधार हवा. म्हणतात की बुडत्याला काडीचा आधार, त्याचा सुद्धा आधार घेतला जातो. तुमच्या सगळ्या नावा या काडीपेक्षा अधिक नाही. त्याच्यामुळे तुम्ही थोडा वेळ का होईना आपल्या मनाला विरंगुळा दिला तरी ठीक आहे, परंतु प्रवाहाच्या मध्यभागी डुबणार! किती वेळ स्वत:ला विसराल?

प्रथम जी सांगितली ती अन्तर्यात्रा (आतील प्रवास) आहे. म्हणून कोणतेही साधन उपयोगी पडणार नाही. सगळी साधने बाहेरच राहून जातील. आतमधील प्रवास आहे, म्हणून कोणी साथी-सोबती उपयोगी येणार नाही. सारे सखे-सोबती बाहेरच राहतील. अन्तर्यात्रा आहे, म्हणून आपल्याच आधारे जावे लागेल. तीच एकमात्र नाव आहे.

स्वत:वरील विश्वास! त्यालाच जागवा. कितीही निर्मनुष्य जंगल असो, आणि कितीही अंधारी रात्र असो, आतमधील दिवा पेटवा, तोच साथ देईल. बाहेरच्या दिव्याचा काय भरवसा? ज्याला गुरूने एक फुंकर मारून विझवून टाकले, त्याला रस्त्यामध्ये वाऱ्यानेही विझवले नसते? आणि जो इतका घाबरलेला आहे, त्याच्या हाताच्या थरथरण्यानेही दिवा खाली पडून फुटला असता. जंगलामध्ये जरा पानांच्या सळसळण्याचा आवाज झाला असता तरी दुर्भाग्य समोर होतेच, दिवा-बिवा सारे विसरून गेला असता.

बाहेरचा दिवा किती वेळ साथ देणार? बाहेरचा आधार शेवटी बाहेरचाच आधार राहाणार.

कबीर म्हणतात, 'भेरै चढै सो अधधर डूबै!' कबीर खूप महत्त्वाचं सांगताहेत की कोणत्याही नावेमध्ये चढलात तरी प्रवाहाच्या मध्यभागी ती डुबणारच! 'निराधार

भए पार' — आणि ज्यांनी कोणताही आधार घेतला नाही ते पैलतीरी सहज पोहोचतील.

या सगळ्यामध्ये एक गहन अर्थ भरला आहे. आणि गहन अर्थ असा आहे की जो कोणताच आधार घेत नाही त्याला अस्तित्व आधार देते. जो निराधार आहे, परमेश्वर त्याचा आधार बनतो. जो दुसऱ्या आधाराचा आश्रय घेतो, त्याला परमेश्वराच्या आधाराची गरज भासत नाही.

एक सूफी फकीर काबाची यात्रा करून परत आला. जेव्हा तो परत आला तेव्हा शिष्यांची एकच गर्दी जमली, त्याचे खूप शिष्य होते. त्याने काबामध्ये घडलेल्या काही घटना, काही आठवणी सांगितल्या. त्या फकिरांनी सांगितले की, एक गोष्ट मी तुम्हाला सांगू इच्छितो की, परमेश्वराचा आधार खूप मोठा असतो. मी फक्त एक पैसा घेऊन यात्रेला निघालो होतो. परंतु त्याच्या आधाराबाबत, भरवशाबाबत मी काय सांगणार. त्याचा महिमा काय वर्णन करणार? तो पैसा माझ्या खिशामध्ये अजून तसाच पडलेला आहे आणि यात्रा पूर्ण झाली. जेव्हा गरज पडली त्याने दिले. जेव्हा भूक लागली तेव्हा जेवण मिळाले. जेव्हा तहान लागली तेव्हा कुठून तरी पाणी आले. जेव्हा जे जे काही हवे होते त्याने ते सारे दिले. त्याच्या करुणेला अंत नाही हे खरे!

त्या गर्दीमध्ये एक फकीर बसला होता, तो जोरजोरात हसू लागला. तेव्हा त्या फकिराने विचारले 'काय झाले? तू एवढा का हसतोस? तुझ्या हसण्यामध्ये काही तरी खोचकपणा दिसतो आहे.'

तो फकीर म्हणाला, 'परमेश्वरावर तुझा एवढा विश्वास होता तर मग तू तो एक पैसा तरी बरोबर कशाला नेलास?'

एक पैसा बरोबर नेलास म्हणजे त्याच्यावरील भरवशामध्ये काहीतरी कमी आहे. एक पैसा घेऊन गेला होतास की एक कोटी रुपये घेऊन गेला होतास, यामुळे काय फरक पडतो? परंतु काही तरी घेऊन गेला होतास, आपला आधार असावा म्हणून ठेवला होतास.

जेव्हा तुम्ही बाहेरचा आधार पकडता तेव्हा तुमच्या बोलण्यातून - वागण्यातून हेच लक्षात येते की माझा परमेश्वरावर विश्वास नाही. नाव का पकडता? साधन का स्वीकारता? कारण श्रद्धेचा अभाव आहे.

सगळे आधार सोडून द्या. अनाथ होऊन जा. प्रवाहामध्ये असे एकजीव होऊन जा की त्याने (प्रवाहात) डुबवले तरी हरकत नाही. आपल्या बाजूने साधे हात-पायही हलवू नका.

एक फकीर नदीमध्ये बुडत होता. काही लोक किनाऱ्यावर उभे राहून ते बघत होते. नदी खोल आणि भयानक होती आणि जे किनाऱ्यावर उभे होते त्यांना पोहता

येत नव्हते. परंतु ते खूप आश्चर्यचकित झाले. कारण तो फकीर डुबकी घेत होता, पुन्हा वरती येत होता. पुन्हा एक डुबकी व्हायची आणि आश्चर्य असे होते की तो हात-पायही मारत (हलवत) नव्हता. पोहता न येणारा मनुष्य हात पाय झाडतो, ओरडतो. वाचवा म्हणून ओरडून हाका मारतो. जेव्हा तो तिसऱ्यांदा वरती आला तेव्हा किनाऱ्यावर उभा असलेला मनुष्य त्यांना म्हणाला की काय विचित्र माणूस आहात हो तुम्ही, स्वतःच्या हातानेच मरत आहात! हातपाय का नाही मारत, आरडाओरडा करून हाका का नाही मारल्या?

तो फकीर म्हणाला; जेव्हा त्याच्यावरच (परमेश्वरावर) सोडून दिले आहे तर प्रवाहाचा मध्यभाग सुद्धा किनारा आहे. त्याने बुडवले तर बुडणार! त्याने वाचवले तर वाचणार. आपल्या स्वतःच्या मर्जीचा काय उपयोग?

हा मनुष्य जर बुडला तर पोहून जाईल. त्याची बुडण्याची घटना तर खूप मोठी क्रांतिकारक आहे. त्याची बुडण्याची घटना परिवर्तन करणारी ठरेल. समजा याच भावनेने बुडला तर प्रवाहाचा मध्यभाग किनारा होईल.

ज्याने स्वतःहून समर्पण केलेले आहे, त्याला तुम्ही बुडवू शकत नाही. कारण की समर्पण डुबण्यालाच किनारा बनवते. समर्पणापेक्षा कोणतीही किमया अधिक नाही. आणि समजा तुम्ही पलीकडे पोहोचलात तरी कुठे पोहोचणार? तुमची नाव (बोट) राहील, तुम्ही राहाल, पैलतीर (दुसरा किनारा) सुद्धा याच किनाऱ्यासारखा असेल, कोणताही फरक पडणार नाही. तुम्ही स्वतःच्याच आधारे पैलतीरी पोहोचलात तरी त्या तीरावर काय फरक पडेल? तुमची घमेंड ताठरपणा कायम राहिल, आणि किंबहुना आम्ही पैलतीरी येऊन पोहोचलो म्हणून तो अधिक वाढेलही! तुमचा रुबाब अजून वाढेल. डुबण्यासाठी तुम्ही आता योग्य झाला आहात.

म्हणून कबीर म्हणतात, ज्याने आधार घेतला तो डुबला आणि जो आधारहीन राहिला तो पैलतीर पार करून गेला. तुम्ही असे समजू नका की आधारहीन राहिलात तर दुसऱ्या किनाऱ्यावर पोहोचलात. पोहोचाल किंवा न पोहोचाल हा प्रश्न नाही. आधारहीनाला किनारा मिळेलच, पण त्याच क्षणी तो पूर्णतः आधारहीन होऊन जाईल.

गुरजिएफ एक छोटासा प्रयोग करत होता. दूर एका शांत एकांत ठिकाणी त्याने आपल्या काही शिष्यांना एकत्र बोलावले. आणि त्याने सांगितले की, जेव्हा मी म्हणेन थांबा, तेव्हा तुम्ही जसे असाल तसे थांबा. समजा चालण्यासाठी एक पाऊल उचलले असेल तरी ते तसेच उचललेले राहू द्या. ते पाऊल खाली ठेवू नका. आवाज ऐकताक्षणीच थांबून जा. थांबायलाच पाहिजे.

जवळच एक कालवा होता. आणि सकाळी तीन तरुण तो पार करत होते आणि गुरजिएफ आपल्या तंबूमध्ये बसला होता. आतमधून तो ओरडला, थांबा,

तेव्हा ते तीनही तरुण त्या कालव्यामध्ये थांबून गेले. कालवा तेव्हा कोरडा होता, तेथे पाणी वाहात नव्हते. परंतु माहीत नाही कुणीतरी कालव्यात पाणी सोडले. पाणी सोडणाऱ्याला काय माहिती की तीन युवक मूर्तीसारखे कालव्यामध्ये उभे असतील. गुरजिएफ तर तंबूमध्ये बसले आहेत. त्यांना माहितीही नाही की कालव्यामध्ये पाणी कुणी सोडले. परंतु त्यांनी थोडा वेळ प्रतीक्षा केली. बुद्धी सुद्धा थोडावेळ प्रतीक्षा करते संकट अजून किती लांब आहे तोपर्यंत ती वाट बघते. मग पाणी गळ्यापर्यंत वाढू लागले. पाणी वाढू लागले. जेव्हा पाणी तोंडापर्यंत आले तेव्हा एकाने उडी मारली व बाहेर आला. तो म्हणाला की प्रत्येक गोष्टीला मर्यादा असतात, भरवशाची पण एक मर्यादा असते. परंतु लक्षात घ्या भरवशाला कोणतीही सीमा नसते. मर्यादा असणारा भरवसा हा भरवसा नसतोच मुळी! ती फसवणूक असते. ती बुद्धीचीच युक्ती असते. भरवसा तर असीम (अमर्यादित) असतो.

श्रद्धेला काही मर्यादा असते? समर्पणाची कोणती एखादी मर्यादा आहे? मर्यादा असेल तर ते समर्पण नाहीच! तुम्ही असे म्हणाल की पुरे झाले समर्पण? तोंडापर्यंत पाणी येणार, तोपर्यंत समर्पण, याच्यापुढे आपण आपले काम स्वत:च्या हातात घेऊनच करू, ते तुम्ही कधी दिलेच नव्हते कारण की तोंडापर्यंत पाणी येण्यामध्ये काय धोका होता? तुम्ही लबाडी करत आहात. तुम्ही फसवणूक करत आहात. कारण की जेथे धोका सुरू होतो तेथेच लक्षात येते की तुमचे समर्पण आहे की नाही. जोपर्यंत धोका नाही, आराम आहे, तेव्हा कुठे काय लक्षात येते? जेव्हा मृत्यु अगदी तोंडापर्यंत येतो, तेव्हा समजते की तुम्ही दिले आहे की नाही. आणि समजा दिले असेल तर परत करणारा कोण?

एक उडी मारून बाहेर गेला. दुसरा अजून हुशार होता. त्याने अजून थोडा वेळ वाट बघितली, काय सांगावे कदाचित गुरजिएफ म्हणतील की आता पुरे झाले, प्रयोगाच्या बाहेर या. आता ओठही बुडायला लागले होते, परंतु जीवाला अजून कोणताही धोका नव्हता. नाकाला पाणी स्पर्श करू लागले, तेव्हा धोका सुरू झाला. एक उडी मारून तोसुद्धा बाहेर आला. तो म्हणाला की आता थांबणे हे मूर्खपणाचे आहे. आणि गुरूला यातील काहीही माहीत नव्हते. आणि असे काहीही माहिती नसताना आत्महत्या करण्यात काही अर्थ नाही. परंतु तिसरा तसाच उभा होता. पाणी आले, नाक बुडले, डोळे बुडले, प्राण तडफडू लागले तरीही तो उभा राहिला. पाण्याचा प्रवाह आला आणि डोकेही बुडून गेले, आणि त्याच क्षणी एखाद्या तुफानासारखे गुरजिएफ् धावत आले आणि त्यांनी त्या तरुणाला बाहेर काढले. तो बेशुद्ध झाला होता. मोठ्या मुश्किलीने त्याला शुद्धीवर आणू शकले. परंतु त्या दिवशी त्याला (पैलतीर) – किनारा मिळाला. डोळे उघडून त्याने गुरूचे पाय पकडले आणि तो म्हणाला, जे जाणून घ्यायचे होते ते मी जाणले, जे मिळवायचे

होते ते मी मिळवले.

गुरजिएफ् याला स्फटिकाप्रमाणे जगणे म्हणतात. अशा घटकेला तुम्ही सारे काही पणाला लावता आणि काहीच उरत नाही. एक उडी फक्त मारली जाते. परिघावरून तुम्ही मध्यभागी (केंद्रस्थानी) पोहोचता. जेव्हा तुम्ही सारे काही पणाला लावता आणि प्रवाहाच्या मध्यभागी बुडायला तयार होता, त्याच वेळेला तुम्हाला किनारा मिळालेला असतो. तेव्हाच पहिल्यांदा तुमचा आत्मा एक होतो, पर्वताप्रमाणे बनतो. तुम्हाला आता कोणीही हलवू शकणार नाही. त्यादिवशी कालव्यामध्ये दोघेजण चुकले कारण की त्यांनी आधार घेतला. बुद्धीने सुचवलेल्या नावेमध्ये ते सवार झाले. एकाने मिळवले, कारण त्याने कोणताही आधार घेतला नाही. तो एकदम आधारहीन झाला, मरायलाही तयार झाला. त्याच्यासाठी गुरू धावला. – कदाचित गुरू तरी एखाद्या वेळेस चुकेल पण परमेश्वर तर कधी चुकणार नाही. जेव्हा तुम्ही सारे काही पणाला लावून टाकता, तेव्हा सारे अस्तित्व तुम्हाला वाचवण्यासाठी तयार होऊन जाते.

आता तुम्हाला वाचवण्याची कोणतीही गरज नाही, तुम्ही स्वतःच स्वतःला वाचवत आहात.

एक खूप छान कथा आहे. कृष्ण भगवान जेवायला बसले होते. रुक्मिणीने ताट वाढले. ती वारा घालते आहे. त्यांनी एक घास तोंडापर्यंत नेला आणि अचानक तो घास तसाच ठेवून उठून उभे राहिले. रुक्मिणीने विचारले काय झाले? ते म्हणाले की माझा एक भक्त संकटात आहे. धावत गेले. दारापर्यंत येऊन उंबरठ्यावर एकाएकी थांबले. एक क्षण तेथेच थांबले, परत आले आणि बसून जेवण सुरू केले. रुक्मिणी म्हणाली, तुमचे जाणे समजू शकते. भक्त संकटात आहे, त्याच्यासाठी धावून जाणे जरुरीचे आहे. जेवणसुद्धा सोडले जाऊ शकते. परंतु तुम्ही उंबरठ्यावरूनच परत फिरलात, कोणत्याही भक्तापर्यंत पोहोचला नाहीत.

तेव्हा कृष्ण म्हणाले, माझा एक भक्त रस्त्याने जात आहे. तो माझ्या भक्तीमध्ये रंगून गेला आहे. तो वेडा आहे. लोक त्याच्यावरती दगड फेकत आहेत. तो हसतो आहे. लोक त्याला दगड फेकून मारूनच टाकत आहेत. त्याच्या डोक्यातून रक्त वाहात आहे आणि तो हसतो आहे. आणि त्याच्या मनामध्ये माझ्या नावाशिवाय दुसरे काहीही नाही. त्याच क्षणी मला धावावे लागले. तेव्हा रुक्मिणी म्हणाली एखादा भक्त जर एवढ्या संकटात आहे तर तुम्ही का परत फिरलात? तेव्हा ते म्हणाले, उंबरठ्यावर पोहोचलो तेव्हा परिस्थिती बदलली होती. त्याने दगड आपल्या हातात घेतले आणि तो आता स्वतःच समर्थ बनला आहे, त्याला आता माझी कोणतीही गरज नाही. तो आता मला विसरला आहे. तो आता सरळ सरळ लढतो आहे. त्याने आपली लढाई आपल्याच हातात घेतली आहे. त्याला आता

माझी कोणतीही गरज नाहीये.

ज्या दिवशी तुम्ही तुमची लढाई स्वत:च्या हातात घेता तेव्हा त्याच क्षणी तुमचा परमेश्वराशी संबंध सुटून जातो. तुम्ही चलाख, हुशार, कुशल बनता आणि मग अस्तित्वाशी असलेले तुमचे नातेच संपते. ज्याने भोळेपणाने त्याच्यावर सारे सोपवलेले असते. – कबीर म्हणतात – 'निराधार भये पार' – त्याला कोणीही बुडवू शकत नाही. त्याला तुम्ही कितीही बुडवायचा प्रयत्न करा तुम्ही त्यांना बुडवू शकत नाही. कारण की बुडणे हाच त्यांच्यासाठी पैलतीर असतो. त्यांना बुडवणे केवळ अशक्य आहे. तुम्ही त्यांना मारून टाकायचे म्हटले तरी त्यांना मारू शकत नाही. कारण की मृत्यु त्यांनी मिलनाची घटिका मानलेली असते. तुम्ही त्यांना कापून टाका पण तुम्ही त्यांना कापू शकत नाही. कारण एकीकडे तुम्ही त्यांना संपवण्याचा प्रयत्न करत असता तर ते आतल्या आत म्हणत असतात; 'मेरो मन आनंद । कब मिटिहौ कब भेटिऔ पूरन परमानंद'! नाही, अशांना दु:ख पोहोचणे अशक्य आहे. त्यांना दु:खी करणेही अशक्य आहे.

जो फक्त आपल्यापुरतेच बघतो अशा व्यक्तीला तुम्ही दु:खी करू शकता. ज्याने फक्त श्रेष्ठत्वाशी नाते जोडले आहे, अशांना दु:खी करण्यात कोणताही अर्थ नाही.

'भेरै चढै सो अधधर डूबे, निराधार भए पार।' तुम्ही निराश्रय होऊन जा. तुम्ही निराधार होऊन जा. आणि मग खरंच परमेश्वर तुमचा आधार बनेल. परंतु लक्षात घ्या मन खूप लबाड आहे. मन म्हणेल ठीक आहे. परमेश्वरालाच आपण आधार बनवू. मन म्हणेल बरोबर आहे, आपल्या जर हे लक्षात आले आहे तर दुसऱ्या कोणत्या गोष्टीला आधार बनवण्यापेक्षा परमेश्वरालाच आधार बनवू. आपण रामनामाचा जप करू. त्याचाच आधार आहे. तीच आपली नाव आहे. इथेच तर तुम्ही चुकलात. कारण तुम्ही जर परमेश्वरालाच आधार बनवले तर तुमच्या परमेश्वराची काय किंमत राहिली? तुमचा परमेश्वर तुमची कल्पना आहे. अजूनसुद्धा तुम्ही आपल्याच आधारावर भरवसा करून आहात.

निराधार होण्याचा अर्थ आहे, परमेश्वराला आधार मानायचा की नाही? याची चिंता तुम्ही करू नका. तुम्ही ते परमेश्वरावर सोडून द्या. तो त्याचे बघून घेईल. तुम्ही स्वत:ला निराधार ठेवा. अशा एखाद्या निराधार क्षणी जेथे तुम्ही परमेश्वराचाही आधार घेत नाही, तेथेच परमेश्वर आधार देतो – त्या आधी नाही.

'उपट चलै सु नगरि पहूंतै, बाट चले ते लुटो' जे राजमार्गावरून चालत गेले ते लुटले गेले (संपले) आणि जे उलटे चालत गेले ते पोहोचले.

तुम्ही गर्दीबरोबर लुटले जात आहात. समाज तुम्हाला संपवतो आहे. तुम्हाला संपवूनच समाज जगतो. समाज व्यक्तिमत्त्वालाच पुसून (संपवून) टाकतो. समाज

तुमच्या व्यक्तित्त्वाला दु:खी करतो. कमजोर करून टाकतो. असे झाल्यावरच तुम्ही गुलाम होऊ शकता. आत्मसन्मान असणाऱ्या पुरुषांना समाज गुलाम बनवू शकत नाही. आत्महीन पुरुषांना सहज गुलाम बनवता येते. समाज तुम्हाला प्रथम आत्म्यापासून (केंद्रापासून) दूर करतो, बाजूला करतो. जेव्हा तुम्ही परिघावर अपूर्ण अधुरे राहाता. त्रिशंकूसारखी तुमची अवस्था होते, ना इथे ना तिथे. तुमच्या जगण्याचा मुख्य प्रवाहच हरवतो. तेव्हा तुम्हाला समजतच नाही, तुम्ही कोठे आहात, कोण आहात, काय आहात आणि मग अशावेळेस तुम्हाला गुलाम बनवले जाऊ शकते. मग समाज तुम्हाला अत्यंत कमी दर्जाच्या कामामध्ये गुंतवतो आणि नंतर तो तुमच्यावरती मालकी हक्क गाजवतो.

व्यक्तींना संपवून समाज जिवंत आहे. आणि हेच तर तुमचे लुटून जाणे आहे. समाज तुम्हाला अशा कामाला लावतो की तुमचा जन्म त्यासाठी झालेलाच नाही. कुणाला संपत्ती गोळा करण्याच्या कामाला लावतो, कुणाला पदयात्रेला लावतो, कुणाला प्रशंसेसाठी वेडे बनवून टाकतो. जसे काही प्रशस्ती, प्रशंसा याचसाठी तुम्ही जन्माला आला आहात. खूप सारी प्रशस्ति-पत्रके गोळा करून मेलात तर तुम्हाला जीवनात काही मिळेल? तुम्ही प्रशस्ति-पत्रके घेऊन निघून जाल – काय बरोबर घेऊन जाल तुम्ही?

समाज तुम्हाला एखादा रोग लावून जातो – कधी पैसे कमावण्याचा, यशस्वी बनवण्याचा! पण काय होणार? पैशानं संपत्ती गोळा करण्याने काय होईल? असे समजा की पैशाचा, संपत्तीचा उपयोग आहे, परंतु इतकाही नाही की स्वत:ला हरवून बसा. संपत्तीचा उपयोग आहे. परंतु साधन म्हणून, साध्य म्हणून नाही. स्वत:ला विकून धन कमवाल, स्वत:ला संपवून तिजोरी भराल – याने काय होणार? संपत्ती तर साठेल पण तुम्ही रिकाम्या हाताने परत जाल.

समाज तुम्हाला स्थानभ्रष्ट करतो. तुम्हाला तो नशा (कैफ) देतो. छोट्या मुलाला आपण ही नशा देण्यास सुरुवात करतो ते शाळेत जाण्याचा आग्रह करून. आपण त्याला अहंकार – गर्व देण्यास सुरुवात करतो. आपण त्याला त्याच्या आत्म्यापासून दूर करतो. नाहीतर मुलाला पहिला-दुसरा हा फरक कशाला लक्षात येईल? लहान मुले तर नापास झाल्यावर शाळेतून नाचत येतात आणि म्हणतात की मी नापास झालो. मी पुन्हा नापास झालो. ते आनंदाने येतात. आपण त्यांना समजावतो की नापास होणे ही वाईट गोष्ट आहे. उत्तीर्ण होणं जरूर आहे. नुसते पास होणे जरुरीचे नाही तर, पित्याची, कुटुंबांची सगळ्याची इज्जत तुझ्यावर अवलंबून आहे. प्रथम क्रमांक मिळवणे गरजेचे आहे.

नशा तर तुम्हीच देता. लहान मुले भोळी असतात पण हळूहळू ते तुमची नशा बरोबर अंगी बाळगतात. आणि ही नशा सांसर्गिक आहे, ती बरोबर पकड घेते. इतर

सगळं तो विसरूनही जाईल. पुन्हा अजून काय म्हणून अधिक मिळवण्यासाठी धावतो आणि हे धावणे आयुष्यभर चालतच राहाते. प्रथम जन्मदाता सारखा मागे लागतो. नंतर पत्नी एकसारखी मागे लागते म्हणते कमवा घरी बसून काय करता? असे आळशासारखे बसून काही होणार नाही. कालांतराने मागे लागून लागून पत्नी थकून जाईल. त्यानंतर मुले बाळे येतील तेही असेच मागे लागतील.

शेवटच्या श्वासापर्यंत कोणीतरी तुम्हाला ढकलत आहे काही तरी करण्यासाठी म्हणून, ज्या करण्यामध्ये काहीही अर्थ नाही. आणि एक तुम्ही आहात की एकसारखे धक्के खात चालत आहात.

हा राजपथ आहे. इथे तुम्ही लुटले जात आहात.

या संसारामध्ये सगळेजण लुटले जातात. फक्त संन्यास असा आहे की तेथे तुम्ही काहीतरी मिळवायला सुरुवात करता – योग्य ती संपत्ती! परंतु 'संन्यास' ही एक उलट यात्रा आहे.

'उपट चलै सु नगरि पहूंतै, बाट चलै ते लूटै ।' आणि ज्यांना तुम्ही आपले सखे–सोबती समजता ते सारे या लुटीमध्ये आहेत. ज्यांना तुम्ही प्रिय, मित्रपरिवार मानता ते सगळेही या लुटीमध्ये सामील आहेत. त्या सगळ्यांचे सुख तुमच्या लुटमारीवर अवलंबून आहे. आणि असेही नाही की तेच तुम्हाला लुटत आहेत, तुम्ही सुद्धा त्यांना लूटत आहात, कारण की तुमचे सुख त्यांच्या लुटून नेण्यावर अवलंबून आहे. शेवटी आपल्या सगळ्यांनाच वाटते की आपण लुटले गेलो. आपला प्रवास पूर्ण होतो. लुटून गेलेलो आपण संपून जातो (मरतो). म्हणून तर रडत रडत मरतो. हातातला अवसर हरवून जातो. वेळ होता पण त्याचा आपण काही चांगला उपयोग करू शकलो नाही. त्यामुळे जीवनामध्ये कोणतीही संपत्ती जमा करू शकलो नाही, सगळे असेच व्यर्थ घालवले.

आणि तुम्ही असे आहात की कोणत्याही एखाद्या गोष्टीचा प्रचार केला तरी ती तुम्हाला आकर्षित करते. तुम्ही शुद्धीत नाही. तुम्ही ज्या घरामध्ये आहात, जसे आहात तेथे आनंदात आहात. मोठ्या घराची कोणतीही गरज नसताना, तुमचा शेजारी मोठ्या घरात जातो आहे म्हणून तुम्हालाही वाटते, तुम्हालाही मोठे घर बांधावे लागेल. इज्जतीचा प्रश्न आहे.

इथे कुणाची काय इज्जत आहे? ज्या मातीने तुम्हाला घडवले त्याच मातीत तुम्हाला मिसळायचे आहे. मोठे घर बांधणारा पण त्याच मातीत मिसळतो, लहान घरात राहाणारा पण त्याच मातीत मिसळतो. दोघांच्या तोंडात माती भरली जाते.

मृत्यूच्या समोर कुणीही लहान नाही आणि कुणीही मोठा नाही. मृत्यू ना गरिबीला जाणतो ना श्रीमंतीला, मृत्यू ना पुढाऱ्याला जाणतो ना शिष्याला, मृत्यू ना फकिराला जाणतो, ना सम्राटाला! मृत्यू फक्त एकच फरक जाणतो, अज्ञानी आणि

ज्ञानी! मृत्यू फक्त एकालाच ओळखू शकतो – ज्ञानीला; अज्ञानीला ओळखण्याची तर काही गरजच नाही. तो तर गर्दीचा एक भाग आहे. परंतु जेव्हा कबिरासारखा एखादा मनुष्य मृत्यूच्या दाराशी जाऊन पोहोचतो तेव्हा मृत्यू ओळखतो की कुणीतरी आपल्या आतमध्ये अमृत भरून आलेली व्यक्ती आहे. याला संपवण्याचा कोणताही उपाय नाही. मृत्यू तर याला बघून लपतो आणि दूर पळतो.

तुम्ही मृत्युपासून लपून राहाता आणि दूर जाता. तुम्ही कुठेही धावा मृत्यू तुम्हाला पकडणारच! म्हणून तर आपण एकमेकांना धक्के देत राहातो.

तुम्ही आपल्या मनाचे कधी तरी विश्लेषण करा की तुम्ही कसे प्रभावित होता. एखादी नवीन गाडी खरेदी करून आणली, अगदी चांगली चालते आहे. परंतु काही सांगता येत नाही की हे नवीन मॉडेल चांगले असेल की नाही. बऱ्याचदा ते खराबच असते. तुम्ही एकदम मजेत आहात पण अचानक एक संकट मध्ये आले. आणि हे संकट तुमचा पाठपुरावा करेल. आता दिवसा चैन नाही, रात्री चैन नाही. स्वप्नामध्ये गाडी आहे, मनामध्ये गाडी आहे. विचार करत आहात, विचार करत आहात की काय करायचे? गरजेच्या गोष्टींना काट मारून गरज नसलेल्या वस्तूंची खरेदी केली जाते. आवश्यकतेच्या गोष्टी सोडून देऊन विलास–चैन यामध्ये अडकले जाता. ज्याची नितांत गरज आहे अशांना टाळून ज्या गोष्टींची अजिबात गरज नाही अशा गोष्टींची बाजारातून खरेदी होते. तुम्ही आपल्या घरामध्ये बारकाईने बघा, की कितीतरी गोष्टी तुम्ही अशा खरेदी केलेल्या आहेत की ज्याची अजिबात गरजच नव्हती.

लिलाव चालू असताना कधी बघितला आहे – दुसरे लोक आवाज देताना बघून तुमच्या आतमध्येही एक आवाज येणे सुरू होते. कोणी म्हणते, एकशे एक, कोणी म्हणते एकशे दोन, कोणी म्हणते एकशे तीन, तुम्हाला हे अवघड जाते की, न थांबता कसे म्हणायचे एकशे चार!

मुल्ला नसरुद्दिन एका लिलावाच्या ठिकाणी उभा होता. मोठ्या जोशात होता आणि एका मागोमाग एक बोली लावत होता... एक पोपट विकला जात होता. कुणी तरी बोली लावली आणि तो विकला गेला. जो पोपट दहा रुपयामध्ये मिळू शकत होता तो पोपट एकशे एक रुपयाला मिळाला. परंतु तो खूप खूष होता कारण की त्याने गर्दीला नामोहरम केले होते. जेव्हा तो एकशे एक रुपये देऊन पोपटाला घ्यायला गेला तेव्हा त्याने लिलाव करणाऱ्याला विचारले की, हा पोपट बोलतो की नाही? त्याने सांगितले ''तुम्हाला माहिती आहे का? लिलावामध्ये तुमच्या विरुद्ध बोली कोण लावत होता? हाच तोता!''

परंतु मनुष्य जेव्हा शुद्धीत नसतो तेव्हा कोण ऐकतेय, की कोणबोली लावतो आहे. बस आपली बोली मागे पडू नये एवढेच तो पहातो.

अहंकार तुम्हाला लुटून नेतो. अहंकार तुमची नशा आहे. जी तुम्हाला बरबाद करते. तुम्ही जितके अहंकारी व्हाल तितके तुम्ही बरबाद व्हाल. आणि जितके तुम्ही निरहंकारी व्हाल, तुम्हाला कुणीही लुटून नेऊ शकणार नाही. आणि म्हणूनच समाज तुम्हाला अहंकारी बनायला शिकवतो. कारण की लुटले जाण्याचे ते एकमेव आधारसूत्र आहे.

'उपर चलै सु नगरि पहूंतै, बाट चलै ते लूटौ' आणि उलटे चालणे काय आहे? उलटे चालणे म्हणजे शुद्धीत असल्याचे लक्षण आहे. लोक बेहोशीमध्ये चालले आहेत. लोक कुठे चालले आहेत त्यांना माहिती नाही, गर्दी चालली आहे, तेही त्याच दिशेला चालले आहेत. शुद्धीत चालण्याचा अर्थ म्हणजे उलटे चालणे होय. तुम्ही एक एक पाऊल शुद्धिपूर्वक ठेवा. म्हणजे कुठे चालला आहात, काय करत आहात, हे सामान का खरेदी करत आहात, हे घर का बांधता आहात? हे लक्षात येईल.

गरजा जास्त नाहीयेत. वासनांना (इच्छांना) कोणताही अंत नाही. गरजा खूप थोड्या आहेत. आणि मनुष्य फक्त गरजाच पुऱ्या करू लागला तर तो खूप सुखी होईल. आणि गरजा सगळेजण पूर्ण करू शकतात कारण की त्या काही खूप मोठ्या नाहीयेत. दोन वेळेस भाकरी पाहिजे, जेथे ऊन असेल तेथे विश्राम करण्यासाठी छप्पर पाहिजे बस.

गरजा खूप मर्यादित आहेत पण इच्छा खूप आहेत. नुसत्या छपरावर भागत नाही तर महाल पाहिजे. आणि महाल कितीही मोठा असला तरी चालेल किंबहुना आहे त्याच्यापेक्षा मोठाही चालेल आणि म्हणून मन मोठ्याच्या मागे धावते. तुम्ही घरी जाऊन घरातल्या गोष्टीवर नजर फिरवा आणि विचार करा, तुमच्या असे लक्षात येईल की शंभरापैकी नव्वद गोष्टी तुम्ही नसत्या आणल्या तरी फरक पडला नसता. त्याची कोणतीही अशी जिवंत गरज नव्हती. तुम्ही आयुष्यामध्ये शंभर गोष्टी करता, त्यातील नव्वद केल्या नाही तर काही फरक पडत नाही आणि गंमत अशी आहे की या नव्वद गोष्टी करताना जे करणे जरुरीचे आहे ते करत नाही.

लोकांना मी सांगतो ध्यान करा. ते म्हणतात वेळ नाही आणि त्याच लोकांना मी बघतो की ते पत्ते खेळत असतात, आणि विचारले तर म्हणतात वेळ घालवतो आहे. काहीही समजत नाही, मनुष्य कसा आहे? हेच लोक सिनेमाला जातात, त्यांना विचारले की ते उत्तर देतात वेळ जाता जात नाही. सुट्टीच्या दिवसात तुम्ही बघा की हे लोक खूप अस्वस्थ बेचैन असतात, बेचैन असतात की आता काय करायचे कारण की वेळ तर खूप आहे. वेळ जात नाही तर घालवतो आहे. आयुष्य जात नाही तर घालवणे चालू आहे. आणि समजा याच माणसांना आपण म्हटले की ध्यान करा तर हीच माणसे विचार न करता एका क्षणात म्हणतात वेळ कुठे

आहे? कारण काय असेल? कारण की पत्ते खेळतांना गर्दी बरोबर असते, सिनेमा बघायला जाणे हेही गर्दीबरोबरच होते. क्लबमध्ये जाणे गर्दीबरोबरच होते. हे तर सगळे राजमार्ग आहेत. परंतु जसे ध्यानाबाबत बोलणे सुरू होते तेव्हा उलटीच गंगा व्हायला लागते. इथे एकट्यानेच जावे लागेल आणि शुद्धीमध्येच जावे लागेल. त्याचक्षणी मन म्हणते वेळ कुठे आहे? आणि समजा वेळ असला तरी मन म्हणते की काय फायदा आहे, काय मिळणार आहे त्याने? ध्यानामुळे काही सुद्धा मिळणार नाही, की जे बँकेत जमा केले जाईल. त्याच्यामुळे बँकेतील रक्कम वाढणार नाही, किंवा कमीही होणार नाही.

आणि हे अगदी खरे आहे की ध्यान केल्याने कुणाला काही मिळाले आहे का? हे थोडेसे वेडे आहेत की जगामध्ये येऊन ध्यान करत बसले. आपल्याला काय माहिती यांना काही मिळते की नाही? कदाचित यांची बुद्धी थोडीशी भ्रष्ट झाली असण्याची शक्यता आहे. तुम्ही यांचे म्हणणे अजिबात ऐकू नका. अनेकजण यांच्या बोलण्याला बळी पडून बुचकळ्यात पडले आहेत. तुम्ही यांचे म्हणणे ऐकूच नका. गर्दीकडे बघा, लाखो–करोडो लोक ध्यानाशिवाय जगत आहेत. ते काय वेडे आहेत? ते सारे समजुतदार आहेत.

गर्दीची समज नेहमी चांगली असते. मनासाठी बहुमत नेहमी बरोबर असते. आणि बुद्ध सुद्धा एकटा होता महाल सोडून बाहेर पडला.

बुद्ध ज्या दिवशी महाल सोडून गेला, तेव्हा जो सारथी त्याला नगराच्या बाहेर सोडायला गेला तो तर रडायला लागला. तेव्हा तो म्हणाला, 'हे काय करताय तुम्ही? इतका मोठा महाल सोडून तुम्ही कुठे चालला आहात? वेडे झाला आहात? मी असे तुम्हाला म्हणायला नको आहे.' पण तो सारथी म्हणाला, 'कारण की मी तुमचा दास आहे, परंतु माझ्याकडून राहावले जात नाही. माझे म्हणणे तुम्ही समजून घ्या. मी खूप म्हातारा झालो आहे, मी खूप आयुष्य बघितले आहे. जे तुम्हाला मिळाले आहे त्यासाठी मनुष्य आयुष्यभर प्रयत्न करत असतो. आणि तुम्ही हे सगळे सोडून कुठे जात आहात? इतकी सुंदर स्त्री तुम्हाला कुठे मिळणार आहे? असा महाल तुम्हाला कुठे मिळणार आहे? का स्वतःच्याच हाताने भिकारी बनता? तुमचे डोके ठीक नाही असे वाटते.'

बुद्ध म्हणाले, 'वेडा आहेस, ज्याला महाल म्हणतोस तेथे मी ज्वालांशिवाय दुसरे काही सुद्धा बघितले नाही. तेथे सगळे जळून चालले आहे. एक एक करून जळून जात आहे. आणि मी कोणत्याही दुसऱ्या महालाच्या शोधात चाललेलो नाही. मी स्वतःचा शोध घेण्यासाठी जात आहे.' हे त्या सारथीच्या समजण्यापलीकडे होते. जेव्हा बुद्ध आपले केस कापू लागला आणि अंगावरील दागिने काढून त्याच्याजवळ देऊन त्याने ते त्याला परत नेण्यास सांगितले, ही तुला माझ्याकडून भेट असे

म्हणताच तो सारथी ओरडून रडायला लागला. तो म्हणाला, 'हे करू नका. हे केस खूप सुंदर आहेत. असे सुंदर केस आपल्या राजधानीमध्ये कुणाचेही नाहीत.'

बुद्ध म्हणाले ''या सुंदर केसांचे मी काय करणार? ते सारे या ज्वाळांमध्ये जळत आहेत. हे केस जळून जातील. उद्या मी मरणार. तुम्हीच माझ्या चितेवर हे केस ठेवणार आणि हे केस गवतासारखे जळून जातील.''

बुद्ध ही जी व्यक्ती आहे ती उलटी जाणारी आहे. ती कोणत्यातरी प्रवासाला निघाली आहे. ती स्वतःचा शोध घेण्यासाठी निघाली आहे. तुम्ही सुद्धा प्रवास करत आहात. तुम्ही नेहमीच कोणत्यातरी दुसऱ्याच गोष्टीची यात्रा करता. काही दुसरेच शोधत आहात. कोणी एखाद्या सुंदर स्त्रीचा शोध घेत आहे. कोणी एखाद्या सुंदर महालाचा शोध घेत आहे, कोणी संपत्तीचा, कोणी पदाचा, कोणी प्रतिष्ठेचा, जो पर्यंत तुम्ही स्वतःचा शोध घेणार नाही तोपर्यंत हे सारे शोध दो कवडीचे आहेत आणि तुम्ही लुटून मरून जाल. कोणी दुसरा तुम्हाला लुटत नसून तुमचा चुकीचा शोध तुम्हाला त्या दिशेने घेऊन जात आहे, की जेथे तुम्ही स्वतःच्याच हातानी लुटले जात आहात.

'उपट चलै सु नगरि पहूंतै,
बाट चलै ते लूटे ।
एक जेबडी सब लपटाने,
के बांधे के छूटे ॥'

कबीर खूप अनाकलनीय बोलतात. आपण एकाच दोरीने सगळे बांधले गेलेलो आहोत. जे स्वतःला समजतात की आम्ही बांधलेलो आहोत आणि जे स्वतःला समजतात आम्ही सुटलेलो आहोत तेही. गुलामही बांधलेले आहेत, सम्राटही बांधलेले आहेत – एकाच दोऱ्याने!

'एक जेबडी सब लपटाने,
के बांधे के छूटे ।'

जे स्वतःला गरीब समजतात, तेही बांधलेले आहेत, जे स्वतःला श्रीमंत समजतात तेही बांधलेले आहेत. जे विचार करतात की आम्ही गुलाम आहोत, ते तर बांधलेले आहेतच, जे समजतात आम्ही सम्राटांचे सम्राट आहोत तेही बांधलेले आहेत. सम्राट कसा बांधला गेला आहे? दोर तोच आहे. कुणाचा गरीब दोर आहे, कुणाचा श्रीमंत दोर आहे. कुणाच्या दोरीला हिरे–मोती जवाहरात जडवलेले आहेत आणि कुणाचा दोर साधा आहे. परंतु 'एक जेबडी सब लपटाने।' परंतु एकाच दोरीने बांधले आहे.

तुमच्या आतमध्ये जो हरलेला आहे तो सुद्धा बांधलेला आहे आणि जो जिंकलेला आहे तो सुद्धा बांधलेला आहे. सिकंदर आणि नेपोलियन याच दोरीने

बांधले गेले आहेत ज्या दोरीने गरीब, रस्त्यावर भीक मागणारा बांधला गेला आहे. कारण की जोपर्यंत माया (मोह-पैसा) आहे तोपर्यंत बंधन आहे. जोपर्यंत तुमचे मन तुमच्या शिवाय इतर काही शोधत आहे तोपर्यंत तुम्ही बांधलेले आहात.

एकदा असे झाले की एका फकिराने भीक मागत मागत खूप संपत्ती जमा केली. कुणाकडे कधी मागितले सुद्धा नाही. फक्त रस्त्याच्या कडेला बसत होता. आणि लोक पैसे फेकत असत. लोकांची भावना चांगली होती. त्याचा मृत्यु जेव्हा जवळ आला, तेव्हा त्याची झोपडी पैशाने भरून गेली होती. तेव्हा तो म्हणाला की हा सर्व पैसा मी कोण्या एका गरीब माणसाला देऊ इच्छितो. खूप सगळे गरीब एकत्र झाले आणि प्रत्येकजण दावा करू लागले की मी सगळ्यात कसा गरीब आहे. माझ्याशिवाय दुसरा कुणीही गरीब नाही. गरिबाहून गरीब दारापाशी येऊन उभा राहिला आणि सांगू लागला आमच्यापेक्षा कुणीही अधिक गरीब नाही. सगळ्यांनी दावा केला कारण त्या फकिराजवळ खूप पैसा होता. आणि त्या फकिराने सांगितले की थांबा. अजूनही गरीब मनुष्य आलेला नाही. आणि त्याच वेळेस राजाची स्वारी निघाली होती आणि त्याने राजाला आवाज दिला, 'थांब, आणि हे सारे पैसे घेऊन जा.' गरीब ओरडायला लागले की हा अन्याय होत आहे, तुमच्याकडून अशी अपेक्षा नव्हती. तुम्ही हे राजाला देत आहात?

आणि तो फकीर म्हणाला की या गावामध्ये याच्यापेक्षा कुणीही अधिक गरीब नाही. कारण की तुम्ही थोडेसे तरी तयार झालात. याच्याकडे खूप आहे पण तरीही तो तयार झाला नाही. तरीही त्याची मागणी कायम आहे. त्याला इतके मिळाले आहे तरीसुद्धा त्याचे मागणे संपत नाही. या गोष्टीने हे सिद्ध होते की याची गरिबी खूप मोठी आहे. याच्या तहानेला अंत नाही. याच्यामुळे त्याला थोडा फार आधार मिळेल. कदाचित माझी संपत्ती याची तहान थोडी कमी करेल.

गरीब तर गरीब आहेच, पण श्रीमंत अधिक गरीब आहे. हरलेला तर हरलेला आहेच, पण तुम्ही जरा जिंकणाऱ्याकडे बघा, तो सुद्धा हरलेल्या सारखाच आहे. या संसारामध्ये काही जिंकलेच जाऊ शकत नाही. इथे तर हरणे हाच एक उपक्रम आहे. इथे सगळे हरतात. फक्त तोच जिंकतो जो स्वतःचा शोध घेतो!

कबिरांच्या या वचनात अजून एक खोल अर्थ आहे, तो सुद्धा लक्षात घ्या.

'एक जेबडी सब लपटाने, के बांध के छूटे!' जे संसारी आहेत ते तर बंधनात आहेतच. स्वतःचा विचार करत म्हणतात की मी तर संसारी आहे, माया–पाश याने बांधलो गेलो आहे. साधु–संन्यासी जो दावा करतात की आम्ही मुक्त झालेलो आहोत, पण ते सुद्धा बांधले गेलेले आहेत.

'के बांधे के छूटे' – बांधलेले तर बांधलेलेच राहाणार. जे म्हणतात की आम्ही

मुक्त आहोत, तेही बांधलेले आहेत. कारण की कबीर म्हणतात आणि सगळ्या विद्वानांनीही या संबंधामध्ये एकच गोष्ट सांगितली आहे की जेव्हा कोणी बंधनातून मुक्त होतो, तो असे म्हणत नाही की मी सुटून गेलो आहे. कारण की जो कुणी सुटतो तो समजून घेतो की हा दोर फसवा होता. तो दोर नव्हताच, तो स्वप्नातला दोर होता. त्याने बांधले जाणे हे फसवे होते, त्यापासून सुटणे हेही फसवेच! कारण की फसव्या दोरीपासून तुमची सुटका याचा अर्थ काय होऊ शकतो? तुमचे बांधले जाणे हे तर वेडेपण होतेच! आणि तुमचा मुक्त होण्याचा दावा करणे हेही वेडेपणच! कारण दोरच जर फसवा होता तर!

रात्री स्वप्नामध्ये तुम्ही बांधलेले होतात. आणि सकाळी उठताक्षणीच तुम्ही हे म्हणाल की आता मी मुक्त झालो आहे. तुम्ही हेच म्हणाल की स्वप्न खोटे होते, बंधन खोटे होते. आणि खरोखरच प्रत्यक्षात मी बांधला गेलो नसेन तर खरीखुरी मुक्ती कशी होऊ शकेल? म्हणून तर ज्ञानी (विद्वान) म्हणतात की, बांधले जाणेही खोटे, मुक्तीही खोटी – कारण की दोर फसवा होता.

'के बांधे के छूटे, एक जेबडी सब लपटाने ।' कबिरांचे हे बोलणे खूप गहन आहे. जेव्हा कुणी 'मी मुक्त आहे' असा दावा करते तेव्हा हा दावाच 'माया'ची (मोह,संपत्ती) सूचना देतो. हा दावाच सांगतो की अजूनही बोध झालेला नाही. अजूनही हा मनुष्य जागा झालेला नाही. कालपर्यंत हा बांधलेला होता, दोर तोच होता, आणि त्याच दोराच्या आधारावर दावा करतो की मी सुटलो आहे. आणि दोरच जर खोटा आहे तर सुटणार कसे?

झेन फकीर रिसाई याने म्हटले आहे की, हा संसार तर खोटा आहेच, मोक्ष सुद्धा खोटा आहे. जेव्हा रिसाईने हे सांगितले तेव्हा लोक खूप दचकले. ते म्हणाले तुम्ही हे काय म्हणताय? संसार खोटा, मोक्ष खोटा? तेव्हा रिसाई म्हणाला संसारही तुमच्या मनामध्ये, मोक्षही तुमच्या मनामध्ये, आणि जर मनच संपले तर...!

'एक जेबडी सब लपटाने ।' मनच उध्वस्त झाले, मनाचा दोरच तुटला तर कसली मुक्ती अन् कसला मोक्ष?

बुद्धाला लोक एकसारखे विचारत की जेंव्हा तुमचे शरीर हरवेल तेव्हा तुम्ही कोठे असाल? कोणत्या मोक्षामध्ये असाल? कसे असेल मोक्षाचे स्वरूप? यावर बुद्ध नेहमीच गप्प बसत. काहीही मत व्यक्त करणे धोकादायक आहे. कारण हा माणूस समजू शकत नाही. हे म्हणजे स्वप्नामध्ये झोपलेल्या माणसाला स्वप्नामध्येच विचारायचे की कसे असेल त्याचे रूप, असे विचारण्यासारखे आहे. जेव्हा आपण जागे होऊ तेव्हा स्वप्न कसे असेल? जेव्हा जागे होऊ तेव्हा स्वप्न असेल की नाही?

स्वप्न तोपर्यंत आहे जोपर्यंत तुम्ही झोपलेला आहात. झोप संपली, जाग आली – स्वप्न तुटले! तो दोर ज्याने तुम्ही बांधले होतात. तो मिळतच नाही.

तेव्हा मुक्त पुरुष तर तोच आहे ज्याचा मुक्त होण्याचा दावाही नाही, जो फक्त हसेल, जो म्हणेल, सारे खोटे आहे – संसार सुद्धा, निर्वाण सुद्धा!

नागार्जुनांचे खूप प्रसिद्ध वचन आहे की संसारापासून तर वाचवायचेच, पण निर्वाणापासूनही वाचवायचे! प्रथम संसारात जखडले गेलात नंतर निर्वाणामध्ये जखडले जाल. दोर एकच आहे. काहीही फरक नाही. प्रथम ताठरपणा होता तो संसारामुळे, आता घमेंड चढली आहे ती मोक्षामुळे कारण की मुक्ती मिळाली आहे. आता मी निर्वाण मिळवले आहे.

कोणत्याही गोष्टीने जेव्हा अहंकार निर्माण होतो, तेव्हा समजून घ्यायचे की अजूनही झोपेची धुंदी आहे. मोक्षामुळेही अहंकार निर्माण होत असेल तरी सुद्धा समजायचे की, झोपेची धुंदी अजून कायम आहे.

तुम्ही कधी स्वप्न बघितले आहे? स्वप्नामध्ये तुम्ही जागे झाले असल्याचे जरूर बघितले असेल. कधी कधी असे स्वप्न पडते की तुम्ही स्वप्नामध्ये जागे झाले आहात. ते जागे होणे सुद्धा स्वप्नाचाच एक भाग असतो. सकाळी खरे जागे झाल्यावर तुमच्या लक्षात येते की अरे ते तर स्वप्न होते. रात्री स्वप्न पहात होतो, स्वप्नामध्येच बघत होतो की जागे झालो. झोपेपासून स्वत:ला वाचवायची ती सुद्धा एक युक्ती आहे.

भूक लागली आहे, स्वप्नामध्ये तुम्ही बघता की उठलात आणि फ्रिजजवळ गेलात. स्वप्नामध्ये तुम्ही बघता की सारे जागे होत आहेत. तुम्ही जेवण सुद्धा केले आहे असे तुम्हाला वाटते आणि सारे काही वास्तवात होते असे वाटते. पुन्हा झोपून गेलात. स्वप्नामध्ये स्वप्न, स्वप्नाच्या मध्ये स्वप्न होऊ शकते. तेव्हा खूप अवघड होऊन बसते. कारण की तुम्ही कसा फरक कराल की हा फरक वास्तविक आहे की स्वप्नातला आहे. दोन्हीही एकसारखेच वाटतात. कसा फरक करणार? फक्त एकच फरक आहे तो फरक हा आहे की प्रत्यक्षात जागे असताना तुम्ही मी जागा आहे असा दावा करत नाही. जागणे जेव्हा खरे नसते तेव्हाच जागण्याचा दावा करण्याची गरज पडते. तुम्ही ओरडून सांगता, दुसऱ्याला समजण्यासाठी म्हणून नाही, हे वास्तविक आहे हे स्वत:ला समजून सांगण्यासाठी म्हणून! आणि जेव्हा दुसरेही स्वीकारतील तेव्हा तुम्हालाही विश्वास वाटेल.

झोप खूप खोल असते.

'एक जेबडी सब लपटाने, के बांधे के छूटे ।' तुम्ही तर बांधलेलेच आहात. तुमचे मुक्त पुरुष सुद्धा बांधले आहेत. जंगलात पळून गेले असतील, झाडाच्या खाली एकांतात बसले असतील, पण तरीसुद्धा बांधलेले आहेत. आता एक नवीन घमेंड निर्माण होत आहे की आम्ही या संसाराच्या पलीकडे गेलो. जे कधी नव्हते त्याच्या पलीकडे कोणी जाईल? फक्त जागणे आहे.

एक झेन फकीर सकाळी सकाळी उठला. त्याचा पहिला शिष्य आत आला. तो म्हणाला की तुम्ही काही दुसरे काम करण्यापूर्वी माझे ऐका, मी रात्री एक स्वप्न बघितले, त्याचा अर्थ लावा. तो शिष्य म्हणाला की प्रथम मी चहा बनवून आणू? शिष्याने चहा बनवला. त्याने गुरूला चहा दिला. गुरू म्हणाला, आता व्याख्या करशील? त्याने सांगितले माझी ही व्याख्या आहे की शांततेने चहा घे.

त्यानंतर दुसरा शिष्य आतमध्ये आला त्याने त्याला सांगितले की रात्री मी एक स्वप्न बघितले त्याची व्याख्या करशील? तो शिष्य म्हणाला थांबा! त्याने एका भांड्यात पाणी भरून आणले आणि सांगितले तोंड धुऊन टाक. हीच तुझ्या स्वप्नाची व्याख्या आहे.

गुरू खूप मनापासून हसला आणि म्हणाला की आज जर तुम्ही स्वप्नाचा अर्थ सांगत बसला असता तर तुम्हाला मी घराबाहेर काढले असते. स्वप्नाची कुठे व्याख्या करायची असते का? स्वप्न पडले, झोप उडाली, बस चहा प्या आणि सोडून द्या. तोंड हात धुवा आणि काय करणार?

त्या दोन्ही शिष्यांनी अगदी बरोबर उत्तर दिले, आणि झेन गुरू याच प्रकारचे प्रश्न विचारतात. ते प्रश्न असे नसतात, जसे एखादे हिंदू गुरू विचारतात की वेदातील या ओळीचा अर्थ काय आहे? हे उत्तर तर कुणीही पंडित देऊ शकेल. परंतु गुरूने सकाळी उठल्या उठल्या विचारले – कोणत्याही शास्त्रामध्ये हे लिहिलेले नाही की, गुरू विचारेल मी रात्री बघितलेल्या स्वप्नाचा अर्थ सांगा. आणि सध्याच्या जगामध्ये स्वप्नाच्या बाबत वेगवेगळे अर्थ लावण्याची एक सवय लागली आहे – फ्राईड, जुंग, एडलरसारखे जगातील मोठे मनोवैज्ञानिक या स्वप्नांचा अर्थ लावण्यात मग्न झाले आहेत. मन जरूर सांगते की सांग काय स्वप्न बघितले? परंतु शिष्याने मोठी हुशारी दाखवली, शुद्धीत काम केले. आणि आता शुद्धीवर यायलाच हवे कारण की आता स्वप्न संपले आहे. निरर्थक बडबड कशाला करायची? त्याच्या व्याख्येमुळे काय होणार आहे? जे प्रत्यक्षात नव्हतेच त्याची काय व्याख्या करणार? पाण्यामध्ये रेघ मारली ती टिकलीच नाही तेव्हा त्याचा काय इतिहास लिहिणार?

'एक जेबडी सब लपटाने, के बांधे के छूटे' । मंदिर पैसि चहूं दिसि भींजे, बाहरि रहै ते सूखा ।' कबीर म्हणतात, मंदिरामध्ये जो बसला तो चारीही बाजूंनी भिजून गेला (तृप्त झाला) आणि जो बाहेर राहिला तो कोरडाच राहिला.

कबिरांना उलट्या गोष्टी बोलण्याची कला अवगत आहे. ती कोणत्याही साधारण मनुष्यामध्ये नाही.

साधारणपणे असे होईल की जो मंदिराच्या बाहेर उभा राहिला असेल आणि जर बाहेर पाऊस पडत असेल तर तो भिजणारच! जो मंदिराच्या आतमध्ये आला तो कोरडाच राहील. आणि कबीर म्हणतात, 'मंदिर पैसि चहूं दिसि भींजे।' – जो

मंदिरामध्ये आहे तो तर चारही बाजूंनी येणाऱ्या वर्षावामध्ये तुडूंब भिजून जाईल. 'बाहरि रहै ते सूखा' – आणि जो बाहेर राहिल तो कोरडाच असेल. हे वेगळ्याच वर्षावाचे बोलणे चालू आहे. आणि हे मंदिरही काही वेगळंच दिसतंय! मी तुमच्या नेहमीच्या मंदिराविषयी बोलत नाही की तुम्हाला माहीत असलेल्या पावसाविषयी बोलणे चालू आहे. हे अशा आतमधील मंदिराविषयी – बोलणे चालू आहे की जेथे अव्याहत अमृताचा वर्षाव चालू असतो. जो आतमध्ये आला तो भिजून जाईल आणि जो बाहेर थांबेल तो कोरडाच राहील.

ते कोरडे राहणे हेच तुमचे लुटून जाणे असेल आणि मंदिर इतके जवळ होते, इतके जवळ होते की चालायची सुद्धा गरज नव्हती. फक्त मागे वळून बघायचे होते. फक्त डोकावून बघण्याची गरज होती. फक्त मान वाकवायची होती. सरोवर इतके जवळ होते, पण तरीही तुम्ही त्या किनाऱ्यावर बसून सुद्धा तहानलेलेच राहिलात.

कबीर म्हणतात : 'एक अचम्भा मैने देखा, जल मे मीन प्यासी' – त्या पाण्यामध्ये एक मासा तरंगत होता आणि तो तहानलेला होता, हे तुम्ही माशांच्याबाबत सांगितले पण पाण्यामध्ये पोहणारे मासे इतके नासमज नाहीत. तुम्ही अशा अमृताच्या जागी बसला आहात की जेथे प्रत्येक क्षणाला चारी बाजूने जीवन समोर उभे राहाते, जेथे चारी बाजूने अमृताचा वर्षाव होत आहे, जेथे चारी दिशांनी प्रकाश येतो आहे, जेथे चारी दिशांना अस्तित्वाचा उत्सव साजरा होतो आहे, आणि तुम्ही रडत आहात, तुम्ही छाती बडवून घेत सांगत आहात की आम्ही लुटले गेलो. लुटून जाण्यास तुम्ही स्वत:च कारणीभूत आहात. मंदिरामध्ये प्रवेश न केल्याने तुम्ही स्वत:च कोरडे राहाण्यास जबाबदार आहात.

'मंदिर पैसि चहूं दिसि भींजे, बाहरि रहै ते सूखा । सरि मारे ते सदा सुखारे, अनमारे ते दूखा ।।' कबीर सांगतात, ज्यांनी आपले मन मारले आणि ज्यांनी सतत कायम राहाणाऱ्या सुखाला प्राप्त केले, त्यांनी आनंद मिळवला – जे सुख-दुःखाच्या विरोधात नाही. ते सुख जे कधीही संपत नाही – 'सदा सुखारे ।' 'अनमारे ते दुखा' – आणि ज्यांनी मन मारले नाही ते नेहमीच दुःखी राहिले.

आणि तुम्ही मनाचेच ऐकून वागत आहात. समजा तुम्ही दुःखी राहाल तर त्याला कोण जबाबदार? 'धोखा कासूं कहिए?' कोणाला सांगणार कोण धोका देत आहे? कोणाला सांगणार, कोण लुटून नेत आहे? आणि समजा तुम्ही कोरडेच राहिलात तर त्याला तुम्हीच जबाबदार आहात.

मन मारण्यानेच सुख मिळते. आणि तुम्ही मनाचे ऐकूनच सुख मिळवण्याचा प्रयत्न करता आहात? अशक्य ते शक्य बनवण्याचा तुमचा प्रयत्न चालू आहे. हे कधी झाले नाही, ना कधी होईल. मन तर दुःखामध्ये घेऊन जाते, सुखाची आशा दाखवते, निश्चितच कारण कोणी वेडे आहे का की दुःखाच्या आशेने दुःखामध्ये

जाईल. मन तुम्हाला फसवते, सुखाची आशा दाखवून दु:खामध्ये नेते, स्वर्गाचे आश्वासन देते आणि पोहोचवते नरकामध्ये!

आणि तुम्हाला हे कळाले आहे. किती वेळा अजून जाणणे बाकी आहे? परंतु तुम्ही नेहमी मनाचेच ऐकता.

एकदा असे झाले की मुल्ला नसरुद्दिन घोड्यांच्या शर्यतीसाठी गेले. चार मित्र बरोबर होते. मुल्ला समजूतदार आहे असे समजून ते मुल्लाला म्हणाले की तुम्हीच निर्णय घ्या कोणत्या घोड्याला पणाला (शर्यतीला) लावायचे. ठरवले की महाराजा नावाच्या घोड्याला पणाला लावायचे. खूप विचारविनिमय करून खूप अभ्यास करून, जुने रेकॉर्ड बघून, सगळी गणिते जुळवून बघितली, पैसे गोळा करून मुल्लाजवळ दिले आणि त्याला पाठवले. तो परत आला, खरं तर ठरवूनच गेला होता की महाराजावर पैसे लावायचे. परंतु खिडकी जवळ एक मनुष्य भेटला. खूप मोठा जुना खेळणारा होता, खूप जुना जुगारी, खूप अनुभवी असा तो होता. त्याने मुल्लाला सांगितले की महाराजावर चुकूनसुद्धा पैसे लावू नको महाराणीवर पैसे लाव, म्हणून म्हणे मी महाराणीवर पैसे लावून आलो. महाराणी सगळ्यांत शेवटी आली. मित्र म्हणाले, ठीक काही हरकत नाही. दुसऱ्यांदा ठरवले की दुसऱ्या घोड्यावर पैसे लावायचे. मुल्लाला दुसऱ्यांदा पाठवले. परत आला आणि त्याने सांगितले की मी दुसऱ्या घोड्यावर पैसे लावून आलो कारण की तोच माणूस पुन्हा भेटला होता. मुल्ला म्हणाला, 'तो माणूस खूप अनुभवी आहे.' मित्र म्हणाले 'हद्द झाली! त्याचेच ऐकून पहिल्यांदा आपण हरलो आणि पुन्हा तू त्याचेच म्हणणे ऐकले?' मुल्ला म्हणाला: 'त्याने असा युक्तिवाद केला की मी त्याला एकदम राजी झालो. आणि एकदा चूक झाली म्हणजे नेहमी थोडीच होते. त्यातून तो मनुष्य अनुभवी. पुन्हा नि:स्वार्थी मनुष्य. त्याचे काहीही घेणे देणे नाही!'

ज्या घोड्यावर पैसे लावून आले होते, तो सुद्धा हरला. पैसे संपले. फक्त उरून उरून पाच–दहा आणे उरले असतील. तेव्हा त्याचे मित्र म्हणाले की आता तू असे कर की या पैशाच्या शेंगा घेऊन ये. तेव्हा तो शेंगाऐवजी फुटाणे घेऊन आला. तेव्हा ते म्हणाले की तू फुटाणे का आणलेस? तो म्हणाला तो माणूस पुन्हा भेटला. आणि तो म्हणाला की शेंगा चांगल्या नाहीये, तेव्हा तू फुटाणे विकत घे.

आणि हाच माणूस तुम्हाला सारखा भेटत राहिला. आणि या माणसाचे नाव मन आहे. तुम्ही कुठेही जा हा तुम्हाला भेटणारच! ते लगेच सांगते, असे कर तसे कर. तुम्ही ध्यान करायला बसलात तर ते मन तुम्हाला हेच सांगेल की बघ हे करणे बरोबर नाही. हा मनुष्य जे सांगतो आहे ते बरोबर आहे की नाही, यामध्ये तुम्ही पडू नका. पण तुम्ही विचार करता की मन खूप अनुभवी आहे, कारण की जन्मापासून ते अनुभव घेत आहे, त्याचेच ऐकावे.

तुम्ही कधी जागे होणार? तुम्ही कधी शुद्धीत येणार? त्याचेच ऐकून ऐकून तुम्ही जन्मोनजन्मापासून भटकत आहात. तुम्ही या मनाला कधी सांगणार की तू आता गप्प बैस? ज्या दिवशी तुम्ही याला गप्प बसण्यास सांगाल त्या दिवशी तुम्ही गुरूचे मानाल, त्याच्या आधी नाही. आणि तुम्ही इतके हुशार आहात की, तुमचे मन जेव्हा तयार होते, आणि सांगते की हे बरोबर आहे, गुरू योग्य आहे त्याचे म्हणणे तू मान, तेव्हाच तुम्ही त्या गुरूला मानायला लागता. या मनाच्या आधारेच तुम्ही गुरूची निवड करता. ते पुन्हा तुम्हाला चुकीचे सांगते. कारण की चुकीच्या गोष्टी ग्राह्य धरणे हेच याचे काम आहे. कारण की चुकीच्या गोष्टीच्या आधारावरच ते जगू शकते. समजा बरोबर केले तर तो मेलाच! मग तर त्याचा मृत्यु ठरलेलाच आहे.

मन हा तुमचा आजार आहे. ते तुम्हाला बरोबर औषधसुद्धा निवडू देणार नाही. ते बरोबरच्या औषधानेच तुम्हाला वाचवेल.

तेव्हा आता थोडेसे जागे व्हा. त्याचा सल्ला आता खूप ऐकला. पुरेसा वेळही दिला. आता अजून वेळ देण्याची गरज नाही. असेही आता खूप झाले.

'सरि मारे ते सुखारे, अनमारे ते दूखा ।' आणि ज्याने आपले डोके बाजूला ठेवले, या मनाला मारून टाकले, त्याला अव्याहत सुखाचा स्त्रोत (मिळालाच) म्हणून समजा. आणि ज्याने या मनाला मारले नाही तो दु:खामध्ये भरकटत राहिला.

'मन'च तुमचा नरक आहे. परंतु मनाची युक्ती काय आहे? कसे तुम्हाला त्याने अडकवून ठेवले आहे? जसे सगळे मच्छीमार माशाला जाळ्यात अडकवण्याची युक्ती जाणून आहेत तशाच युक्तीने तुम्हालाही अडकवले आहे. काट्यामध्ये माशाला अडकवण्यासाठी काट्याला पीठ लावून टाकतात. मन सुद्धा जेव्हा तुम्हाला काट्यामध्ये फसवू बघते तेव्हा ते पीठ लावून टाकते. तुम्ही पीठ मिळवण्यासाठी जाता आणि काट्यामध्ये अडकता. मन प्रथम म्हणते की, यामध्ये खूप सुख मिळेल. नेहमीच्याच जुन्या युक्त्या आहेत. मन नेहमीच म्हणते, ही गोष्ट मिळव यामुळे खूप सुख मिळेल. आणि जेव्हा तुम्ही मिळवता तेव्हा काहीच मिळत नाही. सुख तर मिळत नाहीच, उलट दु:खच मिळते.

मुल्ला नसरुद्दिन एका संध्याकाळी आपल्या पत्नीबरोबर बागेमध्ये बाकड्यावर बसले होते. बाकड्याच्या शेजारीच झाडामागे एक तरुण एका तरुणीबरोबर बोलत होता. गप्पा अगदी रसभरित चालल्या होत्या. आणि मुल्ला नसरुद्दिनची पत्नी खूप उत्तेजित झाली. आणि तिने मुल्लाला असे सांगितले की, थोडेसे खाकरा-खोका, आवाज करा, त्यांना जरा सावध करा, त्यांच्या बोलण्यावरून असे वाटते आहे की हा मुलगा आता लग्नाचा प्रस्ताव मांडणार. मुल्ला म्हणाला 'मी कशाला खाकरू? तेव्हा मी प्रस्ताव मांडत होतो, तेव्हा कोणीही खाकरले नाही. जेव्हा आम्हाला कोणी

जागे केले नाही तर आम्ही कशाला कुणाला जागवू? मरू देत. आपणच केलेले भोगू देत त्यांना.'

मन प्रलोभनांचे खूप जाळे रचते. खूप सुखाचे स्वप्ने देते. खूप मोठी आश्वासने देणारा मनासारखा कोणी राजकारणी तुम्हाला मिळणार नाही. सारे खूप काही करण्याचे आश्वासने देतात. कोणतेही आश्वासन कधीही पूर्ण केले जात नाही. कधी कोणते आश्वासन पूर्ण केल्याचे तुम्ही सांगू शकाल? आतापर्यंत कधीच पूर्ण झालेले नाही. असे एखादे तरी आश्वासन पूर्ण झाल्याचा तुमचा जीवनानुभव आहे? की मनाने सांगितले की सुख आहे आणि तेथे तुम्हाला सुख मिळाले आहे? आंधळेपणाला पण एक मर्यादा असते. तुम्ही कुठपर्यंत यावर भरवसा करत राहाल? भरवशाचेही सोडा. मन तर जुन्या सवयीप्रमाणे सांगत राहाणार. परंतु जसे कुत्रा भुंकत राहातो आणि हत्ती आपल्या मार्गाने चालत राहातो. असेच तुम्ही तुमच्या मनरूपी कुत्र्याला भुंकत राहून सोडून द्याल. त्याला सांगा की तू भुंकत राहा. तुला आनंद मिळतो ना तर तू भुंकत रहा. तू तुझ्या गळ्याचा व्यायाम कर, यामुळे माझ्या मार्गामध्ये कोणताही फरक पडणार नाही, आणि एकदा तुम्ही तुमच्या मनाला हे सांगितले की मन हळूहळू गप्प बसू लागते. कारण की जेथे आपले कोणी ऐकत नाही, जेथे सल्ला मानला जात नाही अशा दारापाशी जाण्यामध्ये काय अर्थ आहे?

मनाला समजा मारायचे असेल तर मनाला हळूहळू सहकार करणे बंद करायला हवे. तुमचा सहकार हाच त्याचा प्राण आहे. मन स्वत: काहीच करत नाही, तुमच्या हाताच्या आधारेच ते जिवंत आहे, तुमच्या श्वासाच्या आधारेच ते जिवंत आहे. तुमचा आधार हीच त्याची ऊर्जा आणि शक्ती आहे. त्याला मारण्यासाठी तुम्हाला काही सुद्धा करण्याची गरज नाहीये. फक्त तुमचा आधार काढून घ्या. तुम्ही आपले हात वेगळे करा. मन आपोआप मरून जाईल. जुन्या क्षणांच्या आधारे, जुन्या शक्तीच्या आधारे थोडे दिवस काही काळ मनाचे चालेलही, पण अधिक काळ चालणार नाही. त्याच्या जवळ ना पाय आहेत, चालण्यासाठी ना हृदय आहे, ना धडकन् आहे, ना रक्त आहे, ना हात आहेत, काही सुद्धा नाही. परंतु तुम्ही त्याला चालवत आहात.

आधार संपताच मन तुटून जाईल.

'सरि मारे ते सदा सुखारे' – आणि ते बाजूला होता क्षणीच, तुम्ही त्या मंदिरामध्ये प्रवेश कराल. जेथे मन संपते तेथेच मंदिर सुरू होते. म्हणून तर त्याला मंदिर म्हणतात. जेथे मन संपून जाते तेथून मंदिर सुरू होते. आणि जेथे मंदिर सुरू होते तेथून अमृताचा वर्षाव होण्यास सुरुवात होते.

'मंदिर पैसि चहूं दिसि भींजे, बाहरि रहे ते सूखा ।'

'बिन नैनन के सब जग देखै,

लोचन अचते अंधा । कहै कबीर कछु समझि परि है, यह जग देख्या धंधा ।।'

या जगातल्या सगळ्या व्यवहाराकडे बघितल्यावर जे लक्षात येते ते हे आहे की 'बिन नैनन के सब जग देखे, लोचन अचते अंधा ।' डोळ्याने जे सारे दिसते ते सगळे जग आहे असे तुम्ही समजू नका, ते फक्त स्वप्न आहे. आणि डोळ्यांनी जे काही बघायला मिळते त्याला तुम्ही दृष्टी समजून घेऊ नका. कारण की बाहेरचे बघणारे डोळे आंधळे असतात. त्याला काहीच दिसत नाही. जेव्हा तुम्ही स्वत:च त्याला दिसत नाही तर अजून दुसरं काय दिसणार? जवळचे बघू शकत नाही तर दूरचे काय दिसणार? आपल्या स्वत:चाच स्वभाव दिसत नाही तर परभाव काय दिसणार? आणि ज्याच्यामुळे आत्मज्ञानच होत नाही त्यापासून पर-ज्ञान काय होणार?

'बिन नैनन के सब जग देखै' – या डोळ्यांना बंद करा. डोळ्यांशिवाय रहा. हे बघण्याची धावपळ बंद करा. आणि जेव्हा तुम्ही आतमध्ये डोळ्यांशिवाय राहाल तेव्हा प्रथमच तुमचे डोळे उघडतील आणि तेव्हा तुम्हाला बघता येईल.

'बिन नैनन के सब जग देखै, लोचन अचते अंधा ।' – डोळे असून लोक आंधळे असतात आणि डोळे बंद करताच ते डोळस होतात.

'कहै कबीर कछु समझि परि है' – हे लक्षात आले, जगामधील व्यवहार बघता बघता काही समजले? कबीर कोणतेही शास्त्र वाचून हे सांगत नाहीत. ते जीवनाच्या आणि जगाच्या अनुभवावरून सांगतात. जे काही बघितले ते त्यांनी सांगितले. कारण कबिरांनी राजमार्गावर चालणाऱ्या लोकांना लुटताना पाहिले आहे. आणि फक्त अशांनाच की जे एकटे चालले आहेत, ज्यांनी आपली पाऊलवाट निवडली आहे, जे संसाराकडे पाठ फिरवून चालले आहेत त्यांच्यापर्यंत पोहोचतात. जे जगाबरोबर चालतात त्यांनाच भटकताना बघितले आहे. ज्यांनी नाव पकडली, ज्यांनी आधार घेतला त्यांनाच डुबताना बघितले आहे. ज्यांनी कोणताही आधार घेतला नाही आणि कोणतेही साधन वापरले नाही, जे निराधार चालू लागले त्यांनाच पोहोचताना बघितले आहे. डोळे असणारे तर केवळ आंधळेच दिसतात. कारण बघून सुद्धा काहीच न बघितल्यासारखे. जे बघण्यासाठी योग्य आहे ते ही न बघितलेले! आणि डोळे बंद करणाऱ्यांना मात्र खरे दर्शन झालेले बघितले आहे.

मंदिराच्या बाहेर जे उभे राहिले त्यांना कोरडेच बघितले. मंदिराच्या आतमध्ये जे पोहोचले ते ओलेचिंब झाले. 'भीगी अन्तर आत्मा' – त्यांना कोणत्या तरी एका नवीन मस्तीने भारलेले बघितले आहे. त्यांच्या जीवनाचे सगळे कोरडेपण संपलेले, त्यांच्या जीवनामध्ये सगळीकडे हिरवेगार होऊन गेलेले. 'हरी भरी बनराई!' त्यांच्या जीवनामध्ये जीवनाची एक नवीन प्रतिभा चमकताना दिसली.

आणि कबीर म्हणतात, हे कोणत्या शास्त्रामध्ये लिहिलेले सांगत नाहीये, या गोष्टी कुठे लिहिलेल्या सुद्धा नाहीत. बघितलेल्या आहेत. या जगाला बघूनच सांगत आहे. हे अनुभवावरूनच सांगत आहे.

हे सूत्र सांभाळून ठेवा. कबीर म्हणतात ज्यांनी मनाला मारून टाकले ते अत्युच्च आनंदापर्यंत पोहोचले. आणि जे मनाच्या आधारे चालत राहिले ते एका नरकातून, दुसऱ्या नरकात, दुसऱ्यापासून तिसऱ्या नरकात भटकत राहिले. त्यांचा प्रवास नरकामध्ये चालत राहिला. एका दुःखापासून दुसरे सुख, दोन दुःखाच्यामध्ये सुखाची आशा सेतू बनून राहाते. परंतु सुखाची आशा काट्याला चिकटवलेल्या (धान्याच्या) पीठासारखी आहे.

आणि 'एक जेबडी सब लपटाने, के बांधे के छूटे।' आणि इथे संसारी माणसाला बांधलेले तर बघितलेच आहे, पण संन्याशांनाही बांधलेले बघितले आहे. परंतु सगळे एका दोरीने बांधले आहेत असे दिसते.

ती दोरी काय आहे?

ती दोरी आहे तुमच्या निद्रेची, बेशुद्धीची, स्वप्नाची, मनाची!

आज एवढेच!

♦

'गूँगे केरी सरकारा'मधून

झगरा एक निबेरहु राम ।
जउ तुम अपने जन सों काम ।।
इहु मन बडा कि सउ मन मानिया ।
रामु बड़ा कि रामहि जानिया ।।

ब्रह्मा बड़ा कि जासु उपाइया ।
वेदु बड़ा कि जहां ते आइया ।।
कहु कबीर हउ मरया उदासु ।
तीरथ बड़ा कि हरि का दासु ।।

प्रवचन दोन

समर्पण - एक परम समाधान

अहंकार सल्ला घेण्यास घाबरतो. अहंकार आपल्या स्वत:च्या समस्या स्वत:च सोडवणे पसंत करतो. मी गोंधळलेलो आहे, मला समस्या आहे हे मान्य करताना सुद्धा त्याला (अहंकाराला) दु:ख होते. म्हणून अहंकारी व्यक्ती गुरूकडे सुद्धा जाऊ शकत नाही. आणि खरं तर गम्मत हीच आहे की सगळ्या समस्या अहंकारामुळे निर्माण होतात आणि तुम्ही त्याच्याच आधारे त्या सोडवण्याचा प्रयत्न करता. समस्या सोडवता सोडवता अजून त्यामध्ये अडकून जाता. अडकूनच जाल कारण की अहंकार समस्या निर्माण करण्याचेच सूत्र आहे, सोडवण्याचे नाही.

तुमच्या जीवनाची जशी दशा आहे, जशी विकृती आहे, रोग्याची अशांती आहे, आणि ज्याच्यामुळे हे आजार बळावले त्याचाच वापर तुम्ही औषध म्हणून करता. हे औषध तुम्हाला अजूनच असहाय करते. रोगापासून तुम्ही कदाचित वाचालही परंतु औषधापासून स्वत:ची सुटका करून घेण्यावर कोणताही उपाय नाही. आणि ज्याने रोगालाच औषध म्हणून समजले त्यांच्या समस्यांना तर काही अंतच नाही.

प्रथम एक गोष्ट लक्षात घेणे जरुरीचे आहे की, आपण प्रथम स्वत:मध्ये शोधायचे की आपल्या समस्येचे कारण काय आहे आणि उलट्या बाजूने विचार करायचा आणि असे करताना बरोबर समस्या उलगडली जाते.

अहंकार अडचण आहे, समर्पण उकल असेल. अहंकाराने रोग निर्माण केले, समर्पणामुळे ते संपतील. म्हणून तर सगळ्या शास्त्रांनी, सगळ्या परंपरांनी समर्पणाचा महिमा गायला आहे.

समर्पणाचा अर्थ आहे – मी स्वत:लाच उलगडू शकत नाही, आणि अजूनच अडकत चाललो आहे, म्हणूनच तर मी आता स्वत:लाच सोडून देऊन दुसऱ्याकडे माझ्या समोरच्या व्यक्तीकडेच सल्ला मागतो.

अहंकार सोडल्याशिवाय गुरूकडे जाणे होणार नाही. आणि समजा तुम्ही गुरूकडे गेलात तरी तुमच्या अहंकाराला गोंजारूनच तुम्ही जाणार. जेव्हा तुमचा अहंकार सारे ठीक असल्याचे सांगतो तेव्हाच तुम्ही पुढे जाल. तेव्हा तर तुमचा अहंकार तुमच्या गुरूपेक्षाही मोठा होतो. तुमचा अहंकारच गुरूला स्वीकारतो. परंतु अशा गुरूमुळे फारसा आधार मिळत नाहीच.

अहंकारामुळेच साऱ्या जगामध्ये आपण विशिष्ट तज्ज्ञ निर्माण केले आहेत. ते असे गुरू आहेत की त्यांच्या चरणावर तुम्हाला नतमस्तक व्हावे लागत नाही, जास्तीत जास्त काय तर काही मूल्य (फी) द्यावे लागते. आणि ते देण्यामध्ये काय हरकत आहे. तुम्ही विशिष्ट तज्ज्ञाच्या कडे जाता कारण की विशेषज्ञ तुमचा नोकर होऊन जातो. तेथे तुम्हाला काही समर्पण करावे लागत नाही समर्पणाशिवायही

विशेषज्ञ तुमच्या समस्या उलगडायला मदत करतो. या जगामध्ये विशेषज्ञ वाढतच चालले आहेत. परंतु तरी सुद्धा समस्यांची संख्या कमी झालेली नाही.

एका छोट्याशा शाळेमधील घडलेली ही घटना! खूप जुनी कथा आहे, कदाचित तुम्ही ऐकलीही असेल, पाच अंधांनी एका हत्तीला बघितले. अंध होते, बघू तर शकत नव्हते, म्हणून जरा चाचपडले. ज्याने चाचपडले त्याला ते हत्तीसारखेच वाटले. खरं तर अंधपणामुळे कोणतीही गोष्ट 'हीच खरी' याची खात्री होऊ शकत नव्हती. अर्धवट गोष्टीला त्यांनी पूर्ण म्हणून समजले. एकाने सांगितले होते की हत्ती सुपासारखा असतो. कुणी सांगितले होते की हत्ती खांबासारखा असतो. कुणी सांगितले होते की हत्ती दोरखंडासारखा असतो. त्या पाचही जणांना वेगवेगळे अभिप्रेत होते. एका शाळेमधील शिक्षिकेने आपल्या मुलांना वर्गामध्ये ही गोष्ट सांगितली. ती मुले अंध होती हे सांगायला मात्र त्या शिक्षिका विसरल्या. त्यांनी फक्त गोष्ट सांगितली ती पाच माणसांची, ज्यांनी हत्तीला हुडकले. एकाने सांगितले की सुपासारखा, एकाने सांगितले खांबासारखा, एकाने सांगितले की दोरखंडासारखा, संपूर्ण गोष्ट समजून सांगितल्यानंतर त्यांनी मुलांना विचारले की, ते लोक कोण होते हे तुम्हीच सांगा. मुले अगदी सहज सांगतील की ते अंध होते. पण एका मुलाने हात वर केला आणि सांगितले की ते 'विशेषज्ञ' असतील!

विशेषज्ञ अंध असतात. प्रत्यक्षामध्ये विशेषज्ञ अंध असणे जरुरीचे आहे. काही गोष्टीबाबत डोळे बंद करूनच बसावे लागते आणि सगळे सोडून द्यावे लागते. काही गोष्टी बाजूला ठेवून खोलात शिरावे लागते. म्हणूनच विशेषज्ञाने दिलेला सल्ला तुमच्या आयुष्यातील प्रश्न सोडवू शकत नाही. तो सल्ला अगदी संतोष देणारा असेल, सांत्वन करणारा असेल, तुम्हाला असे वाटेल की, चला काही तरी समस्यांची उकल झाली आहे, परंतु विशेषज्ञाकडून काहीही समस्या सुटू शकत नाही. संपूर्ण जीवनाचा गुंता सोडवायचा आहे. अर्धवट जीवनाचा नाही! आणि संपूर्ण गुंता तर गुरूच्या चरणीच सुटेल. गुरूचा अर्थ आहे, की अशी व्यक्ती की जिच्या संपूर्ण जीवनाचा गुंता सुटलेला आहे.

ज्या विशेषज्ञाच्या आधारे तुम्ही आपला गुंता सोडवायचा प्रयत्न करता तो स्वत:च गोंधळलेला आहे. पाश्चिमात्य देशांमध्ये लहरी बुद्धिवान आहेत, ते एक दुसऱ्याचे मनोविश्लेषण करत असतात. स्वत:च्या समस्या असल्या तरी एक मानसोपचार तज्ज्ञ दुसऱ्या मानसोपचार तज्ज्ञाकडे जातो. त्यांच्या स्वत:च्याच समस्यांवर काहीही तोडगा नाही. चांगले नामांकित मानसोपचारतज्ज्ञ फ्राईड, जुंग, एडलर हे आपल्या स्वत:च्याच समस्यांमुळे त्रस्त झाले होते.

फ्राईडच्या संबंधामध्ये जुंगने लिहिले आहे की कोणत्याही एखाद्या गोष्टीची चर्चा करताना की ज्या चर्चेमध्ये फ्राईड विरुद्ध बाजूला आहे, त्याचे उलटे मत आहे,

अशावेळेस तो इतका क्रुद्ध होत असे आणि आतल्या आत इतका खवळत असे की किती तरी वेळा तो खुर्चीवरून खाली पडून बेशुद्ध होत असे, इतका तो संतप्त होई.

फ्राईड सगळ्या दुनियेला राग आवरण्याचे कितीही सल्ले देत असला तरी, त्या सल्ल्यांचा काहीही उपयोग नाही. दुसऱ्यांना सल्ले देणे नेहमीच सोपे असते. त्याच्यापेक्षा स्वस्त गोष्ट कोणती आहे? आपल्या स्वत:च्याच सल्ल्यानुसार–मनाप्रमाणे–चालणे–वागणे खूप कठीण आहे. आणि जो सल्ला अनुभवाशिवाय दिला जातो, त्याला तर काहीच किंमत नसते. परंतु जुंगची स्वत:ची सुद्धा तशीच परिस्थिती होती, तो फ्राईडच्या विरोधात लिहित होता. त्याच्या आयुष्यातल्या समस्याही अशाच गुंतागुंतीच्या होत्या. त्यामध्ये कणभरही फरक पडलेला नव्हता. मी असे ऐकले आहे की एक माणूस सकाळी सकाळी उठला. थोडा विक्षिप्त होता. सकाळी उठल्यावर त्याने आपल्या डोक्यावर हात फिरवला तेव्हा त्याच्या असे लक्षात आले की, तेथे एक गुलाबाचे रोप उगवले आहे. वेडा होता, तेथे कोणतेही रोप वगैरे उगवलेले नव्हते. घाबरून गेला, आरशामध्ये बघितले तर तेथे फुले आलेली दिसली. धावत धावत मानसोपचारतज्ज्ञाकडे गेला आणि म्हणाला की हे असे झाले आहे. लवकर काहीतरी उपचार करा. हे काय घडले आहे? बघा तर डोक्यावर रोप उगवले आहे! मनोविकारतज्ज्ञाने बारकाईने निरखून बघितले आणि विचारले की हा कोणत्या प्रकारचा गुलाब आहे? तो मनुष्य म्हणाला, मला काय विचारता? कार्ड का नाही वाचत, गुलाबाला लावले असेल.

वेड्यांवर उपचार करता करता मानसोपचारतज्ज्ञ नेहमीच वेडे होऊन जातात. वेडे लोक बरे होतात किंवा नाही याबाबत फारसे ऐकले नाही. पण मानसोपचारतज्ज्ञ मात्र वेडे होतात. विशेषज्ञाला जे समजले आहे ते पुस्तकाच्या माध्यमातूनच!

गुरू काही विशेषज्ञ नाही. त्याला कोणत्याही खास आजारपणाबाबत काहीही माहिती नाही. तो फक्त एकाच रोगावरील उपचार जाणतो – त्या रोगाचे नाव मनुष्य आहे. तोच संपूर्ण आजार आहे. त्याला दुसऱ्या अशा कोणत्याही आजाराबाबत काही माहिती नाही. आणि 'मनुष्य' नावाच्या आजाराची माहिती त्याने स्वत:मधील 'माणसाला' समर्पण करून घेतली आहे. त्याने स्वत:ला झोकून दिले तेव्हाच तो सारे समजू शकला. कोणत्याही विद्यापीठामध्ये नाही, कोणतेही शास्त्र, किंवा कोणा दुसऱ्याकडूनही नाही, तर स्वत:ला हरवून (समर्पित करून) त्याने माहिती करून घेतली आहे.

परंतु अशा माणसाच्या सल्ल्याचा काही फायदा (उपयोग) करून घ्यायचा असेल तर तुम्हाला तेथे त्याच्याकडे जाऊन स्वत:ला हरवून घ्यावे लागेल.

कबीर या दोह्यामध्ये खूप अनोखे बोलतात. पहिली गोष्ट तर ही सांगताहेत की आता आपले भांडण कुणाकडून सोडवणार? ते तर आपले प्रिय गुरू परमेश्वराच्या

समोरच आपली कैफियत मांडणार आहेत. आणि परमेश्वरच प्रिय गुरू आहे. म्हणून तर शास्त्र गुरूला ईश्वर म्हणते. ते दोन्ही एकच आहेत. समजा तुम्ही समर्पण केले तर गुरूच परमेश्वर होऊन जातो. आणि समजा तुम्ही समर्पणच केले नाही तर, तुम्ही परमेश्वराला कधीच शोधू शकणार नाही. ज्यांना 'समर्पण' म्हणजे काय हे माहिती आहे ते म्हणतात की, समर्पण केल्यानंतर लगेच बाहेर गुरू मिळत नाही. तो आतमध्ये सुद्धा भेटतो. समर्पण केल्यानंतर शिष्याला स्वत:लाच आपल्या आतमधील शक्तीची व गुरुत्त्वाची जाणीव व्हायला लागते. परंतु समर्पण सूत्र आहे.

कबीर म्हणतात, 'झगरा एक निबेरहु राम'. ते रामाला म्हणतात की माझे एक भांडण तू सोडव आणि रामाकडून भांडण सोडवून घ्यायचे असेल तर समर्पणच हवे. याच्या आधी तर तुम्ही रामाकडे भांडण घेऊन जाण्याचा प्रश्नच उद्‌भवत नाही. त्याच्या आधी तर रामाचे अस्तित्व असणे हेच एक भांडण होऊन बसेल. प्रथम तुम्ही हेच म्हणाल की राम कुठे आहे? परमेश्वर कुठे आहे? आणि जोपर्यंत परमेश्वराचे अस्तित्व हाच एक वादाचा प्रश्न असेल तोपर्यंत तुम्ही परमेश्वराच्या समोर आपल्या जीवनाची समस्या कशी मांडणार? ज्या दिवशी परमेश्वराचे अस्तित्व निर्विवाद मान्य होईल, ज्या दिवशी ही गोष्ट निश्चित होईल की परमेश्वराचे अस्तित्व आहे, आणि त्याच्याशिवाय दुसरे काहीही नाही, त्याच दिवशी तुम्ही तुमच्या हृदयामधील चिंता–समस्या त्याच्या समोर ठेवू शकता आणि ज्यांनी परमेश्वराच्या समोर आपल्या हृदयामधील गुंता उलगडला, त्याच क्षणी त्यांचा गुंता सुटलाच! ही दुसरी गोष्ट लक्षात घ्या. परमेश्वर त्या प्रश्नाला सोडवत नाही, किंवा सोडवण्याची गरजही पडत नाही. तुमच्या असण्यामध्ये, तुमच्या समर्पणामध्ये, तुम्हाला स्वीकारण्यामध्येच माझी समस्या आहे – समस्या उलगडून जाते. तुम्ही आत्तापर्यंत स्वीकारलेच नव्हते. तुम्ही लपवून फिरत होतात. स्वत:च्या समस्यांना हिरा समजून गाठ बांधून ठेवले होते, ते सांगायला घाबरत होतात. उलट जे नव्हते तेच दाखवत होतात. पण मी तर सारे समजतो ना! चिंता कसली? सारी उत्तरे माझ्याजवळ आहेत, प्रश्न काय आहे?

आणि जसे तुम्ही तुमचे मन मोकळे करायला लागता, तसा गुंता आपोआप सुटायला सुरुवात होते. परमेश्वर उत्तर देत नाही. परमात्मा कोणी एक व्यक्ती थोडीच आहे की तुम्ही प्रश्न केलात आणि लगेच उत्तर येईल. नीटपणे प्रश्न मांडण्यात उत्तर दडलेले आहे.

हे तुम्ही समजून घ्या – हे सूत्र तुम्ही जाणून घ्या, नंतर तुमच्या लक्षात येईल.

प्रश्न नीटपणे समजून घेण्यातच उत्तर येईल. ज्यांनी समस्या व्यवस्थितपणे समजून घेतल्या आहेत. संपूर्णपणे समजून घेतल्या, त्यांचे समाधान झाले. उत्तर दुसरे कुठेही नाही. प्रश्नामध्येच लपले आहे. आणि ज्याला तुम्ही शोधत आहात ते

कुठेही दुसरीकडे नसून ते तुमच्यामध्येच दडले आहे.

कबीर म्हणतात 'झगरा एक निबेरहु राम।'– एक भांडण सोडव. हे वचन खूप सुंदर आहे. आपण असे काही बोलत आहोत की जसे काही अस्तित्व समोर उभे आहे. भक्तच अशी हिंमत करू शकतात आणि सरळ सरळ म्हणतात की एक भांडण आहे ते सोडव. 'राम' म्हणजे नुसती 'कल्पना' नाहीये तर आता राम हे 'अस्तित्व' आहे. आता तुम्ही बोलू शकता, तुम्ही सांगू शकता, तुम्ही गप्पाही करू शकता.

आम्हाला तर दिसतंय की कबीर वेडे आहेत. कोणत्या रामाशी बोलणे चालू आहे? आम्हाला तर तो राम दिसतच नाहीये. आमचा मनोविकारतज्ज्ञ तर म्हणेल की हेही एक प्रकारचे 'न्यूरॉसिस' आहे. हा सुद्धा एक प्रकारचा विक्षिप्तपणा आहे. धार्मिक असेल परंतु विक्षिप्तता आहे. कुठे आहे राम? कुणाशी तुम्ही बोलत आहात? हे कबीर आपल्या झोपडीत बसून कुणाला सांगताहेत– 'झगरा एक निबेरहु राम'.

रहस्यवादी संताचा 'राम' म्हणजे कुणी व्यक्ती नाही. हे सारे अस्तित्व..! आणि समजा चिंता आहे तर कुठे जायचे? ... याच अस्तित्वाच्या समोर उघडून मांडायची. आणि समजा आतमध्ये कुणी असेल तर कुणाला विचारायचे? याच अस्तित्वाला विचारायचे जेथून सारे आले आहेत. जेथून आपण सगळे आलो आहोत. आणि कदाचित आपली गाठसुद्धा तेथून आली असेल. आणि जेथे आपण लीन होऊन जाऊ, जेथे आपली तेढ नतमस्तक होऊ शकणार नाही! जेथे आपला शेवट होईल, जेथे आपण एखाद्या पाण्याच्या थेंबाप्रमाणे विरून जाऊ – अशा विराट (भव्य) जागी, आपल्या समस्या हरवण्याची कोणतीही सुविधा नसेल. जेथे आपण हरवून जातो, जेथे आजार हरवून जातो – तेथे आजार नष्ट करण्याचा कोणताही उपाय नसेल?

कशाला दारोदार भटकायचे? कशाला कोणा दुसऱ्याला विचारायचे? त्या सर्वव्यापीच्या समोर का नाही सारे सांगून टाकायचे?

हेच तर प्रार्थनेचे सूत्र आहे. आणि कबिरांच्या प्रार्थनेमधील भावरस खूप गहन आहे.

हे थोडे समजून घ्या.

संसारामध्ये दोन प्रकारचे मार्ग आहेत. एक मार्ग आहे, ध्यानाचा – एक मार्ग आहे प्रार्थनेचा! ध्यानाचा मार्ग हा ज्ञानीचा मार्ग आहे, प्रार्थनेचा मार्ग प्रेमिकांचा मार्ग आहे. ध्यानाच्या मार्गावर धोका आहे तो अहंकार कायम राहाण्याचा! कारण की मी ध्यान करत आहे. कुणी दुसरा तर नाहीच, मीच ध्यानामध्ये आहे. ध्यानामध्ये तर तुम्ही एकटेच असता. कोणी राम नाही, कोणी दुसरा नाही. समजा तुम्ही खूप सावध

राहिला नाहीत. तुम्ही स्वत:ला सावरले नाही तर त्या ध्यानामध्ये सुद्धा अहंकार निर्माण होतो. तुम्ही ध्यान करताना कितीही उंचीवर पोहोचलात तरी अहंकाराचा दगड तुमच्या छातीवर पडलेला असेल, त्यामुळे तुम्ही कधी मोकळे होऊ शकणार नाही.

म्हणूनच ध्यानी माणसाला शेवटच्या क्षणी अहंकार बाजूला ठेवावा लागतो. तीच त्याची शून्यता आहे – ज्याला बुद्ध 'शून्यात' जाणे असे म्हणतात. तेव्हा सारा अहंकार नष्ट होतो. ध्यान करता येणे इतके सोपे नाही, ध्यानाच्या नंतर अहंकारही सोडावा लागतो. आणि अहंकार राहातच नाही, सूक्ष्म होऊन जाईल, शुद्ध होऊन जाईल, आणि शुद्धच राहील. तोच शेवटचा पडदा असेल, खूप झिरमिरीत – की ज्याच्या आरपारचे सुद्धा दिसायला लागते. पारदर्शी असेल, परंतु ते पारदर्शीपण सुद्धा संपवावे लागेल, नाहीतर काचेच्या दारासारखे ते मध्येच उभे राहील. त्याच्या पलीकडे काय आहे ते तुम्ही पाहू शकाल, परंतु भेटू शकणार नाही, एक होऊ शकणार नाही.

प्रार्थनेमध्ये सुरुवातीलाच अहंकार सोडावा लागतो. योगी, ज्ञानी, ध्यानी हे सगळ्यात शेवटी अहंकार सोडतात, भक्त तो सुरुवातीला सोडतात. कारण की प्रार्थनेचा अर्थच समर्पण आहे. त्याचा अर्थ आहे दुसऱ्याच्या चरणी स्वत:ला अर्पण करणे, वाहून टाकणे होय.

समजा तुम्ही प्रार्थना करत असाल तर ध्यानाची कोणतीच गरज नाही. मी ध्यानावर जोर देतो, कारण की मला माहिती आहे, तुम्ही प्रार्थना करू शकणार नाही. ज्या दिवशी माझ्या असे लक्षात येईल की आता तुम्ही प्रार्थना करण्यामध्ये समर्थ बनला आहात, तसतसे ध्यान करण्याचा माझा आग्रह कमी होत जाईल. 'ध्यान' तर यासाठी आहे, की अहंकार राखून सुद्धा ध्यान करता येते, प्रार्थना करू शकत नाही. आणि हे शतक तर खूप अहंकारी शतक आहे. असे अहंकारी शतक तर इतिहासात कधी झालेच नाही. या शतकाचे हेच दुखणे आहे की, प्रत्येक मनुष्य खूप अहंकारी आहे. प्रत्येक व्यक्ती एक शिखर झाले आहे, आणि आपल्याला स्वत:ला संपूर्ण समजते, कशाला वाकायचे? कशासाठी खाली वाकायचे? झुकणे अवघड झाले आहे. तुमच्या कंबरेला पक्षाघात झाला आहे. ती वाकू शकत नाही, 'पॅरालाईज्ड' अधू झाली आहे. म्हणून तर ध्यानाबद्दल एवढे बोलतो. परंतु एवढी तयारी यासाठी की कधीतरी तुम्ही प्रार्थना करू शकाल.

जसे जसे तुमचे ध्यान गहन होऊ लागेल. तसे मी प्रार्थनेबद्दल बोलणे सुरू करेन. संतांना मी उगीचच वर्णिले नाही. संतांबाबत मी बोलतो ते फक्त यासाठी की हळूहळू तुम्हाला ध्यानाकडून प्रार्थनेकडे घेऊन जाणे जरूरीचे आहे. प्रार्थना म्हणजे तसे काहीच नाही.

म्हणून तर कबीर म्हणतात 'सुन्न मरै अजपा मरै, अनहद हू मरि जाय। राम सनेही ना मरै कहै कबीर समुझाया', ते असे म्हणतात की ध्यानसुद्धा संपेल (मरेल), प्रार्थना कधीच नष्ट होणार नाही. ज्ञानसुद्धा संपेल, प्रेम संपणार नाही. एकच अमृततत्त्व आहे ते म्हणजे प्रेम! ध्यानापासून तेच मिळवायचे आहे. आणि समजा तुम्ही तयार असलात तर एवढी मोठी यात्रा करण्याची कोणतीही गरज नाही. तुम्ही थेट उडी घेऊ शकता.

कबीर रामाला विचारतात – ही प्रार्थना आहे. ही प्रार्थनेची गहनता आहे. ते असे बोलतात जसा काही प्रेमी समोर हजर आहे.

भक्त नक्कीच वेडा आहे, सर्वसामान्यांच्या नजरेतून तर तो वेडाच आहे. परंतु भक्ताला असलेली समज सामान्य माणसाला समजणार नाही. कारण की प्रत्यक्षात प्रश्न हा नाही की तुम्ही काय सांगता, प्रत्यक्षामध्ये अंतिम रूपातील निर्णायक प्रश्न हा आहे की तुम्ही काय होऊन जाता, काय बनता?

कबिरांनी आपला गुंता समोर मांडला आणि सांगितले की ही माझी समस्या आहे. कबीर म्हणतात की (मी) खूप उदास आहे, एक भांडण आहे, एक समस्या समोर आहे – कुणाला विचारायला जाऊ? माझ्याजवळ काही उत्तर नाही. म्हणून तर रामाला विचारू.

हे थोडेसे समजून घ्या!

समजा तुम्ही काही शोधायला निघाला आहात तर प्रथम तुम्ही तुमच्या बुद्धीचा वापर कराल, आपल्या बुद्धीने ते सोडवाल, कुणाला सांगावे सुद्धा लागणार नाही. म्हणूनच तर तुम्ही इतके चिंताग्रस्त झाला आहात. तुमची चिंता काय आहे? तुमची चिंता ही आहे की तुम्ही स्वत:च्याच समस्यांना स्वत:च्याच हातांनी उलगडण्याचा प्रयत्न करत आहात. तुमची परिस्थिती अशी आहे की जसे कोणी बुटाच्या नाडीने आपल्याला वरती उचलण्याचा प्रयत्न करत आहे, जसे कोणी मागे लागून लागून पकडण्याच्या प्रयत्नात आहे.

तुम्ही कधी कुत्र्याला बघितले आहे? थंडीच्या दिवसांत सकाळी उन्हात बसले असताना आपलीच शेपटी पकडण्याचा प्रयत्न करते. शेजारीच पडलेली असते. झटका मारतो बस्! परंतु झटका मारूनही कुठे स्वत:ची शेपटी तो पकडू शकतो? झटका मारताना शेपटीसुद्धा झटका मारते. पुन्हा थोडा वेळ थांबतो, विचार करतो की काय गडबड आहे? कारण की इतक्या जवळ पडली आहे, फारसे अंतरही नाही, याच्यापेक्षा अधिक दूरच्या वस्तूही पकडल्या आहेत. त्याचा आवेश वाढत जातो. शेपटी पकडण्याचा नाद त्याला एक सारखा लागला तर तो कुत्रा जवळ जवळ वेडाच होऊ शकतो. असा नाद तर तत्त्वज्ञानी लोकांना लागला आहे, ते त्याच्यामुळे वेडे झाले आहेत. आपली स्वत:चीच शेपटी पकडण्याची कला म्हणजेच 'फिलॉसॉफी'

आहे. ती कधीच हाती लागत नाही. म्हणून तर तुम्ही तुमचे काम करत राहा. चालत रहा, धावत राहा, उपाय करत राहा. काहीही होणार नाही. कारण की तुमच्या उडीबरोबर शेपटीही उडी घेते.

तुमची समस्या, चिंता हा तुमचाच एक भाग आहे. ती तुमची शेपटी आहे. ती तुमच्या बरोबर जोडली गेलेली आहे. तुम्ही तिला कसे सोडवाल! तुम्ही जर त्यावर काही उपाय करत असाल तर तुमच्या त्या प्रयत्नामध्ये सुद्धा ती शेपटी सारखी जोडली गेली आहे, लपली आहे. तुमच्या समाधानामध्ये सुद्धा तुमची समस्या येऊन उभी राहील.

पहिल्यांदा मनुष्य आपली चिंता सोडवण्याचा प्रयत्न करतो. ही अहंकाराची पहिली धडपड असते. जेव्हा त्याच्या लक्षात येते की हे अशक्य आहे, तेव्हा तो विशेषज्ञाच्या शोधात जातो.

विशेषज्ञ म्हणजे कोण तर दुसरा मनुष्य!

हा फरक लक्षात घ्या. गुरूच्या शोधात नाही, कारण की गुरूचा अर्थ हा होतो की तो आता रामाचा प्रतिनिधी बनला आहे. विशेषज्ञ जो आहे, तो आपल्यासारखाच मनुष्य आहे. विशेषज्ञाच्या बाबतीत कोणताही आदर ठेवण्याची गरज नाही. ना त्याच्या पाया पडण्याची गरज आहे ना समर्पणाची अपेक्षा आहे. विशेषज्ञ आपल्यासारखाच एक मनुष्य आहे. जेव्हा आपण स्वत:च आपली हार मानतो तेव्हा आपण विशेषज्ञाकडे जातो. त्याच्याकडे जाणे म्हणजे स्वत:कडेच जाणे आहे. कारण तोही आपल्यासारखाच मनुष्य आहे. वर वर थोडेसे अंतर आहे, कारण की त्याने विशिष्ट असा अभ्यास केला आहे. तो आपण केला नाही. म्हणून आपण त्याला पैसे देऊन त्याचा सल्ला घेतो. तरीही आपण आपल्यासारख्याकडूनच सल्ला मागतो. हा सल्लासुद्धा आपला गुंता सोडवू शकणार नाही. ही सुद्धा अहंकाराची धडपड आहे. यामुळे थोडासा दिलासा मिळतो एवढेच! विशेषज्ञ काही काळापुरती आपली समस्या सोडवील एवढेच! मोठ्या मोठ्या गप्पा मारेल. खूप काही तत्त्वज्ञान पाझरेल. त्याच्या या मोठमोठ्या गप्पांमध्ये थोडा वेळ का होईना पण भटकत राहाल. विचार कराल, चला आता समाधान झाले. परंतु पुन्हा, पुन्हा समस्या उभी राहील. नव्या रूपात, नव्या रंगात, नव्या प्रतिमेत पुन्हा ती समोर येऊन उभी राहील आणि आयुष्यभर पिच्छा करेल.

जेव्हा एखाद्या मनुष्यामध्ये परमेश्वराचे रूप दिसते ते बघूनच तुम्ही त्याच्याकडे जाता तेव्हा तुमचे समाधान होते. आणि जेव्हा तुम्ही साऱ्या चराचरामध्ये परमेश्वराला बघता – तेव्हा ती भक्ताची अखेरची क्षमता असते. याच घडीच्या बाबत कबीर बोलतात. 'झगरा एक निबरेहु राम ।' तुम्ही या अस्तित्वाशी चराचराशी थेट संपर्क साधू शकता. तुमच्यामध्ये कोणा मध्यस्थाला, गुरूला घेण्याची कोणतीही गरज

नाही. ती घडी जेव्हा येईल तेव्हा तुम्ही सरळ बोलू शकाल आणि गंमत तर ही आहे की तुम्ही मोकळेपणी सारे समोर उलगडून सांगितले तर ती समस्या आपोआप सुटेल. अडचण ही आहे की तुम्ही ती एखाद्या पुरचुंडी सारखी बांधून ठेवली आहे, लपवून ठेवली आहे, तुम्ही आपल्या अचेतनेमध्ये, अस्तित्वामध्ये, अंधारामध्ये दबून गेलेले आहात. तुम्ही रामासमोर ते सारे मोकळेपणी मांडून टाका.

प्रार्थनेचा अर्थच हा आहे, की आपले हृदय मोकळे करणे. तुम्ही प्रार्थनेमध्ये सुद्धा जर पांडित्याचा, शास्त्राचाच पुनरुच्चार करत असाल तर ते काही खरे नाही. म्हणूनच छोट्या मुलांनी केलेली प्रार्थना अधिक परिणामकारक होते. आणि संत पुरुष जेव्हा प्रार्थना करतात तेव्हा ती छोट्या मुलांसारखीच होऊन जाते.

एक छोटा मुलगा आपल्या खोलीमध्ये आला आणि सरळ उडी मारून आपल्या अथंरुणामध्ये जाऊन दुलईत शिरला. त्याच्या आईने त्याला विचारले की तू प्रार्थना नाही केलीस? तो मुलगा आईला म्हणाला, इतक्या थंडीमध्ये रात्री आणि इतका उशीर झाला आहे की परमेश्वराला उठवणे (जागे करणे) बरोबर आहे का?

हा जो मुलगा आहे याच्या प्रार्थनेची परमेश्वराला काही गरज नाही. हा जो भाव आहे की इतक्या रात्री, उशीर झाला आहे, कारण की कोणत्यातरी समारंभाला गेला होता, रात्र अंधारलेली आणि थंडीची होती आणि अशा वेळी परमेश्वराला उठवायचे? प्रार्थना झाली. हा भाव खूप आहे. काही सांगण्याची गरजच नाही आणि परमेश्वर काही कुणी व्यक्ती थोडीच आहे? तुमचा भाव प्रकट करण्यासाठी, पुरा करण्यासाठी परमेश्वर एक बहाणा आहे. परमेश्वर तर एक शब्द आहे, आधार आहे. सारे अस्तित्वच परमेश्वर आहे.

हे सारे अस्तित्व दिव्य आहे आणि जेव्हा तुम्ही अशा दिव्य भावाने भरून जाता, तेव्हा तुम्ही या पुऱ्या अस्तित्वाशी जोडले जाता. या जोडण्यामध्ये तुमच्या साऱ्या प्रश्नांची उकल आहे.

तुम्ही मोडून गेला आहात, हीच तुमची समस्या आहे. तुमची मुळं जमिनीपासून उखडून गेली आहेत, 'अपरुटेड' झाला आहात. म्हणून तहान लागते, मुळं पाणीच प्यायलेली नाहीत. म्हणून खूप तहानेने त्रासलेले आहात. सगळे नेहमीसारखेच आहे, तरीसुद्धा असे वाटत राहाते काही रिकामे आहे, काही तरी रिकामे आहे. कितीही पाऊस पडला पण तुमची मुळं जर जमिनीमध्ये नसतील तर तुम्ही पाणी पिणारच नाही. तुम्ही तसेच तहानलेले राहाल.

अस्तित्वाशी समरस होणं म्हणजे प्रार्थना आहे. प्रार्थना एक भावदशा आहे.

यहुदी फकीर या भक्ताच्या संबंधी एक खूप सुंदर कथा आहे. एक यहुदी फकीर होता, खूप प्रसिद्ध माणूस. बालसेन त्याचे नाव! तो परमेश्वराशी नेहमी भांडत राहायचा! प्रेमीच भांडू शकतात. कोणतीही गोष्ट झाली तरी तो तमाशा करायचा.

त्याची प्रार्थना ऐकण्यासारखी असायची, कारण की तो सरळ बोलायचा! आणि आयुष्यभर त्याचा हाच प्रयत्न होता की, सारे जग आता बिघडले आहे आणि तुम्ही वचन दिले होते की, जेव्हा हे जग विकृत होईल तेव्हा तुम्ही जरूर याल, मग आता उशीर का? आणि या कथेत सांगितल्याप्रमाणे नेहमी ते ऐकून परमेश्वर वैतागला होता. त्याचा एक शिष्य होता, बालसेन जे काही बोले ते तो लिहून ठेवत असे. तो त्याची आत्मकथा लिहित होता. परमेश्वराबरोबर त्याची जी बोलाचाली होत असे, त्याची प्रार्थना काय आहे, हे तो लिहित असे.

कथा अशी आहे की एकदा काय झाले बालसेनने परमेश्वराला इतका त्रास दिला की, परमेश्वराने बालसेन व त्याच्या शिष्यासाठी एक देवदूत पाठवला आणि सांगितले तू जा आणि या दोघांचीही स्मरणशक्ती एकदम नष्ट करून टाक की ते सारे विसरून जातील कारण की या दोघांनी फारच उपद्रव माजवला आहे. देवदूत आला. त्या दोघांचेही मेंदू त्याने एकदम साफ करून टाकले. त्याने धुवून सारे स्वच्छ करून टाकले. जेव्हा प्रार्थना संपवून तो उठला तेव्हा त्याला काहीही आठवत नव्हते. त्याचे नाव सुद्धा त्याला आठवत नव्हते. त्याला हे सुद्धा आठवत नव्हते की या जगामध्ये काही त्रास आहे, अडचणी आहेत, परमेश्वराला येण्याची गरज आहे. त्याला हेही आठवत नव्हते की, मी कोण आहे, मी कुठे आहे. परंतु आपल्या शिष्याकडे बघितल्यावर त्याला थोडे थोडे लक्षात येऊ लागले की, जसे की आपण स्वप्नात काही बघितले आहे की मी गुरू आहे आणि हा शिष्य आहे. त्याने शिष्याला सांगितले की तुला काही आठवत असेल तर बोल, उशीर करू नकोस. त्या शिष्याने सांगितले मला काहीही आठवत नाही. माझी स्मरणशक्तीही नष्ट करून टाकलेली आहे. मी कोण आहे, हे मला आठवत नाही. बालसेन त्याला म्हणाला पूर्वी मी तुला एवढे शिकवले त्यातील एखादे तरी आठवून मला सांग, लवकर सांग उशीर झाला तर खूप कठीण होऊन बसेल. तो म्हणाला मला काहीही आठवत नाही, हिब्रू की अल्फाबेट, तो म्हणाला मला ए बी सी डी लक्षात आहे ते आठवतंय. तो म्हणाला की तू ते बोल उशीर अजिबात करू नकोस. त्याने 'अलिफ बे' आणि 'हिब्रू की अल्फाबेट' याची गोष्ट सांगायला सुरुवात केली. बालसेनही ते आठवू लागला. त्याने तर इतक्या भक्तिभावाने ते आळवले की त्याची सारी स्मरणशक्ती परत आली. आणि तो म्हणाला, परमेश्वरा का रे एवढा हा धोका?

असे म्हणतात की बालसेनने बाराखडीमध्येच सारी प्रार्थना केली आणि पुन्हा परत आला. अ, ब, स, द हे काहीही त्यात नव्हते. परंतु इतक्या तन्मयतेने त्याने आळवले आणि आपले सारे प्राण ओतून परमेश्वराला हाक मारली की फक्त अल्फाबेटच्या सहाय्याने तो पुन्हा आपल्या जागी येऊन उभा राहिला. तो म्हणाला की आता देवदूताची गरज आहे. परमेश्वराने देवदूताला बोलावले आणि म्हणाला की

तू अर्धवट काम केलेस. तो म्हणाला की या माणसाचे फार भय वाटते, कितीही काही करा, त्याची प्रार्थना आपण संपवू शकत नाही. त्याचे आपण सारे हिसकवू शकतो. त्याची बुद्धी तीही भ्रष्ट करू शकतो, केली, परंतु प्रार्थनेचा कोणताही संबंध डोक्याशी नाही. ती त्याची एकाग्रता आहे. त्याची बुद्धी हिसकावून घेऊ शकतो, त्याचे शब्द हिसकावून घेऊ शकतो, परंतु त्याचे प्रेम, प्रार्थना हिसकावून घेऊ शकत नाही. त्यासाठी परमेश्वरसुद्धा असमर्थ आहे.

म्हणून तर कबीर म्हणतात 'सून्न मरै अजपा मरै, अनहद हू मरि जाय। राम सनेही ना मरै, कहै कबीर समुझाय ।।' रामानेसुद्धा मारायचे म्हटले तरी मारू शकत नाही. तेथे रामसुद्धा असमर्थ आहे.

प्रेम हे श्रेष्ठ तत्त्व आहे. कबिरांचे हे वचन किती प्रिय आहे की 'झगरा एक निबेरहु राम!' एक प्रश्न आहे, उलगडून टाका.

प्रश्न काय आहे?

अगदी गहन आहे, खूप उत्कट आहे, मूलभूत आहे. पेच हा आहे की 'जऊ तुम अपने जन सों काम ।।' कबीर म्हणतात की, कुणाला विचारायला जायचे? जेव्हा तुम्ही आपलेच आहात तर कुणाला विचारायची काय गरज?

'इहु मन बडा कि सऊ मन मानिया' हा पेच आहे – प्रशन आहे. हे मन खूप विशाल आहे, या मनाला जो समजून घेईल तो साक्षी! पूर्ण मनाला जाणून घेणारा जो असेल तो मोठा की हे मन मोठे?

'इहु मन बडा कि सऊ मन मानिया' 'रामु बडा कि रामहि जानिया ।।' आणि राम मोठा आहे की रामाला समजणारा मोठा आहे?

'ब्रह्मा बडा कि जासु उपाइया' आणि ब्रह्मा मोठा की ब्रह्माची निर्मिती करणारा मोठा – ते अस्तित्व चराचर, तो सत्तेचा मूळ आधार मोठा आहे.

'वेदु बडा कि जहां ते आइया ।।' आणि वेद मोठे की ते परम चैतन्य, जेथून वेदांचा जन्म होतो. कि ती गंगोत्री जेथून गंगेचा उगम होतो?

'कहु कबीर हऊ भइया उदासु ।' कबीर म्हणतात मी खूप उदास आहे. हा पेच तुम्हीच सोडवा.

'तीरथ बडा कि हरि का दासु ।' आणि तीर्थस्थान मोठे की परमेश्वराचा भक्त, परमेश्वराचा दासच मोठा आहे.

ह्या एकेक वचनांना आपण समजून घेण्याचा प्रयत्न करू की हा पेच का आहे? हा पेच उत्कट आहे. हा शेवट आहे. ही तुमची समस्या नाही हे मी जाणून आहे. ही शेवटच्या क्षणाची चिंता आहे जेव्हा सगळ्या चिंता मिटलेल्या असतात. तेव्हा या अस्तित्वाला विचारलेला हा शेवटचा प्रश्न आहे, याच्या पलीकडे कोणताही प्रश्न नाही आणि गंमत ही आहे की हे पद पूर्ण आहे. रामाकडून कोणतेही उत्तर आले

नाही. आणि कबिरांना उत्तर मिळाले आहे म्हणून तर पद पूर्ण आहे. उत्तर मिळण्याचा प्रश्नच येत नाही. प्रश्नालाच समोर ठेवले की तो सुटलाच! आणि तुमच्याही हे लक्षात येईल की प्रश्नामध्येच उत्तर दडलेले आहे, समोर मांडण्याचीच खोटी! त्याचे फक्त बेंड फुटण्याचे बाकी आहे, की औषध तेथेच दडले आहे.

'झगरा एक निबेरहु राम ।
जउ तुम अपने जन सों काम ।।'

जेव्हा तुम्ही आपलेच आहात तेव्हा लोकांशी, समाजाशी आणि इतरांशी काय घेणे आहे.

याचा थोडा विचार करा.

जोपर्यंत परमेश्वर तुमचा स्वतःचा नाही तोपर्यंत तुम्ही गर्दीपासून दूर जाऊ शकणार नाही. गर्दीला बिलगून राहाण्याची कोणती खास जरूर आहे, तुम्ही एकटे पुरेसे नाही का? गर्दी जितकी मोठी असते तितकीच गर्दीमध्ये राहाण्याची इच्छा उत्कट असते. कारण की आत्म्याची गहन इच्छा भव्यतेला जोडून घेण्याची असते, आणि भव्यतेचा कोणताच पत्ता तुम्हाला नसतो. आणि म्हणूनच तुम्ही स्वतःचे असे छोटे छोटे विराट बनवले आहे – क्षुद्र आहेत ते! तुम्ही म्हणता मी हिंदू आहे. हिंदू म्हटल्याने तुम्ही एकटेच राहात नाही, वीस कोटी लोक तुमच्या बरोबर आहेत. एक विश्व तयार झाले. छोटे विश्व! परंतु एक विश्व बनले. तुमचा आकार मोठा झाला. तुम्ही यत्किंचित राहिला नाहीत. तुमच्या कातडीची सीमा तुमची सीमा राहिली नाही. तुम्ही एक छोटेसे कल्पित विश्व बनवले. हे कल्पित आणि खोटे आहे. कारण की गर्दीचे कोणतेही स्वतंत्र अस्तित्व नसते. अस्तित्व तर व्यक्तीचे असते.

अस्तित्व दोन प्रकारचे असते – एक तर व्यक्तीचे किंवा समुदायाचे! व्यक्तीचे अस्तित्व असो वा अनंताचे, मधल्या सगळ्या गोष्टी कल्पना आहेत. समजा तुम्ही समजलात की तुम्ही हिंदू आहात तर तुम्ही या वीस कोटी लोकांशी जोडला गेलात. तुम्ही एक मोठे वर्तुळ तयार केले आहे – ते कितीही मोठे असेल पण वीस कोटीच मर्यादा आहे आणि ती सुद्धा मोजली जाऊ शकते. म्हणूनच ते छोटे आहे. पण तरीसुद्धा त्यामुळे थोडेसे तरी समाधान मिळते, नाही तर आपल्या स्वतःमध्ये मश्गुल राहिलात तर तुम्ही खूप छोटे वाटता. इतके छोटे की हे मानायला आत्मा तयार होत नाही. म्हणून तर लोक आंदोलने करण्यामध्ये सहभागी होतात.

तुम्ही 'कम्युनिस्ट' बनलात तर तुम्ही हिंदूंपेक्षा सुद्धा मोठे व्हाल. कारण की अर्धे जग 'कम्युनिस्ट' आहे. काहीतरी दीड अब्जाच्या घरात कम्युनिस्ट लोक आहेत. तुम्ही एका विशाल समूहाबरोबर तुमचे संबंध जोडले आहेत, त्यामुळे तुम्ही आता लहान राहिला नाहीत. तुम्ही संपाल, कम्युनिझम् राहील. तुम्ही एक प्रकारचे अमरत्व प्राप्त केले आहे. जे खोटे आहे. तुम्ही मराल, देश नेहमीच राहील, जाती राहातील.

तेव्हा तुम्ही एका अमरत्वाशी संबंध जोडले आहेत. परंतु तुम्हीसुद्धा मराल, हिंदूही मरतील, कम्यूनिस्टही मरतील. सत्य तर हे आहे की तुम्ही थोडेसे जगाल, हिंदू आहात म्हणून. कम्युनिस्टांना कोणतेही जीवन नाही, ते अस्वस्थ आहेत.

व्यक्तीला तरी अस्तित्व असते. गर्दीला कोणतेही अस्तित्व नसते. गर्दीचा अर्थ हाच की खूप माणसे एकत्र उभी असतात, एवढाच! परंतु गर्दीमध्ये – सुद्धा प्रत्येक व्यक्ती वेगळी असते, भिन्न असते. गर्दी वरकरणी दिसणारा धोका आहे. समाज कुठे आहे? समजा तुम्ही शोधायला गेलात तर तुम्हाला कुठे सापडेल? जेथे जाल तेथे व्यक्तीच भेटेल. व्यक्ती वास्तव आहे. समाज एक संज्ञा आहे, एक शब्द आहे.

तुम्ही इथे बसला आहात. प्रत्येक व्यक्ती एक वास्तव आहे, परंतु तुम्ही एकत्र बसला आहात हे कशावरून खरे म्हणाल? एकत्र बसण्यामध्ये काय ठेवले आहे? समजा तुम्ही एक एक करून वेगळे झालात तर काही गर्दी मागे उरेल का? कोणतीही गर्दी मला इथे दिसणार नाही. जेव्हा तुम्ही एक एक करून वेगळे व्हाल, गर्दीही निघून जाईल. समजा एक एक हिंदू वेगळा केला तर मागे कोणते हिंदुत्व उरेल? कोणतेही हिंदुत्व वाचणार नाही. हिंदुत्व एक नाव होते.

राष्ट्र, समाज, जाती ही नावे आहेत परंतु खूप मोठे होण्याची तहान माणसामध्ये आहे. ती तहान खरी आहे. पण ती तहान तुम्ही खोट्या पाण्याने भागवता. ती तहान असण्यामध्ये कोणतीही चूक नाही. ती तहान तर तुम्हाला हे सांगते की जोपर्यंत तुम्ही परमेश्वर बनणार नाही तोपर्यंत तुम्ही तहानलेलेच राहाल.

व्यक्तीसारखे मनुष्य हे सत्य आहे आणि परमेश्वर समुदायाचे सत्य आहे, आणि मध्यभागी साऱ्या कल्पना आहेत. कितीही मोठी मनुष्यता असू देत – कुठे सापडणार मनुष्यता तुम्हाला? मनुष्य भेटेल पण मनुष्यता कुठेही मिळणार नाही. जेथे जाल तेथे मनुष्यच भेटेल. जेथे कुठे मिळेल तेथे व्यक्ती मिळेल. मनुष्यता कुठे आहे? परंतु असे वाटते की मनुष्यता आहे. काय आहे त्याचे अस्तित्व?

एक एक मनुष्य संपेल, मनुष्यता उरणार नाही. मनुष्यता एक जोड आहे – केवळ शाब्दिक जोड! खरे पण नसणारी आणि त्याच स्वप्नांसाठी मनुष्य हैराण होतो. हिंदू धर्म धोक्यात आहे. इस्लाम धोक्यात आहे, इस्लाम नाहीच आहे – धोक्यात कसा असेल? व्यक्तीप्रमाणे मुसलमान धोक्यात असू शकेल. इस्लाम कसा धोक्यात असेल? इस्लाममध्ये कोणताही प्राण नाही, तो कसा मरेल? केवळ शब्द आहे. कदाचित म्हणूनच तो इतके दिवस जिवंत राहिला आहे. कारण की जी कोणती गोष्ट जिवंत असते, ती मरते. शब्द जिवंत राहू शकतात, खूप काळ चालतात. त्यामध्ये कोणतेही प्राण नसतात, ते निष्प्राण, मृतवत् आहेत.

हे तुम्ही नीट समजून घ्या.

भक्त गर्दीपासून मुक्त होतो.

कबीर म्हणतात, 'उ तुम अपने जन सों काम ।' लोकांशी, समाजाशी, गर्दीशी, जनतेशी काय देणे घेणे? आता कोणतीही गोष्ट उरलेली नाही. तेथे कोणताही संबंध राहिलेला नाही. जेव्हा तुमच्या आतमध्ये 'व्यक्ती' जागी असेल तेव्हा समुदाय आणि तुम्ही हेच दोन किनारे उरतात. भक्त आणि भगवान यांच्यामध्ये जी नदी वाहते तीच प्रार्थना आहे.

जोपर्यंत गर्दी तुम्हाला खरी वाटते, जोपर्यंत तुम्ही गर्दीला धरून राहाता, तोपर्यंत तुम्ही धोक्यामध्ये राहाल, गर्दी धोका आहे, पण ती तुमची गरज पूर्ण करते. तुम्ही एकटे जगण्याइतके समर्थ नाही. तुम्ही इतके सबल नाही की एकटे जगू शकाल. तुम्हाला एकटेपणी असुरक्षित वाटते. शेवटच्या क्षणापर्यंत माणूस गर्दीला धरून राहातो.

मी ऐकले आहे की एका रात्री मुल्ला नसरूद्दिन खूप दारू प्यायला आणि नाल्यामध्ये पडला. अर्धी रात्र, थंड हवा! नाल्यामध्ये पडून थरथरत होता. एका पोलीसवाल्याने विचारले की काय करतो आहेस, काय झाले आहे? त्याला असे वाटले की हा मरायला टेकला आहे. त्याने सांगितले की माझे मरण जवळ आले आहे. तुम्ही एक काम करा, एका पंडिताला बोलवा. पोलिसाने विचारले ''पंडिताला? तुझे नाव?'' ''मुल्ला नसरूद्दिन''

तो (पोलीस) म्हणाला पंडिताची काय गरज आहे? मुसलमान मौलवींना बोलावतो. तो म्हणाला की नाही मरण्यापूर्वी हिंदू होतो. पोलीसवाला अचंबित झाला आणि याचे प्रयोजन तरी काय? आयुष्यभर मुसलमान राहिला आणि मरते समयी...?

तो (मुल्ला) म्हणाला की मला नाही असे वाटत की एक मुसलमान मरावा, एक हिंदू मेला तर अधिक चांगले!

शेवटच्या श्वासापर्यंत मनुष्य गर्दी सोडत नाही. एक हिंदू कमी झाला तरी चालेल पण एक मुसलमान कमी होता कामा नये, गर्दीच्या आधारासाठी! जिवंतपणी – मरतेसमयी चारी बाजूने गर्दीने तुम्ही वेढलेले आहात. भक्ताला मात्र एकटे व्हावे लागेल. उलट्या बाजूने चालावे लागेल. राजमार्ग सोडावा लागेल. कबीर म्हणतात, जो राजमार्गावरून चालला तो लुटलाच, ज्याने पाऊलवाट निवडली ते उंचावर पोहोचले, ज्यांनी एकटेपण स्वीकारले, ज्यांनी एकटे राहाण्याची तयारी दाखवली ते वरपर्यंत पोहोचले.

जेव्हा तुम्ही एकटे राहाण्यास तयार होता, तेव्हा खरी प्रार्थना आळवली जाते. कारण की जेव्हा तुम्ही पूर्णपणे एकटे असता, तेव्हा तुम्हाला परमेश्वर दिसायला लागतो. कबीर म्हणतात 'एक एक जिन जानिया'... – ज्यांनी जाणले, त्यांनीच एक इकडे आणि एक तिकडे असे जाणले. एक या बाजूला व एक त्या बाजूला असेच समजले आणि हळूहळू ज्यांची प्रार्थना खूप गहन होत जाते, हा एक सुद्धा हरवून

जातो, तो एक सुद्धा हरवतो, फक्त प्रार्थनाच उरते. ना भक्त उरतो, ना परमेश्वर उरतो, फक्त भक्ती उरते. भक्तीचा सुगंध राहातो, भक्त आणि भगवान दोन्हीही लीन होऊन जातात.

कबिराचा प्रश्न आहे : 'इहु मन बडा कि सउ मन मानिया ।' हे जे विचारांचे जाळे आतमध्ये आहे, हे जे मन आहे जे साऱ्या उपद्रवांचा आधार आहे, ज्याच्यामध्ये साऱ्या चिंतेचे बीज उगवते आणि ज्याच्यामध्ये सगळ्या प्रकारची खोटी स्वप्ने दिसतात, ज्यामध्ये इच्छा आणि वासना, परिश्रम आणि दु:ख आहे आणि ज्यामध्ये साऱ्या विश्वाचा प्रसार आहे – असे हे मन मोठे की या मनाच्या मागे दडलेला साक्षी मोठा की, जे या मनाला सुद्धा बघते.

संताप आला – संताप मन आहे, आणि समजा तुम्ही जागे झालात आणि जागे राहून ज्याने आतमधील संताप बघितला की संतापाचा पसरलेला धूर तो आहे साक्षी! समजा तुम्ही आपल्याला मन समजत असाल तर तुम्ही संसारी आहात. आणि समजा तुम्ही मनाला तुमच्या स्वत:पासून थोडेसे दूरचे वेगळे समजायला सुरुवात केली तर तुम्ही संन्यासी व्हाल आणि तुम्हाला असे वाटू लागले की तुम्ही मनाच्या पलीकडे आहात तर तुम्ही प्रत्यक्ष भगवान आहात.

कबीर म्हणतात की तुमचे हे मन मोठे की मनाला समजणारा मोठा? आणि लक्षात ठेवा, जो जाणणारा आहे – मनाला जाणणारा जो आहे ते तुम्हीच आहात! आणि म्हणूनच तुम्ही स्वत:ला कधीही ओळखू शकणार नाहीत. कारण की जेव्हा तुम्ही ओळखाल तेव्हा ते ओळखणारे तुम्हीच असाल. आणि जे जाणले आहे ते तुम्ही नाही. म्हणून आत्मा नेहमी मागे सरतो. तुम्ही जे काही जाणून घ्याल ते दूरच होईल, वेगळे होईल, बाजूला होईल, भिन्न होऊन जाईल.

तुम्ही स्वत:ला कसे ओळखाल?

स्वत:ला ओळखणे, याचा केवळ एवढाच अर्थ आहे की तुम्हाला हे कळून चुकले आहे की मी ते तत्त्व आहे ज्याला मी जाणून घेऊ शकत नाही – हेच आत्मज्ञान आहे. तुम्ही ते सारे जाणून घेतले, ज्याला जाणले जाऊ शकते. आणि ज्याला जाणता येणे शक्य आहे, त्याला सोडून दिले, कारण की ती बाहेरची गोष्ट आहे, आतमधील गोष्ट नाही. म्हणून तर तुम्ही ओळखू शकता. तुम्ही तर नेहमीच आत आत सरकत जाल. समजणारे ते तुम्हीच आहात. सरकत जाणे आणि जाणून घ्यायला काहीही न उरणे, फक्त जाणणाराच उरेल – ती अवस्था ध्यानाची आहे, जेव्हा फक्त जाणणाराच उरतो. परंतु हे जाणणारा जर विरक्त–निरस असेल तर ध्यान, आणि समजा हे जाणणारा जर रसिक (रसपूर्ण) असेल, आनंदाने – रसिकतेने ओतप्रोत भरलेला असेल तर ते प्रेम! हे जाणणारा अगदी विरक्त–कठोर, वाळवंटासारखा रखरखीत असेल एक पाऊलही उचलणे अवघड तर संपलेच! कबीर ज्याची चर्चा

करत आहेत तो प्रेमाचा वर्षाव तुमच्यावर अजून झाला नाही. – 'बादल बरसा प्रेम का, हरी गर्द बनराई.' अजून तुमचे वाळवंट हिरवे झाले नाही. तुम्ही अगदी त्याच्या जवळ गेला आहात पण त्याचे बीज अजून अंकुरले नाही, अजून फुले उमलली नाहीत. आता कुठे कचऱ्यापासून सुटका झाली आहे.

तुम्ही जणू असे समजा की एक मनुष्य नवीन बाग बनवतो तेव्हा प्रथम तो कचरा बाजूला करतो, जमीन साफ करतो, मुळे उखडून टाकतो, घास बाजूला फेकतो – सारे तयार करतो. पण बगिचा अजून तयार झाला नाही. ध्यान तयारी आहे, प्रेम फळ आहे.

म्हणून बुद्ध सुद्धा म्हणतात की जोपर्यंत करुणेचा झरा वाहणार नाही तोपर्यंत तुम्ही या ज्ञानाला पूर्ण समजू नका. प्रेमाला ते करुणा म्हणतात. ज्ञानीने साफसूफ तर केले. पण समजा तरीही ज्ञान कोरडे राहिले. अर्धे काम पूर्ण केले, जमीन साफ आहे, परंतु बीज पेरले गेले नाही, फुले उमलणार नाहीत. आणि समजा फुलेच उमलली नाहीत तर जमीन साफ करून काय फायदा? कशाला जमीन साफ करताय? या जमिनीच्या सफाईची काय किंमत आहे? फुले उमलण्याची गरज आहे.

प्रेम लक्षात ठेवा. ध्यान तयारी आहे, प्रेम अंत आहे. ध्यान मार्ग आहे, प्रेम पोहोचणे आहे. म्हणूनच ज्या ध्यानापासून प्रेमाचे झरे वाहात नाहीत, समजा की त्या ध्यानामध्ये सुद्धा अहंकार दडलेला आहे, म्हणून तर तुम्ही कोरडे आहात.

अहंकार रसहीन आहे. त्यामध्ये कोणताही आनंद नाही. ते दगडासारखे आहे. म्हणून तर आम्ही म्हणतो की जोपर्यंत प्रेम नाही तोपर्यंत हृदय दगड आहे, तोपर्यंत ते दगडासारखे आहे. त्यापासून तुम्ही काहीही काढू शकत नाही. ते मृतवत् आहे. प्रेमामुळेच जीवनाला अंकुर फुटतील.

जे काही तुम्ही जाणून घ्याल ते मन आहे. आणि तुम्ही आत्तापर्यंत मनाच्या व्यतिरिक्त काय जाणले आहे? या दुनियेच्या ज्या काही गोष्टी तुम्ही जाणता, त्या काही तुम्ही दुनियेमध्ये जाऊन थोड्याच जाणता, मनामध्येच जाणता ना!

तुम्ही बघता आहात समोर एक वृक्ष आहे. तुम्ही वृक्षाला थोडेच कधी बघितले आहे, वृक्षाची छाया तुमच्या मनाच्या आरशात पडते, त्यालाच तुम्ही बघता. तुम्ही वृक्षाला स्पर्श करता – तुम्ही विचार करता, तुम्ही वृक्षाला स्पर्श करता आहात, तुम्ही चुकताय, कारण की हात स्पर्श करत आहेत. आणि हात आणि मन यांच्यामध्ये खूप अंतर आहे. हातामुळे कळते, हातातील संवेदना हा वृक्ष आहे, हे मनाला सांगता. मनाला तर तुम्ही ओळखताच! तुम्ही नेहमीच मनाच्या मागे बसलेले असता.

म्हणून तर ज्ञानी म्हणतात संसार आणि स्वप्ने यामध्ये कोणताही फरक नाही.

कारण की स्वप्नेही मनामध्ये असतात, संसारही मनात असतो. संसार – दुनिया बाहेर आहे यासाठी कोणतेही मोजमाप नाही. कसे मोजमाप असेल? कारण की जेव्हा तुम्ही या संसाराला – विश्वाला ओळखता, ते मनाच्या द्वारेच ओळखता. आणि कुणीही कधीसुद्धा मनाला बाजूला ठेवून विश्वाला ओळखले नाही. तेव्हा वृक्ष बाहेर आहे हे कुठे नक्की आहे? कारण की रात्री स्वप्नामध्येसुद्धा तुम्ही वृक्ष बघता, तेव्हा तो असाच आहे हे लक्षात येते. दिवसा बघता तेव्हा तो तसाच असल्याचे जाणवते.

ज्ञानी जे म्हणतात की संसार स्वप्नासारखा आहे, याचा अर्थ हा आहे की दोन्हीही मनाच्या द्वारा ओळखले जातात. खरे काय आहे हे पडताळून पाहणे अवघड आहे. सत्य संदिग्ध आहे. हे होऊ शकते की मी इथे नाही, तुम्ही एक स्वप्न बघत आहात. तुम्ही हे कसे नक्की म्हणाल की, तुम्ही माझा आवाज स्वप्नात ऐकला की जागेपणी? तुमच्याकडे काही निकष आहेत का की त्यायोगे तुम्हाला ते तपासता येतील? कारण की तुम्ही स्वप्नामध्ये ऐकले असेल तर त्याला काही पुरावा आहे का? का तुम्ही प्रत्यक्षात ऐकत आहात? मी इथे आहे, याचा पत्ता तुम्ही कसा लावाल? तुम्ही जो काही शोध लावाल तो मनाच्या द्वारेच लावणार ना! मन नेहमीच मध्ये राहाणार!

तुम्ही जग (संसार) बघितले आहे. ते सुद्धा आरशामध्ये त्याची झलक बघितली आहे. आणि आरशाच्या पलीकडे तुम्ही कोणतेही जग बघितलेले नाही. तेव्हा नक्की काय आहे?

म्हणून ज्ञानी म्हणतात, संसार मनाचाच विस्तार आहे. आहे सुद्धा! तुम्ही जे काही जाणता ते मनातल्या मनात तयार झालेले प्रतिबिंब आहे. त्याचाच जोड आहे. म्हणून त्याला चांगले समजून घ्या की मनच संसार आहे.

मी तुम्हाला खूप वेळा एक झेन कथा सांगितली आहे. एका मंदिराजवळ दोन बौद्ध भिक्षू भांडत होते. मंदिरावर पताका लावलेली आहे. एक भिक्षू म्हणत होता. हवा पताक्याला हलवत आहे. दुसरा भिक्षू म्हणत होता, पताका हलते आहे, म्हणून हवा कंप पावते आहे. भांडण कठीण होते. ठरवणे अवघड काम होते. मंदिरातून गुरू बाहेर आले आणि म्हणाले तुम्ही दोघेही वेडे आहात ना पताका हलते आहे आणि ना हवा हलते आहे, तुमचे मन हलते आहे. तो हे सांगत होता की दोन्हीही गोष्टी तुम्ही मनापासून जाणता आहात. हवा हलली तरी मन, पताका हलली तरी मन! तेव्हा तुम्ही ज्याच्या संबधी एकदम खात्रीशीरपणे म्हणू शकता, ती एक गोष्ट आहे, ती ही की मन हलते आहे. उरलेले सारे काही अनिश्चित आहे. त्याच्या संबंधात काहीही सांगितले जाऊ शकत नाही.

ज्या जगाबद्दल आपण हेही म्हणू शकत नाही की ते खरे आहे की खोटे, त्याला आपण माया म्हणता, माया शब्द मोठा अद्भुत आहे. सत्याचा अर्थ आहे, ते जे

आहे, ज्याच्या संबंधाबाबत आपण एकदम खात्री बाळगतो, ज्याच्याबाबत कोणताही संदेह राहात नाही. तसे तर फक्त साक्षी अस्तित्वच तेवढे आहे, ज्याच्याबाबत आपण एकदम निश्चिंत होऊ शकतो. ज्याच्या संबंधात कोणतीही शंका उद्भवत नाही. एकच गोष्ट आहे जिच्या संदर्भात कोणतीही शंका नाही, ती ही की मी आहे. कारण की संदेह करायचा असला तरी मी असण्याची जरुरी आहे. नाही तर कोण संशय करणार? समजा मी असेही म्हणेन की मी नाहीये तरीही माझे असणे जरुरीचे आहे. नाही तर कोण म्हणेल? एक बाब निश्चित आहे की मी आहे, हे सत्य आहे. असत्य ती गोष्ट आहे, जी नाहीच! सत्याच्या अगदी उलट. त्याच्या असण्याच्या संबंधात सुद्धा कधी विचार केला जात नाही. सत्य नसण्याच्या बाबत कधीही शंका घेतली जात नाही आणि असत्य असूनही त्याबाबत कधीही शंका घेतली जात नाही. या दोन गोष्टी आहेत. आणि या दोन्हींच्या मध्ये माया आहे. मायाचा अर्थ आहे जी वाटते आहे आणि जी नाही पण आहे. जिच्या असण्याच्या संदर्भात ना हो म्हटले जाते ना नाही म्हटले जाते. जे संदिग्ध आहे.

शंका काय आहे? संभ्रम हा आहे की सरळ तर आम्ही कधी जाणलेच नाही. कुणीच जाणले नाही. आणि ज्या लोकांची मने हरवली, त्यांनी सांगितले की मनाच्या बरोबर संसारही हरवतो. आणि त्यांच्या या म्हणण्याला सगळे सहमत आहेत. 'सबै सयाने एक मत ।' या संदर्भात ज्या दिवशी जाणले, त्याच दिवशी लक्षात आले की जग हरवले आहे. मन हरवले की जग हरवले. मग जे बाकी उरते, त्याला ते राम म्हणतात, त्याला पुन्हा ते संसार म्हणत नाही.

राम अस्तित्वाचे ते रूप आहे जे मन हरवल्यानंतर दिसायला लागते. जेव्हा 'मध्ये' मन उरत नाही. इकडे आत्मा राहातो आणि तेथे शुद्ध अस्तित्व उरते. माया मनाच्या द्वारे दिसणारे अस्तित्व आहे. सत्य साक्षीच्या माध्यमातून दिसणारे अस्तित्व आहे. तेच राम आहे.

कबीर विचारतात : 'इहु मन बडा की सउ मन मानिया ।' कोण मोठे आहे. साक्षी भाव मोठा की मन? उत्तराची गरजच काय? प्रश्नामध्येच उत्तर दडलेले आहे. गोष्ट सरळ आहे. एकदा तुमची समस्या प्रश्न उलगडून समोर ठेवा. गोष्ट सोपी आहे, जो बघणारा आहे तो मोठा आहे. जे बघितले जात आहे ते छोटे आहे. जो बघतो आहे तो सचेतन आहे, जो बघितला जात आहे तो पदार्थ (वस्तू) आहे.

'रामु बडा कि रामहि जानिया ।' अजून एक अवघड प्रश्न निर्माण होतो की ठीक आहे की मन मोठे नाही, मनाला जाणणारा – ओळखणारा मोठा आहे तर मग पुन्हा प्रश्न येतो की 'रामु बडा की रामहि जानिया ।' रामाला सुद्धा जाणून घेतले जाते, तर मग जाणणारा मोठा आहे की राम मोठा आहे? तेथे सुद्धा जाणणाराच मोठा आहे. तेथे सुद्धा तुमची साक्षी अवस्थाच मोठी आहे.

म्हणून काही विद्वानांनी परमेश्वराच्या वरती आत्मज्ञान ठेवले आहे – जसे महावीरांनी म्हटले आहे, आत्माच परमेश्वर आहे. म्हणूनच कारण की जाणणाराच शेवटी शिल्लक राहील. परमात्म्याला सुद्धा जाणले जाते. तो सुद्धा जाणणाऱ्यापेक्षा मोठा होऊ शकत नाही. म्हणून तर गहन – गूढ गोष्ट हीच आहे की उच्चज्ञानाच्या क्षणी सारे काही हरवते, संसार तर हरवतोच, पण संसार (जग) बनवणाराही हरवतो. अस्तित्वही हरवते. फक्त चैतन्य तेवढे उरते – शुद्ध चैतन्य, द्रष्टा, साक्षी, आत्मा – जे काही तुम्हाला म्हणायचे असेल ते!

'रामु बडा की रामहि जानिया ।'

उत्तर काहीच नाही. गोष्ट सरळ आहे उत्तराची कोणतीही जरूर नाही. जेव्हा प्रश्न एकदम सरळ – साफ असतो तेव्हा उत्तरही सरळ असते.

ओळखणाराच – जाणणाराच मोठा आहे. चैतन्यच मोठे आहे. अशा घडीला – वेळेला चैतन्यच (अस्तित्व) राम होऊन जाते. जेव्हा भक्त आपल्या शेवटच्या अवस्थेला पोहोचतो तो स्वतःच भगवान होऊन जातो. सारे छोटे भासते. जे काही जाणले, ते सारे महान आहे. सारे अनुभव छोटे होतात. सगळ्यात शेवटी अनुभोक्ता! सगळे दृश्य छोटे होऊन जातात. शेवटी उरतो तो भविष्यकाळ जाणणारा – महापुरुष!

'ब्रह्मा बडा कि जासु उपाइया' ज्याने हे विश्व निर्माण केले तो ब्रह्मा मोठा की ज्या महान शक्तीपासून स्वतः ब्रह्म जन्माला आले ती शक्ती मोठी! सगळ्यात शेवटी मूळ (उगम) प्रवाह! तो मूळ प्रवाह तुमच्या आतमध्येच दडला आहे. कबिरांचा इशारा त्या मूळ प्रवाहाकडेच आहे. म्हणून कबीर म्हणतात की तुमच्यापेक्षा कोणीही मोठा नाही. आणि तुम्ही स्वतःला किती छोटे समजता! तुम्हीच अंतिम आहात. तुम्ही आत्यन्तिक आहात. तुमच्या पलीकडे आणि वरती कोणीही नाही. आणि तुम्ही किती छोटे समजता! आणि हे या छोटेपणाला समजून घेण्याच्या कारणामुळे अहंकार निर्माण होतो. कारण की स्वतःला इतके छोटे तुम्ही मानायलाच तयार नाही. तुम्हाला हे पसंत नाही. तुम्ही आपले मोठेपण सिद्ध करण्यासाठी अनेक दावे करता, मी कोण आहे हे माहिती आहे का? पण ते सारे दावे खोटे आहेत. परंतु त्या दाव्यांमार्फत जो शोध चालू आहे, तो मोठा अर्थपूर्ण आहे. तुम्ही असे म्हणता आहात की इतका छोटा बनण्यासाठी मी कसा तयार होऊ? तुमच्या प्राणांचा प्राण छोटा बनण्यास तयार होत नाहीये. म्हणून तुम्ही खोटे दावे करता. तुम्हाला खरे काय आहे हे माहिती नाही. तुम्ही कधी म्हणता की माझ्याकडे इतके धन आहे, बघा किती धन माझ्याजवळ आहे. कधी म्हणता मी किती विद्वान आहे माझ्याकडे किती ज्ञान आहे, कधी म्हणता की मी किती त्यागी आहे, मी या – या गोष्टी सोडल्या आहेत.

परंतु तुम्हाला समजत नाही. तुम्ही काय करत आहात. हे सगळे खोटे अहंकार आहेत. प्रत्यक्षात तुम्ही इतके मोठे आहात की रामापेक्षाही मोठे आहात. तुम्ही परमेश्वरापेक्षाही मोठे आहात. तुम्हीच अंतिम आहात. हीच आकांक्षा तुमच्या आतमध्ये रोमारोमांत सामावली आहे की तुम्ही जोपर्यंत अंतिम होत नाही तोपर्यंत तुम्हाला स्वस्थता लाभणार नाही. उच्च पद जोपर्यंत मिळत नाही तोपर्यंत चैन पडणार नाही. छोटे छोटे पद तुम्ही याच आशेसाठी शोधता, परंतु सारे व्यर्थ ठरते. जेव्हा तुम्ही एखाद्या पदावर पोहोचता तेव्हा असे वाटते की हे ही छोटेच आहे.

अमेरिकेचा राष्ट्राध्यक्ष, अत्यंत महत्त्वपूर्ण व्यक्ती – कूलिज् – त्याने एकदा निवडणूक लढवली आणि तो राष्ट्राध्यक्ष झाला. लोकांचा खूप लाडका होता तो! राजकारण्यासारखा तो नव्हता. साधुपुरुष होता. खूप कमी बोलायचा. तोंडातून शब्द बाहेर पडणे खूप कठीण होते. मौन आणि शांती यामध्ये राहाणारा होता तो! एकदा एका महिलेने पैज लावली की आज कूलिज् जेवायला येणार आहे तेव्हा त्यांच्याकडून कमीत कमी चार शब्द तरी वदवून घेईन. खूप वेळ ती महिला बोलत राहिली, कूलिज गप्प राहिले, गप्प राहिले. शेवटी ती म्हणाली की काहीतरी बोला, काहीतरी सांगा. कूलिज म्हणाले "मला काहीही माहिती नाही" – 'आय डोन्ट नो' तीनच शब्द बोलले. चार शब्द काढू शकली नाही.

एक दिवस सकाळी सकाळी कूलिज आपल्या घराच्या बाहेर फिरत होते – व्हाईट हाऊसच्या बाहेर. एका अनोळखी माणसाने त्यांना विचारले की इथे कोण राहते? त्यांनी सांगितले इथे कोणीही राहात नाही. लोक येतात आणि जातात. हे घर नाही. धर्मशाळा आहे. त्या माणसाला नंतर समजले की तो माणूस स्वत:च व्हाईट हाऊसमध्ये राहात होता – तो अमेरिकेचा राष्ट्राध्यक्ष आहे. असा मनुष्य होता. पहिली काही वर्षे पूर्ण झाल्यावर मित्रांनी, अनुयायांनी सांगितले की तुम्ही पुन्हा उभे राहा. तुमचे निवडून येणे निश्चित आहे. त्याने सांगितले आता नाही. कारण? त्याने मोठी अद्‌भुत गोष्ट सांगितली. तो म्हणाला "पुढे प्रमोशनसाठी काहीही संधी नाही' (नो फरदर चान्सेस ऑफ प्रमोशन). राष्ट्राध्यक्ष झालो, अजून याच्याही वरती जाण्यासाठी काहीही नाही. आता काय अर्थ आहे? लक्षात आले की हे पदसुद्धा तृप्त करणार नाही."

तुम्ही जे काही मिळवाल, तृप्ती होणारच नाही. तुम्ही जोपर्यंत श्रेष्ठत्व प्राप्त करू शकत नाही, तोपर्यंत तृप्ती होणार नाही. परमेश्वराच्या आधी कोणतीही तृप्ती नाही. कारण की तो तुमचा स्वभाव आहे.

कबीर म्हणतात की, 'रामु बडा कि रामहि जानिया । ब्रह्मा बडा कि जासु उपाइया । वेदु बडा कि जहां ते आइया ।' ज्यांचे एवढे गुणगान चालू आहे ते वेद मोठे आहेत की ती ऋषि–चेतना जेथून वेदांची उत्पत्ती झाली, ते मोठे आहेत? वेद हे ज्ञानियांचे

उच्चार आहेत. उच्चार मोठे की उच्चारांमधील भाव मोठा? निश्चितपणे वेद तर शब्द आहेत आणि जेथून ते निर्माण झाले तो नि:शब्द साक्षी भाव! तोच मोठा आहे.

कबिरांचे प्रश्न इतके सहज सरळ आहेत की उत्तराची कोणतीही गरज नाही.

'वेदु बडा कि जहां ते आइया । कहु कबीर हऊ भइया उदासु । तीरथ बडा कि हरी का दासु ।।' आणि आम्ही खूप उदास आहोत, विचारात पडलो आहोत की तीर्थस्थान मोठे की हरीचा भक्त मोठा.

याचे कारण होते.

कबीर काशीमध्ये राहिले आणि गंगेमध्ये स्नानाला गेले नाही. सारे आयुष्य काशीमध्ये काढले पण गंगास्नानाला कधी गेले नाही. मरते समयी भक्तांना म्हणाले की 'मघहर'ला घेऊन चला. 'मघहर' काशीच्या जवळ छोटे गाव आहे. आणि कथा अशी आहे की मघहरमध्ये जो मरतो, तो मेल्यानंतर गाढव होतो. आणि काशीमध्ये जो मरतो – पापीहून पापी सुद्धा – तो स्वर्गात जातो, मोक्ष मिळतो. काशी स्मशानभूमी आहे. लोक मरण्यासाठी तेथे येतात. काशीमध्ये म्हातारे स्त्री–पुरुष जमलेले आहेत. ते मरण्याची वाट बघत आहेत. काशीमध्ये मेलो तर थेट मोक्षच! काशीहून जाणारा मार्ग सरळ मोक्षाचाच आहे. दुसरीकडे कुठेही जाणारा नाही. आणि मघहरमध्ये जो मरेल तो मेल्यानंतर गाढव होतो – मग तो पुण्यवान असला तरीसुद्धा!

कबिरांचे मरण जेव्हा जवळ आले तेव्हा त्यांनी भक्तांना 'मघहर' येथे नेण्यास सांगितले. ते म्हणाले की तुम्हीसुद्धा वेडे झालात. सारे आयुष्य काशीमध्ये घालवले आणि आता मरते समयी मघहरला निघालात? मरणाच्या वेळी तर लोक मघहर सोडून काशीकडे धाव घेतात. कबिरांनी जे सांगितले ते खूप महत्त्वाचे होते. कबीर म्हणाले "समजा काशीमध्ये मेलो आणि स्वर्ग मिळाला तर यामध्ये रामाची कृपा झाली की नाही हे कळणार नाही. मग त्याची काय कृपा? काशीच्या कारणामुळे पोहोचलो – पण ही गोष्ट पटत नाही.

कबीर म्हणाले की, मघहरमध्ये मेलो आणि समजा स्वर्ग मिळाला तर ती त्याचीच कृपा असणार आहे. आणि त्याच्या कृपेचा आनंद घेण्यासाठी मघहरला जाणे जरुरीचे आहे. मघहरला जाऊनच मरावे.

विचारतात की 'तीरथ बडा कि हरि का दासू कहु कबीर हऊ भइया उदासु ।'

तीर्थस्नान हे का म्हणून पवित्र ठिकाण आहे? ते अशासाठी पवित्र ठिकाण आहे की तेथे कधी तरी हरीचा भक्त राहात होता. ते ठिकाण पवित्र असण्याचे याशिवाय दुसरे कोणतेही कारण नाही. तीर्थस्थान तयार होते ते याचमुळे की तेथे कधीतरी कुणी एखादा भक्त परमेश्वरापर्यंत पोहोचला होता – तेव्हा तो घाट बनून गेला. तेथे दुसऱ्या कुणाला पोहोचण्यासाठी ते सोपे बनून जाते, कारण की तेथील घडलेल्या

घटनांचे तरंग अजूनही तेथे आहेत.

बुद्ध बोधिवृक्षाच्या खाली बसल्यानंतर त्यांना उच्च (परम) ज्ञान प्राप्त झाले, त्यामुळे तो वृक्ष पवित्र बनून गेला. बौद्धगया पवित्र झाली. तेथेच एक व्यक्ती परम–चैतन्यामध्ये लीन झाली. ही घटना इतकी मोठी आहे की अनंत काळापर्यंत या घटनेचा छाप इथे राहिल. हे कधीही नामशेष होणार नाही. कारण की जेथून व्यक्ती मरणधर्म – जीवन सोडून येते आणि तिला अमृतमय जीवन प्राप्त होते, तेथे अमृताचेच पडसाद उमटतील. या बोधिवृक्षाखाली कधी अपार (अनंताची) वर्षा झाली आहे. चारी दिशांनी – बाजूंनी अमृताच्या वर्षावात बुद्ध न्हाऊन निघाले आहेत. ही जागा या सुगंधाने नेहमीच भरून राहील. या पृथ्वीला काही अनोख्या घटना माहिती आहेत. या छोट्याशा घटनेने विश्वाला – संसाराला एक 'फोकस' सापडला आहे – कि या 'फोकस' मधून एक व्यक्ती या विश्वाच्या पलीकडे गेली आहे. तेव्हा हे पवित्र बनून गेले. परमेश्वराच्या भक्ताचे जेथे पाय लागतात ती जागा तीर्थ – पवित्र बनते.

तेव्हा कबीर विचारतात, 'तीरथ बड़ा कि हरि का दासू ।' कारण की काशीचे पंडित कबिरांना पापी म्हणत होते. पंडितांना कबीर अजिबात आवडत नव्हते. आवडू शकतही नव्हते. पंडितांना कबीर अजिबात पचणारे नव्हते. आणि त्यांना कबीर पचले जाणे शक्य नव्हते. कबिरांना पचवण्यासाठी खूप मोठी हिंमत पाहिजे. तशी पंडितांची हिंमतच नाही. कबिरांच्या घरी लोक वेद आणत होते, कारण की काशी तर पंडितांचच घर होते. खूप पूर्वीपासून या जमिनीवर (काशीला) सगळ्यात जास्त गर्दी पंडितांची जमा झालेली आहे. आणि पंडितांनी कोणत्या गोष्टीचे जास्त नुकसान केले असेल तर ते काशीचे! बुद्धामुळे पवित्र बनते, पण पंडितांच्यामुळे जे काही तयार झाले ते काशीमध्ये झाले – कचरा जमा झाला आहे. ते पंडित कबिरांच्या मागे लागले होते. कारण की ते विचारत, तुम्हाला वेदांचे तर ज्ञान नाही, संस्कृत तुम्हाला माहितीच नाही आणि वेदांना न जाणताच तुम्ही ज्ञानाच्या गोष्टी करता? तेव्हा कबीर म्हणतात 'वेदु बडा कि जहां ते आइया ।' आणि ते पंडित म्हणतात की तुम्ही पवित्रस्थानी आहात, जा स्नान करा, गंगा तुम्हाला पवित्र करून टाकेल. तेव्हा कबीर विचारतात की पवित्र स्थान मोठे की हरिचा भक्त मोठा? उत्तर सोपे आहे. जेथे परमेश्वराच्या भक्तांच्या चरणांचा स्पर्श होतो ते ठिकाण तीर्थ बनते. काशीमध्ये आहात म्हणून कोणी परमेश्वरापर्यंत पोहोचत नाही. परमेश्वरापर्यंत कुणी पोहोचलंय म्हणून काशी पवित्र आहे. हजारो लोक पोहोचले आहेत. पण त्या ठिकाणाहून कोण पोहोचलंय!

हिंदूंनी आपली पवित्र ठिकाणे नदीच्या काठी बनवली आहेत. हिंदूंची सारी तीर्थस्नाने नदी–किनारीच आहेत. कारण की हिंदूंची साधना करण्याची पद्धत आहे

नदीच्या प्रवाहाबरोबर ध्यान करण्याची. खूप जुनी परंपरा आहे. नदीच्या प्रवाहाचे जे काही सतत वाहणे आहे, एक संथ प्रवाह आहे, त्याच्या बरोबर कुणीजरी ध्यान करायला बसले तरी ते तसेच करत राहातील, नदी वाहात राहील. ध्यानही होत राहील. थोड्या दिवसामध्ये नदीच्या प्रवाहाबरोबर मनही वाहात जाते. यासाठी हरमन हैस यांचे 'सिद्धार्थ' पुस्तक वाचण्यासारखे आहे. त्यांनी हिंदूंच्या विचारांना अगदी खोल जाऊन समजून घेतले आहे. बरोबर पकडले आहे. खुद्द हिंदूंना सुद्धा ते शक्य झाले नाही.

सिद्धार्थ नदीच्या जवळ बसून बसून नदीचा भावावेग, नदीचे उसळणे बघता बघता, नदीमध्ये नावाड्याचे काम करता करता त्याला उत्तुंग मुक्ती प्राप्त झाली.

हरमन हैस यांचे पात्र आहे सिद्धार्थ!

नदी आपले रूप रंग बदलते. कधी तिला खूप पूर येतो. तेव्हा तिचा क्रोध उत्पात आणि जोश जवानी बघण्यासारखे असते. मग येतात गर्मीचे कोरडे दिवस! प्रवाह हरवतो, नदी उदास होऊन जाते. खड्डे होतात, डबके तयार होतात. सारा रुबाब संपतो. सारा अहंकार, सारा उपद्रव कुठेतरी हरवून जातो. सुखी शरीर म्हाताऱ्यासारखे बनते. आता मरेल की मग मरेल अशी अवस्था होते.

सिद्धार्थ या सगळ्या भावनांना, मुडसूना बघतो. नदीच्या किनारी बसून राहातो. नदी वाहात राहाते. आणि हळूहळू नदीच्या या भग्नभावनांमध्ये त्याला आपल्या मनाच्या भग्न भावना दिसू लागतात. तारुण्य – म्हातारपण– सुख–दुःख – सारे तेथे वाहून जाते. आणि मागे उभा आहे साक्षी भाव, किनाऱ्यावर तो बघत राहातो. मनाची नदी वाहत असते, साक्षी उभा आहे – गूढ अवस्थेत! ही हिंदू ध्यानाची पद्धत आहे.

म्हणून हिंदूंनी आपली पवित्र ठिकाणे नदीच्या किनारी उभी केली आहेत. तेथे कितीतरी लोकांना अनंत काळाची मुक्ती प्राप्त झाली आहे. पवित्र ठिकाण त्यांच्यामुळे पवित्र आहे. पवित्र ठिकाणामुळे ते मुक्त झाले नाहीत.

काशीला जाण्यामुळे कुणाला मुक्ती मिळत नाही. तुम्ही जेथे जाल तेथे मुक्त व्हाल, काशीलाच तेथे निर्माण व्हावे लागले.

जैनांनी आपली सारी पवित्र ठिकाणे डोंगरावर वसवली आहेत. त्यांची साधना–पद्धत नदीच्या प्रवाहाशी निगडित नाहीये. त्यांनी पर्वतांशी ...!

हे थोडे समजून घेण्याचा प्रयत्न करा.

हिंदूंनी नदीच्या किनारी वसवले. कारण की नदी मनाच्या प्रवाहासारखी परिवर्तनशील आहे. गूढ साक्षी उभा आहे. नदी वाहते आहे. जैनांनी बरोबर याच्या विरुद्ध पर्वतांवर, डोंगरावर पवित्र तीर्थस्थाने बनवली आहेत. पर्वत गूढ भावाचं प्रतीक आहे, सदैव उभा आहे, अचल! या पर्वताप्रमाणेच आतमध्येही अचल बनायचे आहे. सारे बदलते, पर्वत उभा आहे. हिंदूंची पद्धत मनाच्या पलीकडे असण्याची आहे, जैनांची

पद्धत मनाच्या गूढ भावामध्ये राहण्याची आहे. तुम्ही थांबलात, नदीच्या पलीकडे आपोआप जाल. नदीच्या पैलतीरी जाल, तेथेच थांबाल. हे दोन किनारे आहेत. दोन्ही बाजूला जाता येणे शक्य आहे. म्हणून जैनांची पवित्रस्थाने पर्वतांवर आहेत आणि हिंदूंची पवित्र स्थाने नदीकिनारी आहेत.

परंतु गिरनार किंवा जैनांचे पवित्र स्थान शिखरजी, ही तीर्थस्थाने आहेत कारण की अनंत लोक इथे अनंतकालापासून मुक्ती मिळवत आहे. जैनांचे तेवीस तीर्थंकर शिखरजी पर्वताच्या माळेमधून मुक्त झाले आहेत. फक्त महावीरांना सोडून हे सारे तेवीस तीर्थंकर एकाच पर्वताच्या साखळीमधून मुक्त झाले आहेत. त्यामुळे तर निश्चितच तेथील वातावरणामध्ये त्यांची धून, त्यांचं अस्तित्व राहाणारच! तेथील कणाकणामध्ये त्यांची आठवण राहाते. तुम्ही जेव्हा तेथे जाता तेव्हा तुम्ही त्या प्रवाहामध्ये जसे काही एकरूप होऊन जाता. त्या धारेमध्ये – प्रवाहामध्ये वाहणे सोपे होते. तुम्हीसुद्धा त्यांच्यासारखे होण्यामध्ये आनंद मिळवता. त्या जागेपासूनचा प्रवास थोडासा सुगम आहे. एवढाच तीर्थाचा अर्थ आहे. परंतु मोठा तर हरीचा भक्त आहे.

कबीर असे म्हणतात की तुमच्यापेक्षा मोठा कुणीही नाही. परंतु हे मोठेपण तुम्हाला तेव्हा प्राप्त होईल जेव्हा तुम्ही समर्पण कराल. हा विरोधाभास आहे. हा साऱ्या साधनेचा विरोधाभास आहे की तुमच्यापेक्षा मोठे कुणीही नाही. रामसुद्धा राम जाणणाऱ्यांपेक्षा मोठा नाही. परंतु हे मोठेपण तुम्हाला प्राप्त होईल जेव्हा तुम्ही छोटे बनून राहाल. तेव्हा खाई–खंदक (मोठा खड्डा) बनाल तेव्हा तुम्ही गौरीशंकर बनाल. जेव्हा तुम्ही विनम्र व्हाल. धुळीच्या एक एक कणाइतके छोटे व्हाल, तेव्हा तुम्ही परमेश्वरासारखे विराट भव्य होऊन जाल.

विनम्रता, समर्पण, अहंकार सोडून द्या. हे सारे भाव उच्च शिखरावर न्यायचे आहेत. तुम्ही आखडलात तर छोटे बनून राहाल.

अहंकार क्षुद्र आहे, तुम्ही जर तो धरूनच बसलात तर धुळीच्या कणासारखे छोटे बनून राहाल. अहंकारापासून मुक्ती मिळवणे गरजेचे आहे, कारण की तुमच्या मोठे होण्यामध्ये अहंकार एक बाधा आहे. त्याच्यामुळेच तुम्ही छोटे आहात. ज्या दिवशी तुमचा अहंकार गळून पडेल, त्या दिवशी तुमच्या वरती कुणीही नसेल. या परम स्वराचे अस्तित्व तुम्हीच आहात. तुम्ही उत्कृष्ट संगीत आहात. सगळ्या प्रश्नांचे हेच उत्तर आहे. सगळे कोडे–समस्या याचमुळे आहे की तुम्ही कोण आहात हे तुम्हाला स्वत:ला समजत नाहीये आणि आतमधील – हृदयातली आकांक्षा तेच होण्याची आहे. तुम्ही क्षुद्राच्या माध्यमामधून भव्यता मिळवण्याचा प्रयत्न करता आहात.

तुमची दशा अशी आहे,

सुफियांची मिश्रमध्ये एक कथा आहे, एक सम्राट एका फकिरावर खूप प्रेम करत होता. सम्राट फकिराला बोलवत असे आणि फकीर महालामध्ये येत असे. सम्राटाने किती वेळा फकिराला सांगितले की मला तुमच्या झोपडीपर्यंत एकदा यायचे आहे. फकीर म्हणाला की नाही, तेथे तुमच्या योग्यतेचे काय आहे? जेव्हा जरूर पडेल तेव्हा मी येईनच! परंतु अशामुळे सम्राटाची जिज्ञासा अजून वाढली, की फकीर कधी येऊ का देत नाही. एक दिवस अचानक काही न सांगता तो तेथे जाऊन धडकला. तेथे गेला तर फकिराची पत्नी होती. फकीर मागच्या बाजूला शेतावर काम करायला गेला होता. पत्नी म्हणाली की तुम्ही बसा, मी बोलावून आणते. सम्राट म्हणाले 'तू बोलावून आण' – परंतु सम्राट झोपडीच्या समोर फिरतच राहिले.

ती स्त्री थोडी हैराण झाली. गेली आणि आपल्या पतीला तिने बोलावून आणले, रस्त्यामध्ये ती म्हणाली की हा सम्राट जरा विचित्रच मनुष्य दिसतोय. कितीतरी वेळा मी सांगितले की बसा. प्रथम सतरंजी नव्हती, पण नंतर जी होती ती मी अंथरली, परंतु तो बसतच नाही.

फकीर म्हणाला की तू हे चुकीचे केलेस. त्याला बसवण्यासाठी आपल्याकडे योग्य जागाच नाही. म्हणून तर मी त्याला इकडे येण्यास नकार देत होतो. आणि समजा आपण त्याला आपल्या फाटक्या चादरीवर बसवले तर बसेल कमी आणि इथून जाण्याचीच घाई अधिक करेल. ही गोष्ट तू करायला नको होती.

फकीर आला, फिरत फिरतच तो सम्राटाबरोबर बोलत होता. सम्राट थोडा हैराण झाला. कारण की पत्नीने इतका आग्रह केला आणि फकिराने एकदाही बसण्यास सांगितले नाही. चालत असतानाच त्याने विचारले की तू मला एकदाही बसण्यास सांगितले नाही. तुझ्या पत्नीने तर खूप वेळा बसण्याचा आग्रह केला.

फकीर म्हणाला माझी पत्नी अजाण आहे. सम्राटाच्या रितीरिवाजाची तिला कल्पना नाही. तुम्हाला बसविण्यासाठी आमच्याकडे कोणतीही योग्य जागा नाही. तुम्हाला तर फक्त सिंहासनावर बसायचीच सवय आहे. जुन्या फाटलेल्या सतरंजीवर बसून तुम्ही अस्वस्थ व्हाल, बसणे तुम्हाला अवघड जाईल. ही सूफियांची कथा आहे. ही कथा तुमच्या संबंधीही आहे. तुम्ही परमेश्वरापेक्षा कमी असण्यामध्ये नेहमीच अस्वस्थ राहाल. आणि तुमचा अहंकार जुन्या फाटलेल्या सतरंजीपेक्षा अधिक नाही. साऱ्या बाजूने खराब झालेला आहे, नकली आहे. आणि तुम्हालाही माहिती आहे, परंतु तुमची समस्या ही आहे की तुम्हाला कुठेही सिंहासन दिसत नाहीये आणि अशा येरझाऱ्या किती वेळ घालणार? तेव्हा या जुन्या फाटलेल्या सतरंजीवरच बसायला हवे. मग आपल्या मनालाच समजवा की, ही जुनी फाटलेली सतरंजी नसून हे सिंहासनच आहे. आणि समजा हे आपल्या मनाला समजवले नाही तर आपल्याला या सतरंजीवर बसणे कठीण जाईल, येरझारा कितीवेळ घालणार? सतरंजीच्या

संदर्भात तुम्ही एक खोटी कल्पना करता की ते सिंहासन आहे.

समजा तुम्हाला कोणी विचारले की अरे कुठे बसला आहात तुम्ही? तेव्हा तुम्ही म्हणाल काय समजलात तुम्ही? आंधळे आहात का? हे सिंहासन आहे. जगभर दिसतंय की तुम्ही फाटलेल्या जुन्या सतरंजीवर बसला आहात, आणि फक्त तुम्हालाच दिसत नाही. आणि जो तुम्हाला याबाबत बोलेल तो तुम्हाला तुमचा शत्रू वाटेल. कारण की तुम्हाला वाटते की हा हिसकावून घेत आहे.

अहंकार परमेश्वर बनण्याचा हा तुमचा फसवा प्रयत्न आहे. आणि परमेश्वर होण्यासाठी कोणत्याही प्रयत्नांची गरज नाही. तो तुम्हीच आहात. परंतु या जुन्या–पुराण्या सतरंजीमुळे अडचण आहे. तुम्ही दावा करता की हे सिंहासन आहे. आणि समजा मी तुमच्यासमोर खरे सिंहासन ठेवले तरी तुम्ही म्हणाल की याची काय गरज आहे? आम्ही सिंहासनावर बसलेलो आहोतच!

तुम्ही स्वत:ची समजूत घातलेली आहेच! खूप पूर्वीपासून अगदी जन्मजन्मांतरापासून या जुन्या फाटलेल्या सतरंजीबरोबर तुम्ही एक स्वप्न गुंफले आहे. ते तुम्हाला सिंहासन वाटते आहे. त्याच्यापेक्षा अधिक मोठे सिंहासन कोणतेही नाही. म्हणूनच जेव्हा तुम्हाला कोणी एखादा गुरू सांगतो की सोडून दे अहंकार, तेव्हा तुम्हाला खूप त्रास होतो. तो म्हणतो, मी तुम्हाला सिंहासन देतो. परंतु तुम्हाला ते सिंहासन दिसत नाही. तुम्हाला आपली सतरंजीच दिसते. तुम्हाला वाटते की हातातून सतरंजी सुटते आहे, कमीत कमी काहीतरी आहे. माहीत नाही, हे सिंहासन असो वा नसो.

अहंकार सोडाल तरच सिंहासन नजरेस पडेल. सतरंजीचे स्वप्न तुटेल, संसाराचे स्वप्न तुटेल, तेव्हाच परमेश्वराच्या सत्याची प्रचीती सुरू होते.

आज एवढेच!

◆

'गूँगे केरी सरकारा'मधून

जम ते उलटि भये है राम ।
दु:ख बिनसे सुख कियो विसरा ॥
बैरी उलटि भये है मीता ।
सातक उलटि सुजन भये चीता ॥

अब मोहि सखा कुसल करि मानिया ।
सांति भई जब गोबिंद जानिया ॥
तन महि होती कोटि उपाधि ।
उलटि भई सुख सहज समाधि ॥

आपु पछानै आपै आप ।
रोगु न बियापै तीनो ताप ॥
अब मनु उलटि सनातन हुआ ।
तब जानिया जब जीवत मुआ ॥

कहु कबीर सुख सहजी समावउ ।
आपि न डरउ न अवर डरावउ ॥

प्रवचन तीन

अमृताचे द्वार मृत्यू आहे

वाल्मीकी रामाचे नाव कसे विसरून गेले या संदर्भात एक प्राचीन कथा आहे. ते अशिक्षित होते. गुरूने त्यांना व्यवस्थित सांगितले होते पण त्यांना विस्मरण झाले आणि उलटेच नाव लक्षात राहिले. रामाच्या जागी मरा–मरा त्यांच्या लक्षात राहिले. असे म्हणतात की त्याचाच जप करता करता ते मुक्त होऊन गेले.

मरा–मरा असे सातत्याने म्हणत गेले तर त्याचा राम–राम असा ध्वनि आपोआप सुरू होऊन जातो. मरा–मरा–मरा असे एकसारखे म्हणत गेलो तर त्याचा उच्चार शेवटी राम राम हाच होतो.

असे झाले किंवा नाही, ते महत्त्वाचे नाही पण ही कहाणी खूप प्रतीकात्मक आणि खूप मौल्यवान आहे.

मरा– मराचा जप तर तुम्ही सुद्धा करत आहात, पण तो राम–राम होत नाही. प्रत्येक मनुष्य मृत्यूमुळे भयभीत आहे, आणि मरा–मराचा आतमध्ये जप चालू आहे. कबीर म्हणतात, दिवसामध्ये शंभरवेळा मनुष्य मरतो आहे. जेव्हाही मनामध्ये भय निर्माण होते, तेव्हा मरा–मराचा ध्वनी आतमध्ये उमटायला लागतो. भय मृत्यूचाच जप आहे. परंतु तुमचा मरा–मरा वाल्मिकी सारखा होत नाहीये, कारण की त्याला तुम्ही तितक्या उत्कटतेने, तीव्रतेने, सातत्याने म्हणत नाही.

समजा एखाद्या व्यक्तीने मृत्यूचे स्मरण अगदी नीटपणे केले तर मृत्यूचे स्मरण हे परमात्म्याचे स्मरण होते. या कहाणीचे सार हेच आहे. कारण की जी व्यक्ती मृत्यूचे – मरणाचे स्मरण व्यवस्थित करेल, त्या व्यक्तीचे जीवनाबद्दलचे प्रेम, आसक्ती संपून जाईल. कारण की त्याला कळून चुकेल की जीवनाच्या प्रत्येक क्षणामध्ये मृत्यू दडला आहे. ज्याने मृत्यूला ओळखले आहे, त्याचे जीवन मोहापासून, जीवनाच्या बाबत, राग जीवनाच्या बाबत जी आसक्ती आहे, त्या सगळ्यापासून नष्ट होऊन जाईल. ज्याने मृत्यूचे स्मरण व्यवस्थित केले आहे, त्याला मृत्यूच्या मागे दडलेल्या अमृताचा बोधही लवकर होऊन जाईल. कारण की मृत्यू तर नाण्याची एक बाजू आहे. आणि दुसऱ्या बाजूवर राम आहे. एका बाजूला मरण आहे, दुसऱ्या बाजूला अमृत आहे. एक किनारा मृत्यू आहे, तर दुसरा किनारा अमृत आहे. एक किनारा व्यवस्थित ओळखता आला तर दुसरा किनारा फार लांब नाही. ज्याने मृत्यूला ओळखले आहे, त्याने अमृतालाही ओळखले आहे.

हाच अर्थ आहे त्या कहाणीचा जी वाल्मीकीच्या बाबत प्रचलित आहे, मरा–मरा जप करता करता ते रामनामाला प्राप्त होऊन गेले.

तुम्ही सुद्धा स्मरण करत आहात, पण तुमच्या नामस्मरणात एकाग्रता नाहीये. तुम्ही खूप हळू हळू आणि अंतर ठेवून स्मरण करता. एकदा मरा म्हणता, पुन्हा

खूप वेळानंतर मरा म्हणता. दोन्ही जोडले जात नाहीत. दोन्ही जोडले गेले तर मधे रामाचा उच्चार–ध्वनी निर्माण होतो. मृत्यूची आठवणच रामाची आठवण बनून जाते.

ही तर पहिली गोष्ट. कबिरांच्या सूत्रामध्ये प्रवेश करण्यापूर्वी दुसरी गोष्ट–या जीवनामध्ये तुम्हाला जे काही मिळाले आहे, त्यामधील कोणतीही गोष्ट व्यर्थ नाही. तुम्ही ती नीट जमवून घेत नाही, असे होऊ शकत असेल की त्यातून संगीत निर्माण होत नसेल. तुमचे स्वर नीट जुळले जात नसतील, जीवन सजवण्याची कला जर तुम्हाला येत नसेल, तुम्ही उलटे–सुलटे काहीही करत राहिलात, परंतु तुम्हाला जे काही मिळाले आहे, त्याला नीटनेटके ठेवण्याची कला तुम्हाला जर आली तर तुमच्या लक्षात येईल की तुम्हाला व्यर्थ असे काहीही मिळालेले नाही. सगळे उपयोगाचे आहे. जीवनामध्ये असलेले एक अंशसुद्धा व्यर्थ नाही. असूही शकत नाही. कारण की ज्या भव्यतेमधून जीवन निर्माण होते, ते जीवन ही एक तुमच्यासाठी भेट आहे, त्या भेटीमध्ये काही कमतरता कशी असेल? तुम्ही ओळखू शकत नाही, हे होऊ शकते, तुम्ही जमवू शकत नाही, हे होऊ शकते. जीवनाच्या खूप बाजूंना तुम्ही व्यर्थ समजताय, पण तुमचे हे समजणे पूर्ण समजणे नाहीये, हे होऊ शकते. परंतु प्रत्यक्षामध्ये जीवनामध्ये काहीही व्यर्थ होऊ शकत नाही.

व्यवस्थित संयोजन पाहिजे.

तुम्ही असे आहात की जशी एक अराजकता! ज्यामध्ये भरपूर गोंधळ आरडाओरडा आहे. परंतु हेच आरडाओरडीचे स्वर जर एखाद्या संगीत तज्ज्ञांच्या हाती पडले तर तो त्याच स्वरांना गीतामध्ये स्वरबद्ध करेल. तेच स्वर एक लयबद्ध छंदासारखे बनून जातील. त्याच स्वरांपासून एक मनोरंजक – मनोहारी गीत निर्माण होऊन जाईल. ते स्वर प्राणांची बासरी वाजवणारे बनतील.

तुमच्याकडे सारे काही आहे, परंतु ते सारे नीट करण्याची कला तुमच्याकडे नाही. समजा तुम्हाला ते नीटनेटके करणे जमले तर क्रोध कारुण्य होते आणि समजा तुम्हाला ते नीट जमले नाही तर कारुण्य तुमचा क्रोध बनलेला असेल. तुम्हाला जमवणे समजले तर तिरस्कारच प्रेम होऊन जातो. आणि तुम्हाला जमवता आले नाही तर तुमचे सारे प्रेम विषासारखे तिरस्करणीय बनेल. तुम्ही ते नीट जमवू शकलात तर जेथे जेथे तुम्हाला शत्रू मिळाले असतील तेथे तेथे तुम्ही मित्र मिळवाल. तुम्हाला नाही जमले तर मित्रसुद्धा, आज नाही उद्या शत्रू होऊन जातील.

समजा तुम्हाला जगण्याची कला अवगत झाली नाही तर आपलेसुद्धा परके बनतात. जर जगण्याची कला नीट समजली तर परकेही आपले बनतात. दोष कधीच कुणाचा नसतो. तुमच्या जमवण्यामध्येच काही तरी दोष असेल.

जीवनाची निंदा कधीही करू नका. निंदेमुळे काहीही हाती लागणार नाही. निंदेमुळे हे होऊ शकते की तुम्ही जीवनाच्या काही गोष्टींना फेकून द्याल. जे महत्त्वाचे

होते तेच फेकून द्याल. आणि जेव्हा उद्या तुम्हाला हे समजेल तेव्हा तुमच्या लक्षात येईल की आपल्याच हाताने आपण अपंग झालो आहोत.

फेकण्यासारखे काहीच नाही. समजा जीवनाची एखादी बाजू त्रासदायक वाटत असेल तर विचार करा, की तुम्ही ती गोष्ट चुकीच्या जागी ठेवली आहे. ती योग्य जागी ठेवल्यास जीवनाची अस्वस्थता दूर होईल.

तुम्ही अशांत – अस्वस्थ आहात. तुमच्या अशांतीचे – अस्वस्थतेचे मूळ कारण बस एवढेच आहे की जेथे डोळे ठेवायचे तेथे तुम्ही कान ठेवले आहेत, जेथे कान पाहिजेत तेथे हात ठेवले आहेत. जेथे पाय असायला हवे होते तेथे तुमचे डोके आहे. तुमची शीर्षासनासारखी अवस्था झाली आहे. म्हणून तुम्ही अस्वस्थ आहात. यामुळेच तुमच्या जीवनामध्ये शांततेचा स्वर नाही.

सर्व प्रकारच्या साधना जीवनाला जगण्याला व्यवस्थित ठेवण्याचे नाव आहे. म्हणून जेव्हा तुम्हाला असे वाटेल की एखादी गोष्ट घडते आहे, टोचते आहे, चावते आहे, त्यावेळेस तुम्ही निंदा अजिबात करू नका. तेव्हा तुम्ही विचार करा, तेव्हा तुम्ही ध्यान करा. त्यानंतर तुम्ही शोधा की तुम्ही कुठली एखादी गोष्ट चुकीच्या ठिकाणी तर ठेवली नाही.

ही गोष्ट लक्षात घेऊन आपण कबिरांच्या या दोह्याकडे वळूयात.

'जम ते उलटि भये है राम । दुख बिनसे सुख कियो बिसराम ।। बैरी उलटि भये है मीता । सातक उलटि सुजन भये चीता ।। अब मोही सरब कुसल करि मानिया । सांति भाई जब गोबिंद जानिया ।।'

'जम ते उलटि भये है राम ।' ज्याला मी मृत्यू समजत होतो, ज्याला मी यमदूत समजून बसलो होतो. ते स्वत: परमेश्वरच निघाले. मृत्यू हेच अमृत आहे हे मला समजले आहे.

समजण्यात चूक होती. मृत्यू तर कुठेच नाहीये. अज्ञानाशिवाय मृत्यू कुठेही नाही. कुणीही कधी मेलेले नाही. कोणी कधीही मरू शकत नाही. मृत्यू नसतोच मुळी! असूही शकत नाही. कारण की जे आहे ते सदैव तसेच राहील. जे काही आहे ते नष्ट कसे होऊन जाईल? नष्ट होण्याचा अर्थच हा आहे की अस्तित्वच उरणार नाही. होत्याचे नव्हते होऊन जाईल.

वैज्ञानिक सांगतात की वाळूचा एक कणसुद्धा आपण नष्ट करू शकत नाही. आपण कितीही उपाय केले आपण एका वाळूच्या कणाचा ॲटम बाँबने विस्फोट केला तरी सुद्धा वाळूचा कण नष्ट होणार नाही. तुटेल, त्याचे तुकडे–तुकडे होतील, पण तरीही तो राहील. संपवण्याची कोणतीही सुविधा नाही. आणि ना बनवण्याची कोणती सुविधा आहे. संपवण्याचा अर्थ हा होतो की जे होते त्याला आपण नकार दिला. बनवण्याचा अर्थ म्हणजे जे नव्हते ते आपण निर्माण केले. दोन्हीही नव्हते.

ज्याला आपण बनवणे म्हणतो, ते पुन्हा एकत्र करणे आले आणि ज्याला आपण संपवणे म्हणतो ते पुन्हा विस्कटणे होय.

एक घर आपण बनवतो. सारे काही असते, विटा होत्या, दगडे होती, पाणी होते, माती होती, सारे काही होते ते सगळे एकत्र जमवले आणि एक घर तयार झाले. पुन्हा आपण ते घर पाडतो, तरीही सगळे तसेच राहाते. विटा राहातात. दगडे राहातात, माती राहाते. फक्त एकमेकांचा संबंध तुटतो.

नष्ट तर काहीच होत नाही आणि ना काही सृजन होते. फक्त योग जुळून येतो आणि विस्कटतोही! जुळून येण्याचे नाव जीवन आहे. आणि अलग होणे म्हणजे मृत्यू आहे. परंतु काहीही संपत नाही आणि काहीही निर्माण केले जात नाही. आणि जेव्हा तुम्हाला याची आठवण येईल तेव्हा तुमच्या असे लक्षात येईल की मृत्यूच्या मागे साक्षात परमेश्वर उभा आहे.

तुम्ही घाबरला आहात, आपण संपून जाऊ या भयाने तुम्ही घाबरला आहात. तुम्ही नष्ट होण्याची कोणतीही शक्यता नाही. खूप वेळेस मृत्यू तुमच्याकडे आला आहे पण तुम्ही संपला नाहीत. मृत्यू खूप वेळेस जवळ आला पण तुम्ही अस्पर्शित राहिलात. तुमच्यावरती साधा एखादा ओरखडाही उठला नाही. मृत्युने सगळे उपाय केले पण तुम्ही संपला नाहीत. तरी सुद्धा तुम्ही घाबरला आहात, तेव्हा याचा अर्थ एकच आहे. मृत्यूविषयी तुमच्या मनात असणारे अज्ञान. तुमचे डोळे बंद आहेत. डोळे उघडे ठेवून तुम्ही मृत्यूकडे बघितले नाही.

जेव्हा कधी माणसे मरतात, तेव्हा इतकी घाबरून जातात की केवळ भीतीमुळे सुद्धा चक्कर येऊन पडतात. मरते समयी माणूस शुद्धीवर नसतो. मरणाच्या थोडा वेळ आधीच तो बेशुद्ध होतो.

म्हणून तर तुम्हाला मागील मृत्यूविषयी काही आठवत नाही. तुम्ही बेशुद्धावस्थेत मरण पावला होतात, कसे आठवणार? जी व्यक्ती शुद्धीत असताना मृत्यू पावते तिला आठवते. कारण की शुद्धीत असताना चांगले आठवणीत राहाते. बेशुद्धावस्थेतील लक्षात राहात नाही.

समजा शुद्धीत मृत्यूकडे बघितले तर – 'जम ते उलटि भये है राम' – मृत्यू उलटा दिसायला लागतो. जेथे मरा–मरा समजत होते, तेथे राम–रामचा ध्वनी ऐकू येतो. वाल्मीकीच्या बाबतीत नेमके हेच झाले. मरा–मरा मराचा जप करता करता अचानक जागे झाले. सगळे उलटे झाले. मंत्र बदलून गेला. रामाच्या नावाची धुन निर्माण होऊ लागली.

शब्द तर तोच आहे, जे मरामध्ये आहे तेच राममध्ये आहे, फक्त जोड बदलत जातो. मरामध्ये 'म' प्रथम आहे, 'रा' मागे आहे. 'राम' मध्ये 'रा' प्रथम आहे 'म' नंतर आहे. एवढाच फरक आहे. थोडासा संबंधाचा फरक आहे. परंतु मृत्यूमध्ये

आणि रामामध्ये खूप फरक आहे. राम जीवन आहे, परमकोटीचे जीवन आहे. आणि मृत्यू भय आहे. अंधकार आहे.

'जम ते उलटि भये है राम' – हे घडेल, जेव्हा तुम्ही मृत्युला समोरासमोर भेटाल. मृत्यूपासून दूरही जाऊ नका. पळून सुद्धा कुठे जाल? कुठेही जा मृत्यू तेथेही येईल. पळून जाणे हा उपाय नाही. थांबा आणि मृत्युला सामोरे जा.

महर्षि रमण यांनी एक चांगली आठवण सांगितली आहे. की त्यांना ज्ञान कसे प्राप्त झाले ते सतरा वर्षाचे होते आणि त्यांना अचानक असे वाटले की मृत्यू आपल्या जवळ येत आहे. शोधात होते. जमिनीवर झोपून गेले. मृत्यू येत असेल तर काय केले जाऊ शकते? पळून जाऊन तर कोणीही वाचू शकत नाही. मरायचे आहे तर मरायचेच आहे असे समजून मरणे केव्हाही योग्य. हात पाय थंड पडले. शरीर सुन्न होऊन गेले. आणि त्यांना मृत्यू येताना दिसत होता. शरीर हळूहळू हरवते आहे. शरीर एकदम मृतवत प्रेतासारखे होऊन गेले, परंतु तरी सुद्धा बघत होते. आणि तेव्हा क्रांतीच घडली, शरीर तर संपले (मेले). मी जिवंत आहे. उठून बसले कारण की शरीराचा मृत्यू माझा मृत्यू नाही हे लक्षात आले. त्या दिवसापासून भय संपलेच! त्या दिवसापासून शोधही पूर्ण झाला. त्या दिवशी 'मरा' उलटा होऊन राम झाला. पुन्हा जाणून घेण्यासारखे काही उरले नाही.

म्हणूनच रमण यांची साधना पद्धत एकदम सहज सोपी आहे. ते एवढेच सांगतात की तुम्ही मरायचे कसे ते शिकून घ्या. तुम्ही मरून जा. आणि जेव्हा तुम्ही मराल तेव्हा तुमच्या लक्षात येईल की तुमच्या आतमध्ये तर असे काही आहे की जे मरत नाही. तुमची चेतना मरत नाही. तुमचे ज्ञान, बुद्धी मरत नाही. इकडे तुमचे शरीर एकदम मरून पडते, तिकडे तुम्ही परिपूर्ण रूपात आतमध्ये जिवंत आहात – आणि तुम्ही इतके जिवंत आहात की जितके तुम्ही कधीही नव्हतात कारण की आत्तापर्यंत तुम्ही शरीराशी जोडले गेलेले होतात, आणि शरीराचा भार तुमच्यावर होता. आता तर शरीर मृत झाले आहे तुम्ही भारविरहित होऊन गेला आहात. तुमच्या मानेवरील दगड दूर झाला आहे – आता तुम्ही मोकळ्या आकाशामध्ये उडू शकता.

समजा तुम्ही थोडे दिवस मरण्याचा अभ्यास करा म्हणजे रोज थोडा वेळ जमिनीवर झोपा आणि शरीराला विसरा, बस ते तर तुमचे ध्यानच झाले. फक्त एकच गोष्ट लक्षात ठेवा की शरीर जर मृत आहे तर त्याला हलवू नका, कारण की मुडदा (मृत–शरीर) कुठे हलतो? मुंगी चावली तर तुम्ही काय कराल? मरून पडला आहात, मुंगी चावते आहे, तुम्ही फक्त बघत रहा.

एखाद्या वेळेस तुम्ही असे मृतवत पडून राहा, कधी तरी अचानक त्यापासून योगप्राप्ती होईल. जेथे तुमचा आणि शरीराचा संबंध तुटून वेगळा होऊन जातो. तेव्हा चेतना वेगळी होऊन जाते आणि शरीर वेगळे होते स्वत: वेगळे राहून तुम्ही आपलेच

शरीर पडलेले बघाल.

अनंत अंतर पडून जाते की जे कधीही भरून काढता येत नाही.

याच घडीला 'मरा'चा मंत्र बदलतो, 'रामा'चा स्वर ऐकू येऊ लागतो. कारण की या घटनेनंतर पुन्हा कोणताही मृत्यू नाही. तुम्ही मृत्यू समजून घेतलात आणि मृत्यू संपवून टाकलात. ज्यांनी मृत्यूला समजून घेतले त्यांचा मृत्यू संपून गेला. आणि न समजून घेता जो धावत सुटला, स्वत:ला वाचवत राहिला. त्याचा मृत्यू अधिक पक्का होतो.

तुमच्या या पळपुटेपणामुळेच तुम्ही चिंताग्रस्त आहात, कोड्यात पडला आहात. आणि तुम्ही अगदी पक्के पळपुटे आहात. तुम्ही नेहमीच पळत सुटता. जेथे तुम्हाला भय आहे असे लक्षात येते तेथून तुम्ही लगेच पळ काढता. तुम्हाला हे समजत नाही की पळून जाण्यामुळे भय अजून वाढते, कमी होत नाही. तुम्ही आपल्याच सावलीपासून पळून जात आहात, पळून कुठे जाणार? जितक्या जोरात तुम्ही पळाल तितक्याच तीव्रतेने सावली तुमचा पाठलाग करेल. तुमचे मन म्हणेल अजून जोरात धाव, हे धावणे कमी पडते आहे. कारण की सावली पाठलाग करते आहे. तुम्ही अजून जोरदार धावाल, सावली तितकीच जोरात धावेल. मन म्हणेल, इतकेही पुरेसे नाही, सारी शक्ती पणाला लावली तरच वाचू शकशील. पण तुम्ही कितीही शक्ती पणाला लावली तरीसुद्धा तुमची सावली तुमच्याच जवळ असेल. कारण की ती सावली तुमची सावली आहे, ती तुमच्यापासून दूर जाऊ शकत नाही.

आणि समजा तुम्हाला असे वाटत असेल की सावलीने तुमच्यामागे धावू नये तर तुम्ही धावू नका, उभे राहूनच सावलीला बघत रहा. बघून तुम्ही हसाल. कारण की सावली तर एक अभाव आहे.

जसे प्रकाशाच्या मध्ये काही अडथळा आला तर सावली येते तसेच ज्ञानाच्या मध्ये काही बाधा आली तर मृत्यू तुमची सावली बनून येते. ती असून नसते. तुम्ही धावता आणि त्यामुळे ती अजून दाट बनते. तुम्ही स्वत:ला वाचवू बघता. म्हणून ती तुमचा पाठलाग करते. तुम्ही थांबलात तर ती सुद्धा थांबेल. तुम्ही उभे राहिलात तर ती सुद्धा उभी राहील. तुम्ही अगदी नीट काळजीपूर्वक बघा. ती नाहीशी होईल.

सावलीला नष्ट थोडेच करावे लागेल. एखादी तलवार उचलून तिची मान थोडीच कापावी लागेल. सावलीसाठी काहीच करायचे नाही, फक्त तिला ओळखायचे आहे. सावलीसारखेच सावलीला ओळखायचे आहे.

ज्या दिवशी तुम्हाला हे लक्षात येते की हे असत्य – असत्य आहे, असत्य नष्ट होते. ज्या दिवशी तुम्हाला समजते आभास – आभास आहे, त्या दिवशी आभास नष्ट होतो. 'माया' ला ओळखले – माया आहे, मग माया कुठे?

सत्य समजून घ्यायचे नाहीये फक्त असत्य जाणून घ्यायचे आहे – ओळखायचे

आहे. असत्य जाणल्याक्षणीच असत्य नष्ट होते, जे उरते तेच सत्य असते.

सत्य शोधण्याचा प्रयत्न करू नका, फक्त असत्य ओळखून काढा. जीवनाचा शोध घेण्याचा थेट प्रयत्न करू नका. फक्त मृत्यूचा शोध घ्या. त्याला ओळखा.

परमेश्वराला शोधण्यासाठी तुम्ही कुठे जात आहात? मृत्यूला ओळखा – त्याचा शोध घ्या. ज्याचा मृत्यू सावली बनून राहात आहे तोच परमेश्वर आहे. तुम्ही सावलीला नीट बघा. सावलीच्या आधारे तुम्ही ज्याची सावली आहे त्याच्यापर्यंत पोहोचाल. पण तुम्ही सावलीपासून वाचल्यामुळे त्याच्यापर्यंत पोहचू शकत नाही, कारण ज्याच्यापर्यंत पोहोचायचे त्याची सावली तयार होत आहे.

छाया सोपान आहे.

म्हणून तर कबीर म्हणतात. 'कब मरि हौ कब भेटिहौ, पूरन परमानंद'! केव्हा मिटून जाईल त्या पूर्ण परमांनदाला केंव्हा भेटेन. सावलीला बघताक्षणीच तुम्ही मिटून जाल. रामच फक्त उरेल. सावलीपासून पळून जाणारे तुम्ही सुद्धा सत्य असू शकत नाही. जो असत्याला घाबरलेला आहे, तो सत्य कसे असू शकेल. जो सावलीला घाबरलेला आहे, त्याची काय सत्ता असू शकते?

सावलीला जो घाबरतो तोच तुमचा अहंकार आहे.

याला आपण असे समजू की हिशोब बरोबर झाला.

अहंकार मृत्यूला घाबरतो. त्याचे घाबरणे स्वाभाविक आहे, कारण ते मरण पावेल. आणि अहंकाराबरोबर तुम्ही अगदी एकजीव झाला आहात आणि अशा ज्ञानाच्या क्षणी, बोधाच्या प्रकाशाच्या क्षणी – 'जम ते उलटि भये है राम ।' त्या क्षणाला जीवनाचे सारे रूपच बदलून जाते, सगळा अर्थ बदलून जातो.

एका बाजूने बघताना जीवन मृत्यू आहे. दुसऱ्या बाजूने बघताना जीवन संपूर्ण परमानंद वाटते. ते पूर्ण परमानंद आहे, ते उच्च परम जीवन आहे. बघण्याच्या दृष्टिकोनावर सारे अवलंबून आहे, तुम्ही कसे बघता यावर सारे आहे. कुणी एकाने पाण्याचा ग्लास अर्धा भरून ठेवला आहे. तुम्ही रिकाम्या अर्ध्या भागाकडे बघूनही म्हणू शकता, ग्लास अर्धा रिकामा आहे. तेव्हा रिकाम्या भागाकडे नजर असेल. तुम्ही भरलेल्या भागाकडे सुद्धा पाहू शकता, तेव्हा तुम्ही म्हणाल ग्लास अर्धा भरलेला आहे, तेव्हा भरलेल्या भागाकडे नजर असेल. जेव्हा तुम्ही मृत्यूकडे बघता तेव्हा तुम्ही रिकाम्या जागी बघता, तेव्हा तुमचा भर रिकाम्या ठिकाणावर आहे, सावली वर आहे आणि तेव्हा तुमच्या जीवनामध्ये एकटेपण उरेल. तुम्ही भरलेल्या बाजूनेही पाहू शकता. जी बाजू तुम्हाला मृत्यूसारखी भासते त्या बाजूला तुम्ही का बघता? तुम्ही जीवनाच्या बाजूने का बघत नाही? जे आहे, त्याच्या बाजूने का बघत नाही! जे नाही त्या बाजूने का बघता? परंतु ती तुमच्या मनाची खूप मोठी सवय आहे.

ज्याचा अभाव आहे तेच मनाला दिसते जे तुमच्या जवळ असते, ते दिसत नाही, जे तुमच्याजवळ नसते, तेच दिसते. तुमच्या जवळ जे पंचवीस हजार रुपये आहेत ते दिसणार नाहीत. पण जे तुमच्या जवळ नाही त्याचा अभाव नक्कीच जाणवेल.

मन नेहमीच अभावामध्ये जगते. म्हणून तर ते नेहमी दु:खी राहाते. अभावामध्ये कधी कुणी आनंदित राहू शकेल का? आनंदाने जगण्याचा मार्ग म्हणजे भरभरून जगणे होय.

एक यहुदी फकीर होता – झुसिया! खूप गरीब मनुष्य होता. त्याच्यापेक्षा दुसरा कोणताही माणूस गरीब नव्हता. त्या गावाचा राजा एक दिवस सकाळी सकाळी घोड्यावरून निघाला होता. तो नेहमी या झुसियाला झाडाच्या खाली बसलेला बघत असे. थंडी असेल तर तो कुडकुडत असे, कपडेही त्याचे ठीक नसत. जाळण्यासाठी तो योग्य अशी लाकडेही खरेदी करू शकत नव्हता. एका वेळेला भाकरी मिळाली तरी ते त्याच्यासाठी खूप होते. तरीसुद्धा तो त्याला दररोज सकाळी प्रार्थना करताना बघत होता. तेव्हा राजा एक दिवस तेथे थांबला की पाहूयात हा काय प्रार्थना करतो आहे ते.

झुसिया परमेश्वराची प्रार्थना करत होता की तुझी खूप कृपा आहे. तू माझ्या सगळ्या गरजांची काळजी घेतोस, साऱ्या गरजा पूर्ण करतो.

राजाला हे सारे सहन झाले नाही. तो थांबला. जेव्हा त्याची प्रार्थना पूर्ण झाली, तेव्हा तो म्हणाला "झुसिया, खोटे बोलतोस तुला शरम वाटायला हवी. साधूला खोटे बोलणे शोभत नाही. हे सारासार खोटे आहे. आणि तू परमेश्वराशीच खोटे बोलतोस. थंडी आहे, जाळण्यासाठी लाकडे नाहीत, घालायला कपडे नाहीत, सारे शरीर थरथरते आहे. भाकरीसुद्धा मोठ्या मुश्किलीने मिळते आहे. तुझ्या जवळ साधे छप्परही नाही, झाडाच्या खाली राहून जगतोस. ही तुझी गरिबी, आणि परमेश्वराला म्हणतोस की माझ्या सगळ्या गरजा तू पूर्ण करतोस."

झुसिया हसायला लागतो. तो म्हणाला "गरिबी माझी गरज आहे. Poverty is my need"

हा जो मनुष्य आहे त्याच्यासाठी मृत्यु उलटा होऊन 'राम' होऊन जाईल.

"गरिबी माझी गरज आहे" – असे झुसिया म्हणाला. पण असे म्हणणे विचित्रच आहे. कारण की काही गोष्टी गरिबीमध्येच विकसित होतात. समजा तुम्ही त्यांना बघितले तर गरिबी त्यांची गरजच आहे. काही गोष्टी श्रीमंतीमध्ये नष्ट होतात. तुम्ही त्यांना बघितले तर श्रीमंती ही गरज नाही. काही गोष्टी अशा आहेत ज्या श्रीमंतीमध्ये विकसित होतात. आणि समजा तुम्ही त्यांना बघितले तर श्रीमंती ही खरच गरज वाटेल. तुमच्या दृष्टिकोनावर अवलंबून आहे.

झुसिया म्हणाला ''गरिबी माझी गरज आहे, याची मला गरज आहे, म्हणून तर त्याने मला गरीब ठेवले आहे.''

तुम्ही कुठून बघता?

तुम्ही सावलीच्या बाजूने का बघायला लागता? तुम्ही आत्ता जिवंत आहात, परंतु तुम्हाला आता जीवन जगणे दिसत नाहीये आणि मृत्युचे भय मात्र सामावलेले आहे, जे आत्ता नाहीये आणि कधीच नसणार आहे. जे जीवन आत्ता तुमच्या दाराशी उभे आहे ते तुम्हाला दिसत नाहीये. सूर्य उगवला आहे, तो तुम्हाला दिसत नाही, रात्र जेव्हा कधी होईल, तेव्हा होईल पण त्याच्या भयाने तुम्ही थरथरत आहात. तुमच्यासाठी तर रात्र आत्ताच झाली आहे – सूर्य उगवला आणि रात्र झाली, कारण की तुम्ही भयाने कापत आहात. भर दुपारी अंधार आहे.

आणि सूर्य उगवल्यानंतरसुद्धा तुम्ही अंधारासारखी अवस्था निर्माण केली. तसेच यासारखी उलटी अवस्था सुद्धा होऊ शकते. जो आशादायी नजरेने बघतो, अभावाच्या बाजूने नाही, त्याला अंधाऱ्या रात्रीसुद्धा सूर्य उगवलेला दिसतो. त्याचा सूर्य कधीसुद्धा मावळत नाही, मावळू शकत नाही. सारा खेळ तुमच्या दृष्टीचा आहे. नेहमी लक्षात ठेवा अस्तित्वाच्या जे आहे – त्या बाजूने बघा. हळूहळू तुम्ही त्याची एक एक पायरी चढत चढत त्या परमेश्वराच्या पर्यंत पोहोचाल. ज्याचे नाव राम आहे. आणि जे नाहीये त्यालाच तुम्ही बघितले तर तुम्ही उतरत उतरत अंधाऱ्या दरीत पोहोचाल. जिचे काहीच अस्तित्व नाही, अस्तित्व नसण्याची, अंधारमयी – ज्याचे नाव मृत्यू आहे, तुमच्यावर अवलंबून आहे. हीच शिडी अंधार आणि प्रकाशाच्यामध्ये टिकून आहे – एकच पायरी

तुम्ही शिडी बघितली आहे? शिडीचे दोन भाग असतात. एक तर शिडीमध्ये लावलेले दांडे असतात की जे अस्तित्वाचे दांडे आहेत, ज्याच्यावर तुम्ही पाय ठेवून चढता, आणि दोन दांड्यांच्यामध्ये जी पोकळी असते ती म्हणजे अभावाची! समजा तुम्ही त्या अभावाच्या ठिकाणी पाय ठेवलात तर तुम्ही खाली पडाल. तुम्ही खोल अंधारामध्ये हरवून जाल. तोच मृत्यू आहे. तीच सावली आहे. अंधार आहे. समजा तुम्ही अस्तित्वात – 'भावा'च्या दांड्यावर पाय ठेवलात तर तुम्ही पूर्ण परमानंदापर्यंत पोहोचाल.

कबीर म्हणतात ''सारे जग ज्या मृत्यूला घाबरते, भयभीत आहे – 'मेरो मन आनंद' – त्याच मृत्यूने माझे मन आनंदित होत आहे.''

तुम्ही कसे बघता? तुम्ही कसे जगता? तुमचा जगण्याचा ढंग कसा आहे? नकारात्मक? नास्तिक का आस्तिक? मी त्यालाच आस्तिक म्हणतो जो सकारात्मक भावाने जगतो. त्याला नास्तिक म्हणतो जो नकारात्मक – अभावाच्या भावनेने जगतो. आस्तिकाचा कोणताही संबंध ईश्वराबरोबर मानायचा नाहीये. मानायची

कोणतीही गरज नाही.

आस्तिकता, जी आहे, त्याला बघण्याचा एक ढंग आहे. नास्तिकता, जी नाही, त्यालाही बघण्याचा एक ढंग आहे. पुन्हा जे नाही त्याला बघता बघता तुम्ही स्वतःच अदृश्य (अस्तित्वविरहित) होऊन जाल. तोच मृत्यू आहे. जे आहे त्याला बघता बघता तुम्ही परम अस्तित्व बनून जाल. तोच परमात्मा आहे.

कबीर म्हणतात 'जम ते उलटि भये है राम । दुःख बिनसे सुख कियो विसराम ।।' आणि दुःख संपलेले आहे, आणि सुखाला विश्राम (विश्रांती) मिळाली आहे.

दुःख म्हणजे धावणे आहे आणि सुख म्हणजे विश्रांती! तुम्ही धावता ते सुख मिळवण्यासाठी! तुम्ही ते गणितच चुकीचे केले आहे. तुम्ही विचार करता धावून धावून (कष्ट करून) सुख मिळेल. पण धावून धावून मनुष्य दुःखच मिळवतो. धावण्याचा अंतिम परिणाम सुख आहे. आणि जितके तुम्ही धावाल तितके दुःखच तुमच्या पदरी पडेल. सुख तर एक विश्रांतीची घडी आहे. जेव्हा धावणे थांबते तुम्ही थांबता, तुम्ही जेथे असता तेथेच थांबता, जेव्हा तुम्ही एक तसुभरही चालत नाही, अशा विश्रामाच्या क्षणी सुखच सुख आहे.

असे समजा की धावण्याने तुम्ही सुख हरवता – जितके धावता तितके हरवतच जाता. धावून तुम्ही दुःख मिळवता, आणि जितके धावता तितके ते वाढतच जाते. सुख थांबूनच मिळवले जाते. आणि थांबणे हेच ध्यान आहे, प्रार्थना आहे, पूजा आहे. थांबण्याचा अर्थच हा आहे की भविष्याचा कोणताही मोह राहू नये. आणि भविष्याबद्दल मोह असेल तर धावणे चालूच राहील. समजा उद्यावर मन स्थिर असेल तर धावणे चालूच राहिल. उद्याला – भविष्याला जवळ आणायचे असेल तर धावावे लागेल.

हेच क्षण सारे काही असेल तर कसले धावणे? धावून कुठे जायचे आहे? धावण्यासाठी जागाच नाही? धावण्यासाठी वेळही नाही आणि अशाच क्षणी अस्तित्व उत्सव साजरा करत असते. तुम्हीच त्यापासून वंचित होता. एक तुम्हीच असे अभागी आहात. आणि अभागी आहात कारण की तुम्ही एकसारखे धावता आहात. तुमचे सुख उद्यामध्ये – भविष्यकाळामध्ये असेल तर तुम्हाला दुःखच दुःख वाटेला येईल. आजच सुख प्राप्त करून का घेत नाही? तुम्ही जरा थांबा. सुख आजही मिळेल. धावण्याच्या प्रवृत्तीमुळे तुम्ही चुकत आहात. धावण्यामुळे तुम्हाला वेळच नाही की तुम्ही सुख भोगू शकाल.

'दुःख बिनसे सुख कियो विसराम।'

म्हणूनच साऱ्या बौद्ध पुरुषांनी म्हटले आहे की वासना–कामना (इच्छा) दुःखाचे मूळ आहे आणि संतोष सुखाचे! संतोषाचा अर्थ आहे थांबणे! संतोषाचा अर्थ हा होतो की जे आहे ते पुरेसे आहे, त्यापेक्षाही अधिक आहे. जे आहे त्याचाच उपभोग घेऊ,

त्याची क्षमता कुठे? तुम्ही थोडा विचार करा, जे आहे ते भोगण्याची तुमची क्षमता आहे? जे मिळाले आहे ते इतके जास्त आहे की तुम्ही तुमच्या झोळीत ते कुठे भरू शकता? तुम्ही अधिक मिळवण्यासाठी धावता आहात.

जगामध्ये दोन प्रकारचे लोक आहेत. एक असे आहेत जे आपलीच झोळी मोठी करतात कारण की जे मिळाले आहे ते इतके जास्त आहे की या झोळीत ते मावलेही जात नाही. हेच लोक साधक आहेत. जे झोळी मोठी करतात, जे स्वत:ला मोठे बनवतात. आणि दुसरे आहेत ज्यांना याची काहीच चिंता नाही की आपल्याजवळ पात्र आहे की नाही, सारखे धावत आहेत, सुखाचा शोध घेत फिरत आहेत. समजा एखाद्या दिवशी याचा शोध त्यांनी घेतला तर ते काय करतील? त्यांच्या लक्षात येईल की पात्र तर त्यांच्या जवळ नाही, सुखाच्या शोधामध्ये ते अजून दुबळे होत आहेत. त्यांचे पात्र आणखी लहान होऊ लागले आहे. जितके तुम्ही मागाल तितके तुमचे पात्र लहान होऊ लागते. जितके तुम्ही धावाल तेवढेच अजून बारीक होऊन जाल. जितके तुम्ही थांबाल तितके पात्र मोठे होत राहील.

थांबलेल्या क्षणामध्ये तुमचा आत्मा आभाळासारखा होउन जातो.

खूप आहे, गरजेपेक्षा जास्त आहे, तुम्ही जितके पिऊ शकाल त्याच्यापेक्षा मोठे सरोवर आहे. अनंत काळापर्यंत भोगू शकाल त्यापेक्षा मोठा उत्सव नेहमीच असणार आहे. तुम्ही आपली झोळी मोठी करा. सुख कसे मिळवू याची तुम्ही चिंता करू नका. तुम्ही याची चिंता करा की जे आता उपलब्ध आहे त्यापेक्षा मी मोठा कसा होईन. ते माझ्यामध्ये कसे सामावले जाईल.

दोघांचे धावणे वेगळे वेगळे आहे. एक स्वत:ला बदलवतो, दुसरा परिस्थितीला बदलवत राहातो. छोट्या घरापेक्षा मोठे घर शोधतो, कमी संपत्ती आहे, जास्त संपत्ती शोधतो. गरिबी–श्रीमंतीचा शोध घेतो. असफलतेतून सफलता शोधतो – परिस्थितीचा शोध घेतो. दुसरा स्वत:ला बदलवतो. आपली झोळी (पात्र) सांभाळतो. आपली झोळी नीट ठेवली आहे की नाही, चुकून उलटी तर नाही ना झाली, आपला हंडा (मडके) इतके गुळगुळीत तर नाही ना की त्यात काहीच भरू शकत नाही. मडके कुठे फुटलेले तर नाही ना, एखादे छिद्र तर कुठे नाही ना की भरल्यावर लगेच वाहून जाईल.

साधकाच्या साऱ्या चिंता आपल्याशी निगडित आहेत. संसारी माणसाच्या साऱ्या चिंता संसाराशी निगडित असतात.

तुमचे मन जेव्हा परिस्थिती बदलण्यासाठी व्याकूळ झाले असेल तेव्हा थोडे थांबा. समजा अशा क्षणी तुम्ही मनाचे ऐकले तर ते तुम्हाला सैरभैर करेल. अशावेळेस अधिकतर करून तुम्ही आपल्या स्वत:ला ओळखा आणि ज्या दिवशी तुमची झोळी अमृत झेलायला तयार असेल, त्यादिवशी तुम्हाला अमृत मिळेल. त्या

क्षणी एका क्षणाचाही विलंब लागणार नाही, फक्त तुम्ही पात्र आहात की नाही हे शोधण्याची गरज भासेल.

ज्या दिवशी तुम्ही तयार असाल त्याच दिवशी परमेश्वरही तयार असेल तो नेहमीसारखाच तयार होता, तो तुमची वाट बघत होता, की कधी तुम्ही तयार व्हाल.

'दुख बिनसे सुख कियो विसराम'

'बैरि उलटि भये है मीता ।'

तुम्ही ज्या दिवशी बदलता त्याच दिवशी सारे जग बदलते. मृत्यू तुमच्यासाठी उलटा होऊन जाईल, रामाचे दर्शन होऊ लागेल. तर या जगामध्ये तुमचा शत्रू कुणी उरेल का? शत्रू तर यासाठी असतो की जो तुम्हाला घाबरवतो, जो तुम्हाला संपवण्याची धमकी देतो. हा आपल्याला संपवणार तर नाही ना याची भीती तुम्हाला आहे. – तोच शत्रू आहे. तुम्ही घाबरावे म्हणून शत्रू आहे. तुमच्या भयानेच शत्रू निर्माण केले आहेत.

म्हणून माणूस जेवढा घाबरेल तितके अधिक शत्रू होतील. शत्रूंची संख्या तुमच्या भयावर अवलंबून आहे. समजा तुमचे भय संपले तर तुमचा कोणताही शत्रू नाही. तुम्हाला कोणी आपला शत्रू समजत असेल, पण तुमचा कुणीही शत्रू नाही.

कबिरांचे शत्रू होते, पण ते शत्रूंच्या बाजूने! जे कबिरांना घाबरत होते. त्यांच्यासाठी कबीर शत्रू होते. परंतु कबिरांचा कुणीही शत्रू नव्हता. कबिरांना खूप लोक घाबरत होते. काशीच्या पंडितांमध्ये खूप भीती होती. कारण की हा माणूस मुळावरच घाव घालत होता. हा माणूस असे काही बोलत असे की त्यामुळे लोक धर्मापासून परावृत्त होऊन जातील कारण की ते म्हणत की मंदिर–मशिद सगळे व्यर्थ आहे. कोण हिंदू आहे? कोण मुसलमान आहे? असे काहीतरी बोलत असत की ते बोलणे, संप्रदाय, समाज, संस्कृती, सभ्यतेच्या उलट होती. हे लोकांना उलटेच शिकवत होते. ते त्यांना सांगत की राजमार्गाने जाऊ नका. नाही तर लुटले जाल; गर्दीपासून सावध राहा, गर्दीबरोबर जाऊ नका, नाही तर संपाल.

'एक एक जिन जानिया' एका – एकाला जाणून घेण्यानेच घडायचे ते घडते. गर्दीशी कोणतेही देणे–घेणे नसते. हा लोकांना काहीतरी विचित्रच शिकवण देत होता. पंडित भयग्रस्त झाले होते. शत्रू खूप होते. पण ते आपल्यामुळेच होते. कबिरांना कुणीही शत्रू नव्हता. कबिरांची कोणी मान कापली असती तरी तो त्यांचा शत्रू होऊ शकला नसता. कारण की कबिरांना माहिती आहे की काटणे तर नसतेच, आणि हा ज्यांना कापत आहे तो मी नाहीये. आणि काटण्याचे परिश्रम हा फुकट करतो आहे, विनाकारण हा कष्ट घेत आहे, विनाकारण चिंता, कष्ट, विनाकारण पाप करत आहे. कारण नसताना कर्माचे जाळे तयार करतो आहे.

कबिरांना यावरच दया येत असेल.

कबिरांचा कोणीही शत्रू होऊ शकत नाही, कारण की शत्रू तर तेव्हा होतात जेव्हा भय वाटते. अभय चेतनेला (अस्तित्वाला) कोणीही शत्रू नाही आणि या जगामध्ये कोणीही शत्रू होत नसतात सारे मित्रच असतात.

तुमचे तर मित्र सुद्धा मित्र नाहीयेत. तुमची मैत्री ही सुद्धा राजकीय चालबाजी आहे. तुमचे मित्र सुद्धा सगळ्या समयी सखेसोबती आहेत. तुम्ही मराल तर तुमच्या बरोबर जाणार नाहीत. तुम्ही दुःखी असाल तर त्याची साधी पुसटशी जाणीवही त्यांना नसेल.

मुल्ला नसरुद्दीन आपल्या पत्नीला एक दिवस सांगत होता की माझे पन्नास टक्के मित्र मला सोडून गेले, कारण की माझे दिवाळे निघण्याची वेळ जवळ आली आहे. संपत्तीही संपली आहे. पत्नीने विचारले की अजून उरलेले पन्नास टक्के तर सोडून गेले नाही ना?''

मुल्ला म्हणाला ''त्यांना अजून माहिती नाही, ज्यांना माहिती झाले ते पळून गेले.''

मित्र सुद्धा तुमचे सुखाचे सोबती असतात. मित्रसुद्धा जोपर्यंत त्यांना खायला मिळते तोपर्यंत बरोबर असतात. जेव्हा लक्षात येते की तुमच्याकडून आता काहीही खायला मिळणार नाही, जेव्हा असे लक्षात येईल की तुमचा आता काहीही उपयोग नाही, तुम्ही लुटले गेलेले आहात (चोखून संपले आहे) तेव्हा तुम्हाला असे फेकतील जसा उसाचा रस चोखून लोक ऊस फेकून देतात. अशा मैत्रीमध्ये काय अर्थ आहे?

एक सूफी फकीर परमेश्वराजवळ प्रार्थना करत असे की, माझ्या शत्रूंशी मी बरोबर सामना करेन, पण माझ्या मित्रांपासून तू मला वाचव.

मित्र सुद्धा छुपे शत्रू असतात.

कबीर अशा अर्थाने म्हणत नाहीत की सारे जग माझे मित्र झाले आहे. सारे विश्व माझे मित्र होत आहे. पण ते अशा क्षणी की ज्या क्षणी मी भयमुक्त होईन. मृत्यू संपला की सारे जग मित्र झाले. आणि जोपर्यंत मृत्यू आहे तोपर्यंत कोणताही मित्र नाही. तोपर्यंत काही जास्त शत्रू आहेत, काही कमी शत्रू आहेत. काही जवळचे शत्रू आहेत, काही दूरचे शत्रू आहेत. काही आपले स्वतःचे, काही आपले नाहीत, परके आहेत, परंतु शत्रू सारे आहेत. कारण की सगळे तुमचे आयुष्य संपवण्यास कारणीभूत आहेत.

तुम्हाला हे माहिती नाही की जीवन एक शाश्वत प्रवाह आहे जो नष्ट होणार नाही. तुम्ही कितीही वाटा, वाटला जाणार नाही. तुम्ही लुटा, लुटला जाणार नाही, तुम्ही सारे देऊन टाकले तरीही काही चुकणार नाही. तुम्ही आत्ता आहात तसेच

राहाल, तुमच्याजवळ भरभरून राहील. उपनिषदे म्हणतात – आपण संपूर्णामधून संपूर्ण देऊन टाकले तरी खाली पूर्णच उरते, तुम्ही कितीही देऊन टाका. तुम्ही सारे काही देऊन टाकले तरीही तुम्ही आतमध्ये भरभरून उराल, जितके नेहमी असता. तुमच्या अशा असण्यामध्ये एक कणभरही फरक पडणार नाही. उलट तुम्ही अजूनही नवीन, ताजे, उत्साही बनाल. तुमचा झरा अधिक ताज्या पाण्याने भरत राहील. नवीन पाण्याचे प्रवाह तयार होतील. तुम्ही अजिबात रिकामे राहाणार नाही. जसे आपण विहिरीतून पाणी काढतो, आपण काढतो आणि लगेच विहिरीमध्ये नवीन पाणी पडते, कारण की विहीर अनंत सागराशी जोडली गेली आहे. तळाशी काही झरे अज्ञात रस्त्यांशी जोडले गेले आहेत. तसेच तुम्ही सुद्धा अनंत आणि पूर्णाशी जोडले गेले आहात. कोण तुम्हाला लुटणार? कोण तुम्हाला संपवेल? आणि समजा तुम्ही घाबरलात, घाबरलात आणि विहीर समजा म्हणाली, की मी पाणी भरू देणार नाही – भयभीत मनुष्य स्वत:ला देऊन – झोकून टाकण्यास घाबरतो. घाबरल्यामुळे चिक्कुपणा– कोतेपणा निर्माण होतो. – पण विहीर सडेल, विहीर खराब होईल. घाण वास सुटेल आणि हळूहळू विहिरीतील झरे बंद होतील. कारण की ज्या प्रवाहांचा उपयोग होत नाही – वापर होत नाही ते बंद होऊन जातात.

तुमच्या गरिबीचे कारण तुमचे भय आहे. तुमची दीनता भयामुळे आहे. भयामुळे तुम्ही स्वत:ला झोकून देऊ शकत नाही. तुम्ही देऊ शकत नाही, कारण पाण्याचा प्रवाह बंद झाला आहे. आणि जेवढे पाण्याचे प्रवाह बंद होतील तितकेच तुम्ही भयभीत व्हाल कारण की समजा तुम्ही वाटले तर येणार कुठून? यामुळे एक दुष्टचक्र तयार होते. तुम्ही एका सडलेल्या कचरा कुंडीसारखे होता. तुम्ही एखाद्या स्वच्छ विहिरीसारखे होऊ शकला असता ज्याचे कधीच विभाजन होत नाही. जो देतो आणि देण्यास चुकत नाही. जो जितके देतो तितके त्याचे ताजे असते.

तेव्हा एक दुसरे चक्र सुरू होते, कारण की तुम्हाला माहिती असते देण्याने वाढतेच! कबीर म्हणतात 'दुई हाथ उलीचिए।' दोन्ही हातांनी उधळा. तुम्हाला हजार हात असतील आणि त्यांनी उधळले तरीसुद्धा कमी होणार नाही. कारण की तुम्हाला मर्यादा नाही, तुम्ही असीम आहात. तुम्ही जसे दिसता तसे तुम्ही नाही आहात. विहीर वर वर दिसायला लहान वाटते, पण खोल तळाशी ती सागराशी जोडली गेली आहे. वरती दिसायला चेहरा छोटा आहे, पण आत्मा तर मोठा आहे. तुम्ही शरीरामुळे छोटे दिसता, ते तर फक्त विहिरीचे बाह्यरूप (तोंड) आहे, आतमध्ये तुम्ही मोठ्या मनाचे आहात.

आणि लक्षात ठेवा जो देणार नाही, तो हिसकावेल. हिसकावणे पाप आहे. देणे पुण्य आहे. वाटणे पुण्य आहे. लुटून नेणे पाप आहे.

असे घडणार नाही पण समजा घडले आणि विहीर एका विहिरीकडून हिसकावून

घेऊ लागली तर तुम्हाला माहिती आहे काय घडेल? कारण की पाणी तर आपली पातळी कायम ठेवेल, समजा एक विहीर दुसऱ्या विहिरीकडून पाणी हिसकावू लागली तर ज्या पाण्याच्या प्रवाहापासून पाणी मिळत होते, ते उलट्या दिशेकडे वाहात जाईल. कारण की विहिरीच्या पाण्याची पातळी तर तितकीच राहिल, ती कमी-जास्त होत नाही. तुम्ही वाटले तर पाणी आतून येईलच! तुम्ही पाणी लुटले (घेतले) तर आतमधून पाणी खेचून घेतले जाते. कारण की पातळी तर बरोबर राहील.

जीवनाच्या संपत्तीची पातळी नेहमीच बरोबर राहाते. तुम्ही द्या, नका देऊ, तुम्ही लूटा, वाटा, काहीही फरक पडत नाही. चेतनेची पातळी तुमच्या आतमध्ये बरोबर होते. तुमची संपत्ती बरोबर राहाते. तुमच्या परमेश्वरामध्ये सुद्धा एक - कणमात्रही कमी जास्त होत नाही. तुम्हीच वैतागता. तुम्ही दिले तरीही हीच मर्यादा राहाते. परंतु तेव्हा तुम्ही प्रफुल्लित आणि आनंदित होता. कारण की देण्याशिवाय दुसरा आनंद कोणता? ज्यांनी दिले आहे त्यांनाच त्यातील आनंद कळला आहे.

तुम्ही दिले नाहीत तर तुम्ही वैतागाल. तुम्ही लुटाल, तुम्ही दुःखी आणि अपराधी राहाल. आणि याच कारणाने तुम्ही दुःखी व्हाल. आणि गंमत ही आहे की, तुम्हाला वाटले तर विहीर द्या किंवा वाटले तर विहीर घ्या पण पाण्याची मर्यादा - पातळी तितकीच राहील. तुमच्या असण्याने एक तसूभर सुद्धा फरक पडणार नाही. परंतु तुमच्या अनुभवामध्ये खूप फरक पडेल. दिले तर तुम्ही आनंदित राहाल. सारखे घेतले, ओरबाडून घेतले (लुटले) तर दुःखी राहाल.

'जम ते उलटि भये है राम ।
दुख बिनसे सुख कियो विसराम ।।'

'बैरी उलटि भये है मीता ।
सातक उलटि सुजन भये चीता ।।'

सातक 'शाक्त' अनुयायांसाठी कबीरांनी म्हटले आहे, कारण की 'शाक्त' अनुयायांची राहाण्याची पद्धत खूप भयभीत करणारी पद्धत आहे. शाक्त अनुयायी स्मशानात राहात होता. भय वाटावे असे त्याचे जगणे होते. स्मशानभूमी हेच त्याचे घर होते. मृतांची राख शरीराला फासून घेणे हाच त्याच्या शरीराचा शृंगार होता. मृतांच्या खोपडीने (कवटीने) पाणी पिणे, तेच त्याचे पाणी पिण्याचे भांडे होते. शाक्त साधकांबाबत लोकांच्या मनांत खूपच भय होते.

कबीर म्हणतात - 'सातक उलटि सुजन भये चीता ।' आता तर शाक्त साधकसुद्धा सज्जन समजले जातात. मनमोहक वाटतात. आता तर त्यांच्यामध्ये सुद्धा भय राहिलेले नाही.

तुम्ही माणसाच्या कवटीने पाणी पिण्यास का घाबरता? ती फक्त मृत्युची आठवण करून देते एवढेच ना, आणि दुसरे तर कोणतेच कारण नाही. या खोपडीमुळे (कवटी) तुम्हाला आपली खोपडी (कवटी) आठवून घाबरायला होत असेल. आणि भीती वाटत असेल की आपलीही हीच अवस्था होणार आहे. ते 'शाक्त' साधक म्हणून तर खोपडीने (कवटीने) पाणी पितात. ते कुणाला घाबरवण्यासाठी असे करत नाहीत. ते कुणासाठी भीतीदायकही नाहीये. त्यांची साधनेची पद्धतच अशी मृत्यूशी मैत्री करण्याची आहे. म्हणून तर ते स्मशानात राहातात. म्हणूनच तर भूताप्रेतांची जी काही भीती आहे, त्यासाठी तेथेच राहातात. तो मृताची राख शरीरावर फासून घेतो. खोपडीने पाणी पितो. हे तो काय करतो? हे मृत्यूशी मैत्री- परिचय करणे आहे. हे मृत्यू आणि जीवन यामधील अंतर कमी करणे आहे. परंतु आम्हाला तर हे खूप भीतीदायक वाटेल, आम्हाला तर खूप घाबरवेल, याचे रूप खूप मनमोहक वाटणार नाही.

कबीर म्हणतात की आता तर 'शाक्त' सुद्धा सज्जन बनले आहेत. त्यांना बघूनसुद्धा मन प्रफुल्लित होते. जेव्हा मृत्यूशीच मैत्री होते तर शाक्तांबाबत का अडचण आहे? जर मृत्यूच्यामागे राम प्राप्त झाले तर शाक्तांच्या मागे सुद्धा मनभावन मिळून जाईल.

मृत्यू संपताक्षणीच तुमच्या जीवनाची संपूर्ण शैलीच बदलून जाते. आता तुमची सारी जीवनशैली मृत्यूच्या आधारावर रचली गेली असेल. तुमच्या राहाण्याची, जगण्याची सारी पद्धत मृत्यूच्या भयावर उभी आहे. तोच आधार आहे. आधार बदलला तर सगळे जगच बदलून जाते. 'अब मोहि सरब कुसल करि मानिया' आणि आता मला सगळीकडे सारे काही मंगल, सगळे काही शुभ वाटायला लागले आहे. आता काहीही अशुभ दिसत नाही.

जर 'मृत्यू'च राहिला नाही तर अशुभ कसे राहील? कुठे न् कुठे अशुभांच्या मागे मृत्यूच दडलेला आहे. त्याचीच सावली पडते आहे, तीच आपल्याला अशुभ आहे असे लक्षात येते, अमंगल वाटायला लागते. प्रेत रस्त्यावरून जात असेल तर आई आपल्या मुलाला आतमध्ये बोलावून घेते. की बेटा आतमध्ये ये, दरवाजा बंद करून घे. प्रेताला बघणे कोणी शुभ मानत नाही. सकाळी सकाळी घरातून बाहेर निघालात आणि रस्त्यामध्ये प्रेत दिसले तर असे वाटते की, आजच्या दिवशी हाती काहीच लागणार नाही.

परंतु का? प्रेतामध्ये वाईट काय आहे? जिवंत मनुष्य तर पाप करताना दिसतो, मेलेला तर पाप करताना दिसत नाही.

मुल्ला नसरुद्दीन एका उंच डोंगरावरती जाण्यास तयार होता, परंतु आपल्या कुत्र्याला बरोबर घेऊन जाण्याची त्याची इच्छा होती. तो काळजीत होता की

हॉटेलमध्ये राहू देतील की नाही? म्हणून त्याने एक पत्र लिहिले. हॉटेलच्या मॅनेजरने त्याला लिहिले की हॉटेल चालवण्याच्या माझ्या तीस वर्षाच्या अनुभवामध्ये आत्तापर्यंत तरी दारू पिताना कुत्रा कधी पकडला गेला नाही ना बाटल्या लपवताना, सिगरेट पिऊन ना त्याने हॉटेलच्या गाद्या कधी जाळल्या आहेत, ना जाताना त्याने त्याच्या सुटकेसमध्ये टॉवेल, पंचा व चमचे टाकले आहेत. तीस वर्षांमध्ये त्याच्यासाठी म्हणून कधीही पोलिसांना बोलवावे लागले नाही. म्हणून कुत्र्यांना आणण्यास आमची कोणतीही हरकत नाही. आणि समजा आपला कुत्रा तुम्हाला बरोबर आणण्यास तयार असेल तर तुम्हीही येऊ शकता.

मृतात्म्याने कधी कुणाचे अशुभ केले? मृतात्म्याने कधी चोरी केल्याचे, खून केल्याचे, व्यभिचार केल्याचे पाहिले आहे? आणि प्रेताला बघून काही तरी अशुभ झाले म्हणून लोक घरी परत फिरतात. अशुभ तर जिवंतच (माणसे) करतात. मृत (मेलेला) तर परम अवस्थेत आहे. तेथे कसे अशुभ होईल?

नाही, मृत्यूला पाहून आपली स्वत:ची आठवण येते, ते घरी पळत येतात, जीवन त्यांना निरस (अर्थहीन) वाटू लागते. मृताला बघून मृत्यूची थोडीशी तरी जाणीव होते. हात पाय थरथरू लागतात. वाटू लागते की आपलीही अवस्था अशीच होणार आहे. त्यामुळे सफलतेची जी नशा चढते ती उतरून जाते. मोठ्या जोशात दुकान उघडायला निघाले होते. पण रस्त्यातच प्रेत दिसले. दुकान उघडण्यामध्ये जो उल्हास होता, जे वेडेपण होते, ते कमी होऊन जाते.

दुकान उघडून तरी काय करणार? उद्या तसेच पडून राहील. आणि आज या प्रेताला घेऊन जाणारे हेच लोक उद्या तुम्हाला सुद्धा घेऊन जातील. प्रेताला बघून आपली स्वत:ची प्रत्यक्ष अवस्था आठवू लागते. त्यामुळे असे वाटते की अशुभ होते आहे. पण अशुभ काही नाही. असेच एक प्रेत बघून बुद्धाला अंतर्ज्ञान प्राप्त झाले, आणि तुम्हाला अशुभ वाटते? कारण की तुमचे सारे विश्व – सारा संसार डळमळीत आहे. प्रेताला बघून तुमच्या आतमध्ये रोम न् रोम कंप पावत आहे – थरथरत आहे, की आपले सुद्धा हेच होणार आहे. आपले सुद्धा हेच होणार आहे, असा विचार मनात येता क्षणीच तुमची स्वप्ने नष्ट होतात. तुमच्या मनातील इंद्रधनुष्य (मनसुबे) अदृश्य होते. तुमची वासना कमी कमी होत जाते, तुमची पत्त्यांची घरे या विचारांमध्ये कोसळतात, तुमच्या कागदांच्या नावा बुडून जातात. अशुभ वाटू लागते कारण की ज्याला तुम्ही शुभ समजत होता, ते सारे विखरले जाते. एक प्रेत तुमच्या जीवनातील सारी स्वप्ने नष्ट करते.

परंतु तुम्ही थोडेसे जरी बुद्धिमान असलात तर मृत्यूचा शोध जरूर घ्या. शोध घेणे गरजेचे आहे. कधी कधी स्मशानभूमीमध्ये जाऊन बसणेही खूप उपयोगी ठरेल. मंदिरामध्ये जाऊन जे होणार नाही, ते स्मशानामध्ये जाऊन होईल. मृत्यूची आठवण

खोलवर जाऊन बसणे अगदी आवश्यक आहे – इतकी खोल की मरा–मराचे फक्त स्मरण होऊन त्याचाच नाद सुरू होईल. श्वास न् श्वास मरा मराच्या उच्चाराने भरून जाईल. अचानक तुम्हाला जाणवेल की मरा मराचा उच्चार 'राम' कधी बनून गेला हे तुम्हाला कळणार सुद्धा नाही.

ज्याने मृत्यूचा शोध घेतला त्याला राम भेटला; आणि ज्याने स्वत:ला मृत्यूपासून वाचवले त्याने कितीही राम राम म्हणून धावा केला, कितीही रामनामाचा जप केला, तुमच्या रामनामाच्या जपामधून मरा–मराचाच ध्वनी निर्माण होईल. वाल्मीकीच्या मरा–मरामधूनच त्यांना राम प्रसन्न झाले.

मृत्यूपासून दूर जाऊ नका. घाबरल्यानंतर रामनामाचा धावा करू नका. 'राम' शब्दाबरोबर भीतीचा काही संबंध नाही. आणि तुमची सारी पूजा, सगळी प्रार्थना भयापासून निर्माण झाली आहे. मंदिरामध्ये गुडघे टेकून उभे आहात. ते तुमच्या भीतीमुळे! तुमचा परमेश्वर तुमच्या भयामुळे निर्माण झाला आहे. तुमच्या परमेश्वराची प्रतिमा तुम्ही 'भय' या एकाच कारणाने तयार केली आहे. तुम्ही इतके घाबरलेले आहात की तुम्हाला वाटते आपल्याला कुणीतरी वाचवावे, आपले रक्षण करावे. आयुष्याचे रक्षण करण्यासाठी विमा कंपन्या आहेत, मृत्यूसमयी कोण रक्षण करणार? परमेश्वर तुमचा पुढील विमा आहे, तुम्ही इतके दिवस प्रार्थना केली आहे तुम्ही विचारू शकता की, इतके दिवस प्रार्थना केली आणि कोणतेच फळ मिळत नाहीये. तुझा कितीतरी धावा केला आणि तुझे नाव लिहून लिहून कितीतरी वह्या भरून गेल्या.

परंतु घाबरून जर तुम्ही रामाचा धावा केला असेल तर तो धावा नाहीच मुळी. जेव्हा कुणी कधी आनंदाने प्रेमाने हाक मारते ते खरे हाका मारणे. आणि आनंदाचा क्षण तोच असेल जेव्हा तुम्ही मृत्यूपासून सुटका मिळवाल. जेव्हा मृत्यू तुमच्यासाठी मिटून जाईल तेव्हा अभाव उरणार नाही. मरणारा मनुष्य कसा आनंदी असू शकेल? मरणाऱ्या माणसाकडून सुगंधी फुलांचा, जीवनाचा वास कसा येईल? ज्याच्या आतमध्ये फक्त मरणाचे भय आहे, त्याच्याजवळ प्रेताची दुर्गंधी येईल, जीवनाचा सुगंध नाही आणि सुगंधाशिवाय तुम्ही रामाला कसे आळवणार? तुमची दुर्गंधीयुक्त प्रार्थना, तुमचे दुर्गंधाने भरलेले शब्द मंत्रोच्चार त्याच्यापर्यंत पोहोचणार नाही.

'अब मोहि सरब कुसल करि मानिया।' आता मला सर्वत्र कुशलच दिसते आहे, शुभ दिसायला लागले आहे, मंगलमय दिसू लागले आहे.

'सांति भई जब गोबिंद जानिया' आणि जेव्हा प्रभुला, परमेश्वराला ओळखले तेव्हाच शांतता लाभली.

हे थोडे समजून घ्या. शांती तर तुम्हालाही हवी आहे, परंतु तुम्ही परमेश्वराला ओळखल्याशिवाय शांती कशी मिळणार की जे होणे शक्य नाही. कारण की

अशांतीचे मूळ कारण परमेश्वराला न ओळखणे हेच आहे.

माझ्याकडे लोक येतात. ते मला म्हणतात की आम्हाला परमेश्वराला ओळखण्याची एवढी उत्सुकता नाही, आम्हाला मन:शांती हवी आहे. आणि त्याचे हे बोलणे मला अर्थपूर्ण वाटते. ते म्हणतात की आम्हाला कोणत्याही परमेश्वराचा शोध घ्यायचा नाहीये, फक्त आमचे मन अशांत आहे, आणि आम्हाला वाटते की ते शांत व्हावे. अशावेळेस मी मोठ्या संकटात पडतो, कारण की यासाठी त्यांना मी कोणताही मार्ग सांगू शकत नाही. कारण की त्यांनी पूर्वीच मार्ग बंद करून टाकला आहे.

आणि जोपर्यंत मृत्यू आहे तोपर्यंत तुम्ही कसे शांत व्हाल? जोपर्यंत मृत्यू समोर आहे, आज नाही उद्या, कधी न् कधी तरी तुमची मान पकडेल; तोपर्यंत तुम्ही कसे शांत व्हाल. नाही, मृत्यूमध्ये परमेश्वर दिसायला लागेल तेव्हाच तुम्ही शांत होऊ शकाल. तुमची अस्वस्थता अगदी स्वाभाविक आहे. तुम्ही अंध नाही आहात, तुम्हाला दिसतंय की तुमचा मृत्यू येत आहे. तुम्ही बहिरे नाहीये, तुम्हाला त्याच्या पावलांचा आवाज ऐकू येतोय मृत्यू जवळ येत आहे. तुम्हाला माहिति आहे की तुम्ही संपाल! तुम्ही थरथरत आहात, तीच तर अशांती आहे. आणि वाचण्यासाठी तुम्ही जे जे काही उपाय करत आहात ते सगळे अयशस्वी होत आहेत. तुम्ही मोठे घर तर तयार केले, परंतु तुम्ही मोठ्या घरामध्ये राहाणाऱ्याला मरताना बघितले! तुम्ही खूप धन कमावले, परंतु तुम्ही आपल्यापेक्षा अधिक श्रीमंताला मरताना बघितले! तुम्ही खूप मान–सन्मान मिळवले, परंतु तुमच्यापेक्षा अधिक मानसन्मान मिळवणारा धुळीत मिळाला. तुम्हाला माहिति आहे की हे सारे उपाय काही कामाचे नाहीत.

तुम्ही आपल्या मनाला कितीही समजवा, कसे समजवणार? म्हणून अस्वस्थ आहात. तुम्ही कितीही सांत्वन करा. सगळे सांत्वन तुमच्यासाठीच आहे, तुम्हाला खरे तर माहिति आहे की ते खोटे आहे. मग जसे जसे तुमचे वय कमी होऊ लागते (वय वाढते) जीवनाची उतरण सुरू होते, तसे तसे तुम्ही अधिक जागृत (सचेतन) होता की आता काय करायचे. तेव्हा तुम्ही म्हणता की आता मन:शांतीची गरज आहे. परंतु परमेश्वराची आराधना न करताच तुम्ही मनाची शांतता अपेक्षित करता. तुम्ही पूर्वापार हेच करत आलेला आहात.

तुम्हाला असे वाटते की शांततेचा शोध हा सत्याचा शोध नाहीये, पण तुम्ही चुकता आहात. सत्याचा शोधच शांतीचा शोध आहे. आणि जेव्हा सत्य सापडते, तेव्हा त्याच्या सावलीत शांतताही मिळते. शांतता एक परिणाम आहे. शांततेचा कोणताही शोध सरळ नाहीये, ना कोणी सुखाचा सरळ–थेट शोध घेऊ शकेल. जेव्हा केव्हा तुम्ही नतमस्तक (लीन) होता तेव्हा अचानक तुम्हाला जाणवते. ती शांततेची वाजणारी धून. जेथे कुठे नतमस्तक व्हायला होते, – म्हणजे कधी संगीत ऐकताना लीन व्हायला होते, अशावेळेस क्षणभर आपण आपल्याला विसरून

जातो. क्षणभर भविष्यकाळ भूतकाळ एकरूप होऊन जातो, क्षणभर हाच क्षण सर्व काही होऊन जातो. संगीताच्या एकाच स्वरामध्ये शांतता, संगीताच्या स्वरांमध्ये रमलेले, तुम्ही वर्तमानामध्ये जगायला लागता. त्या क्षणाला तुम्हाला असे वाटते की हीच शांतता चारी दिशांना आहे. कधी प्रेमामध्ये, कधी निसर्गाच्या सौंदर्यामध्ये, असे क्षण येतात; हेच क्षण आहेत याच क्षणांमुळे चारी बाजूला शांतता आहे, परंतु अशांतता अजूनच वाढते. कारण की हे क्षण जेव्हा संपतात तेव्हा तुम्ही पहिल्यापेक्षा अधिक अशांत होऊन जाता. कारण की तुम्हाला याची चव मिळाली आहे, पण ती चव टिकली नाही.

कबीर असे का म्हणतात 'सांति भई जब गोबिंद जानिया ।।'

मनुष्य हे जे संगीत निर्माण करतो ते क्षणिकही असेल आणि माणसा–माणसांमध्ये हे जे प्रेम आहे ते सुद्धा क्षणिक असेल. फक्त जे प्रेम मनुष्य आणि परमेश्वराच्या मध्ये होते तेच प्रेम शाश्वत होऊ शकते. फक्त तेच संगीत जे मनुष्य आणि परमेश्वराच्या मध्ये निर्माण होते तेच कायम स्वरूपी टिकणारे आहे.

म्हणून कबीर म्हणतात 'सांति भई जब गोबिंद जानिया ।' ज्याने गोविंदाला (परमेश्वराला) ओळखले आहे, त्याने सारे काही जाणून घेतले आहे. आता जाणून घेण्यासारखे काहीही उरले नाही. त्याने परम – सर्वांत श्रेष्ठ – संगीत ऐकले आहे. आणि हे संगीत असे नाही की ते हरवेल. हे संगीत तयार केलेले संगीत नाही की कुणी निर्माण केलेले नाही, हे संगीत अस्तित्वामध्ये –चराचरामध्ये दडलेले आहे. हे अस्तित्वाचा एक भाग आहे. त्यामुळेच सारे शांत होऊन जाते.

'तन महि होत कोटि उपाधि । उलटि भई सुख सहज समाधि ।।'

आणि कबीर म्हणतात की शरीरामध्ये जी ऊर्जा आहे, जी शक्ती हजार प्रकारच्या व्याधी निर्माण करत होती, तीच उलट होऊन सहज समाधी होऊन गेली. ज्यामुळे क्रोध होता होता तीच करुणा बनून गेली. ज्याच्यामुळे अज्ञान फैलावत होते तेच ज्ञान बनले. जो अंधार होता तोच उलटा होऊन प्रकाश झाला.

'तन महि होत कोटी उपाधि । उलटि भई सुख सहज समाधि ।।'

तुम्हाला कोणत्याही प्रकारे उलटे होण्याची गरज आहे. तुम्ही जसे आहात तसे प्रत्यक्षात उलटे आहात. तुम्ही उलटे होऊन जाल तरच सरळ होऊ शकाल. तुम्ही आता जसे उभे आहात तेच शीर्षासन आहे. तुम्हाला पायाच्या बळावर उभे राहाणे जरुरीचे आहे.

'आपु पछानै आपै आप । रोगु न बियापै तीनो ताप ।।'

एखाद्या व्यक्तीने स्वत:ला ओळखले, की मग कोणताही रोग शरीर व्यापत नाही, जर मृत्यूसुद्धा शरीर व्यापत नाही तर कोणताही रोग कसा व्यापणार? शरीर रुग्ण होऊ शकते, परंतु अशी व्यक्ती रुग्ण होत नाही, शरीर मरते, अशी व्यक्ती

मरत नाही. त्याची चेतना अस्पर्शित राहाते.

'अब मनु उलटि सनातन हुआ ॥'

आणि मनच उलटे होऊन सनातन परमेश्वर झाले. ज्या 'मी' संबंधात आपण इतके त्रस्त होतो की यापासून कशी सुटका मिळेल, तेच मन उलटे होऊन सनातन होते. त्यापासून सुटकारा नको आहे, त्याच मनाला सुनियोजित, सुव्यवस्थित ठेवायचे आहे. जेव्हा मन स्तब्ध होते, तेव्हा उलटे होते. मौन अवस्था मनाची उलटी अवस्था आहे. जेव्हा मन वाचाळ होते तेव्हा ते मन असते आणि जेव्हा मन वाचाळपणा हरवते, बोलणे बंद करते, गप्प होऊन जाते – तेव्हा तोच आत्मा असतो.

समुद्रच तर लाटा तयार करतो. पुन्हा जेव्हा लाट हरवते तेव्हा ती समुद्र बनते. समुद्र आणि लाट यामध्ये काही भेद आहे? फरक इतकाच आहे की लाट उद्विग्न आहे, अशांत आहे, पण आहे समुद्रच! थोडीशी वाऱ्याच्या झोकाच्या उपद्रवामध्ये अडकली गेली. थोडीशी वाऱ्याबरोबर हवेबरोबर मैत्री केली एवढेच! पुन्हा शांत होईल आणि सागरामध्ये हरवून जाईल.

मन लाट आहे. थोडेसे संसाराच्या हवेमुळे व्यथित – दुःखी झाले आहे. चुकीची साथसंगत निवडली आहे, अज्ञानाशी मैत्री जोडली आहे. शरीराच्या बरोबर एकरूप करून घेतले आहे. परिघाबरोबर एकजीव होऊन गेली आहे. पुन्हा सारे शांत झाले आहे, मन हरवले - लीन झाले. हीच शांततेची अवस्था आहे, मग सनातन का म्हणेना.

'अब मन उलटि सनातन हुआ ।

तब जानिया जब जीवत मुआ ॥' आणि समजले जेव्हा जिवंतपणीच मरून गेला.

ही सगळी कला आहे. धर्माची सगळी कला मृत्यूची कला आहे. जिवंतपणी मरून जाणे. मरतात तर सारेच! कबीर म्हणतात: 'मरते मरते जग मुआ' मरता मरता सारे जगच मरून गेले. परंतु नीट व्यवस्थित मरणे कुणालाही माहिती नाही. लोक चुकीच्या पद्धतीने मरत आहेत. जगण्याशिवायच मरत आहेत. न ओळखता मरत आहेत, न समजताच मरत आहेत. जगताना अवसर मिळतो पण बेहोशीमध्ये वेळ घालवतात आणि मरून जातात. कबिरांनी म्हटले आहे, 'एक सयानी आपनी।' आणि लोक तर असेच मरत आहेत, परंतु कबीर म्हणतात, मी शहाण्यासारखा मेलो; एक असे मरण जे पूर्ण आहे, सत्य आहे.

तो मृत्यू (मरणे) काय आहे? तो मृत्यू मरणाच्या आधीचे मरणे आहे. एक दिवस शरीर मरेल (संपेल), त्या दिवशी तुम्हीसुद्धा मराल. परंतु त्यावेळेस हातातून वेळ निघून गेलेली असेल. आत्ता शरीर आहे, आत्ता श्वास आहे, आत्ताच मरून जा.

तोच तर महर्षी रमण याचा प्रयोग आहे. जिवंतपणी मरून जा.

एक तास दररोज मरा. एक तास मरण्यासाठी सोडून द्या. जगण्यासाठी तेवीस तास खूप आहेत. एक तास अगदी मरणावस्थेमध्ये उतरा. प्रेतासारखे शरीराला सोडून द्या. काहीही होऊ देत बघत राहा. फक्त साक्षी राहा, कर्ता राहू नका.

तुम्ही खूप त्रस्त व्हाल. पहिल्या दिवशी तर खूप अवघड होईल. कधी पाय म्हणेल की थंड वाटते आहे, कधी कंबर म्हणेल की दुखते आहे. असे वाटते, एक मुंगी चढते आहे. आणि तुम्ही आश्चर्यचकित व्हाल कारण उठून बघाल तर तेथे मुंगीच नाही, फक्त चढते आहे. ते मनाचे खेळ आहेत. मन हजार बहाणे करेल की जाग, ऊठ हे काय करतो आहे, तुझी गरज भासते आहे.

तुम्ही एक तास मरूनच जा. काही दिवसांमध्ये हळूहळू जेव्हा तुमचे मन सगळा कावेबाजपणा ओळखेल आणि तुम्ही सांगून टाकाल, आता मी मेलोच आहे तर मी काय करू शकतो. मुंगी चढली तर चढू देत. जेव्हा मरून जाईल तेव्हा पुन्हा काय करणार? पुन्हा मुंग्या चावतील आणि तुम्ही काहीही करू शकणार नाही.

जिवंतपणी मरण्याचा अर्थ हा आहे की जे मेल्यानंतर होणार आहे, ते तुम्ही रोज एक तास होऊन जाऊद्यात. काही दिवसानंतर निरंतर अभ्यासानंतर हळूहळू ही अवस्था तुम्हाला जमायला लागेल. एक तास तुम्ही प्रेतासारखे पडून राहाल. हळूहळू तुमच्या लक्षात येईल, की श्वास कमी होत आहे. जसजशी ही कला अवगत होईल – साधू लागेल तसा श्वास हळू होऊन जाईल. कारण की जगणाऱ्यासाठी श्वासाची गरज आहे. जो मेला आहे त्याच्यासाठी श्वासाची काय गरज आहे? आणि एक दिवस अशी घडी (वेळ) येईल की तुम्हाला अचानक जाणवेल की, श्वास बंद आहे, श्वास चालू नाही. शरीर एकदम प्रेतासारखे पडले आहे. आणि त्याच क्षणी पहिल्यांदा तुम्हाला आपण वेगळे असल्याचा बोध होईल. त्याच क्षणी – 'जम ते उलटि भये है राम' – याच क्षणी मृत्यू विलीन होऊन जातो. राम प्रकट होतात, अमृताचा अनुभव होतो. त्यानंतर तुम्ही तेवीस तास जिवंत राहाल पण एखाद्या प्रेतासारखे! तुम्ही उठाल, काम कराल, सगळे कराल, परंतु तुम्हाला जाणवेल की हे शरीर मेलेले आहे, मृतवत आहे.

आत्ता तुमची अवस्था अशी आहे की तुम्हाला अजून नीटप्रकारे माहिती नाही की शरीर काय आहे आणि तुम्ही काय आहात. शरीर मृत्यू आहे, तुम्ही अमृत आहात. आणि तुमच्या मनामध्ये खूप गोंधळ उडालेला आहे. ते दोघेही एकत्र मिळाले आहेत आणि तुम्ही वेगळे करू शकत नाहीये. सगळ्या साधनेचा सूर इतकाच आहे की तुम्ही या दोघांना वेगळे करून ओळखा, कोणते शरीर आहे, कोण 'मी' आहे. तेव्हा तुम्हीसुद्धा जगाल पण दुसरे लोक जगतात तसे जगणार नाही.

कबीर म्हणतात की तुम्ही आतमध्ये तर जिवंत राहाल आणि बाहेर मेलेले

राहाल. 'तब जानिया जब जीवत मुआ ।'

'कहु कबीर सुख सहजि समावऊ ।
आपि न डरऊ न अवर डरावऊ ॥'

आणि आता सहजरित्या समाधीमध्ये समावेश झाला आहे, जिवंतपणी मेलो आहे, आता नाही कुणाला घाबरवतो आणि ना कुणाला घाबरतो.

तुम्ही लोकांना घाबरवता, तुम्ही का घाबरवता? कारण की तुम्ही घाबरला आहात. प्रत्यक्षात घाबरण्यापासून वाचण्याची हीच युक्ती आहे की लोकांनी तुम्हाला घाबरण्यापूर्वीच तुम्ही लोकांना घाबरवून टाका. तुम्ही घाबरवा. कारण की दोन्हीमधून एक घाबरवेल आणि एक घाबरेल.

आपण सारे एक–दुसऱ्याला घाबरवतो, धमकावतो, भयभीत करतो – ही फक्त व्यवस्था आहे – सोय आहे आत्मरक्षणाची! ती घाबरलेल्या माणसाची पद्धत आहे. कारण की तो जाणून आहे की समजा मी नाही घाबरवले तर दुसरा घाबरवेल. तो सुरक्षिततेचा उपाय आहे. जेव्हा तुम्हाला कोणी एखादा मनुष्य घाबरवेल तेव्हा ओळखा की तो स्वत:च घाबरलेला आहे. तुम्ही त्याला घाबवण्याची काहीही गरज नाही. तो घाबरला आहे म्हणून घाबरवतो आहे. तो दयेसाठी पात्र आहे.

जो मनुष्य घाबरत नाही तो कुणाला घाबरवत सुद्धा नाही. तो ना कुणाचा मालक बनतो आणि ना कुणाचा गुलाम बनतो. तो गुलाम आणि मालक, घाबरवणारा आणि घाबरणारा, या दोन्हीच्या पलीकडे जातो. परंतु हा मनुष्य अधिकच वेगळ्या पद्धतीने जगतो, तो जिवंतपणीच मेलेला असतो. जे करणे योग्य आहे ते सारे तो करतो. परंतु आता अधिकारवाणीने करण्याचा भाव राहात नाही. तो अभिनेता होतो, अभिनय करतो. त्याला आता कोणत्याही गोष्टीचे दु:ख वाटत नाही, आणि कोणतीही गोष्ट त्याला प्रसन्न, आनंदीत करत नाही. त्याच्या जीवनाचे दोन स्तर होऊन जातात. बाहेर काम चालू राहते, आतमध्ये साक्षी बनून राहातो. बाहेर सारे काही होत राहाते, केवळ खेळ राहतो, आता त्यामध्ये कोणतेही गांभीर्य राहत नाही.

ते रामलीले मधील रामासारखे होते. सीतचे हरण केले जाते तेव्हा रडतात सुद्धा, अश्रूही वाहतात, माझी सीता कुठे आहे म्हणून जंगलामध्ये ओरडतात सुद्धा! कोणतेही रुदन (रडणे) आतमधून नसते. आतमध्ये साक्षी- भाव बनून राहातो. पडदा पडतो, आणि घरी जाऊन ते विश्रांती घेतात. कधीही रात्री स्वप्नामध्ये सीता त्रास देत नाही. हा खेळ आहे.

आणि प्रत्यक्षातील रामही असेच होते. ही रामलीला खोटी नाही, कारण की खरे राम सुद्धा असेच होते, आणि ती सुद्धा लीलाच होती. तेथे सुद्धा सीतेचे हरण होणे बाहेर–बाहेरचेच होते. तेथील वाहाणारे अश्रूसुद्धा वरवरचेच होते. तेथे सुद्धा अभिनयच होता.

म्हणूनच तर आपण त्याला राम–लीला म्हणतो. ती लीला आहे चरित्र नाही, तो खेळ आहे. आतमध्ये काहीही भिडत (शिरत) नाही, सगळे वरवरचे राहाते. हा संसार वरवर स्पर्श करतो, आतमध्ये पोहोचत नाही. याचा अर्थ आहे 'जिवंतपणी मरणे' दु:खही होईल, काटा टोचला तर वेदनाही होतील, परंतु ती वरवरची असेल आतमध्ये सारे अस्पर्शित, अस्पृश्य राहून जाईल. सुखाची काय किंवा दु:खाची एक रेघसुद्धा आतमध्ये उठणार नाही. आतमध्ये कोणतीही लहर (लाट) सुद्धा उठणार नाही, सारे शांतच राहील. मौनच राहील, आतमध्ये सनातन आणि शाश्वताचा निवास असेल आणि बाहेर परिवर्तन चालू राहील. ऊन पडेल, थंडी येईल, दिवस होईल, रात्र होईल, वृद्धत्व–तारुण्य असेल, बाहेर सगळे खेळ होतील. आतमध्ये काहीही होणार नाही. आत एक शांतता उरेल. आतमध्ये एक शून्य असेल, महाशून्य असेल, आकाशासारखे होईल. पक्षी उडून जातील. पाऊल–खुणा उठणार नाही, आकाश रिकामेच राहील. पृथ्वी असेल आणि नसेलही! आकाशामध्ये कोणताही इतिहास लिहिला जाणार नाही. युद्धे होतील, शांतता असेल, पण आकाशात जरासासुद्धा अडथळा येणार नाही.

तुम्ही आतमध्ये अगदी आकाशासारखे होऊन जाल – जिवंतपणी मरण्याचा अर्थ हा आहे. आतमधील आकाशच तुम्ही जगणार! बाहेरच्या घटना स्वप्नवत असतील. असेही नाही की बाहेरचे जगणे सोडून तुम्ही पळून जाल. कबीर पळाले नाही. पळून जाण्याची कोणतीही गरज आहे का? जर आतमध्ये तुम्ही मुक्त झाला आहात, जिवंतपणी मेला आहात तर पळून जायचे कुठे? तुम्ही जेथे आहात तेथेच राहाल. कबीर आपले कपडे विणत राहिले. कपडे विकत राहिले, पत्नी होती, मुलगा होता, परिवार होता – सारे काही तसेच राहिले.

परंतु 'कहु कबीर सुख सहजि समावऊ । आपि न डरऊ न अवर डरावऊ ।।' आणि आता घाबरत नाही आणि ना कुणाला घाबरवतात. आता आतमध्ये एकदम भयमुक्त झालो आहे. मृत्यूही हरवला आहे, आता फक्त राम आहे.

हे स्वर थोडेसे आपल्या आतमध्ये जपून ठेवण्याचा प्रयत्न करा. या स्वरामध्ये खूप माधुर्य, अनंत रस आहे. परंतु सुरुवातीला खूप अवघड जाईल कारण की शरीराला जुनी पुराणी सवय आहे. संबंध तोडणे – अलग करणे थोडेसे कठीण होते. विवाह करणे सोपे आहे, पण घटस्फोट घेणे खूप अवघड आहे, खूप कायदेशीर अडचणी येतात. आणि या शरीराशी विवाह करून युगानूयुगे लोटली आहेत, आणि आता याला घटस्फोट देणे – बाजूला करणे खूप मुश्किल आहे. हा घटस्फोटच संन्यास आहे. तो घटस्फोट पत्नीला नाही, मुलांना नाही, आपल्या शरीराला आहे. तो त्याग कुणा दुसऱ्याचा नसून तो आपल्याच आतमधील मृत्यू आणि अमृत या दोन गोष्टींना वेगळे करणे आहे. सगळ्या घटना स्वप्नवत् आहेत. आणि ज्याच्या

समक्ष घडत आहेत तेच सत्य आहे. साक्षीच्या आतमध्ये तुम्ही जितके अधिक समरस व्हाल – रमून जाल तितकी कबिरांची वाणी तुम्हाला अधिक चांगली समजेल. ही वाणी शब्दांमध्ये समजून घेण्याची गोष्ट नाहीये. 'लिखालिखी की है नही, देखादेखी बात।' तुम्ही सुद्धा बघितली तर ओळखाल. आणि ओळखली जाऊ शकते. तुम्ही पूर्ण समर्थ आहात, फक्त थोडासा, थोडासा प्रयत्न करण्याची गरज आहे की ज्यामुळे तुम्हाला आपले सामर्थ्य, आपली शक्ती आणि आपले साम्राज्य याची आठवण होईल.

तुम्ही मालक आहात आणि विसरून गेलात. तुम्ही सम्राट आहात आणि भिकारी बनून उभे राहिलात. बस् आठवण पाहिजे तत्क्षणी भिकारीपण संपून जाईल. साम्राज्य कधी सुद्धा हरवले नाही. ते नेहमीच तुमचे राहिले. फक्त थोड्या वेळापुरते तुम्ही निद्रावस्थेत होतात आणि एक स्वप्न बघत होतात. हे स्वप्न तुमचे जीवन बनून गेले. ह्या स्वप्नामधून तुम्ही जागे झालात तर जिवंतपणीच तुमचा मृत्यू झाला.

'तब जानिया जब जीवत मुआ।' तुम्ही जेव्हा हे ओळखाल तेव्हा तुम्ही जिवंतपणीच मरून जाल. असा तर खूप वेळा तुमचा मृत्यू झाला आहे. या वेळेस जिवंतपणी मरून जा. पुन्हा कोणताही मृत्यू नाही. पुन्हा दुसऱ्यांदा येणे होणार नाही. जो जिवंतपणी मेला त्याचा पुन्हा कोणताही मृत्यू नाही आणि ना कोणता जन्म आहे.

आज एवढेच!

◆
*'गूँगे केरी सरकारा'*मधून

डगमग छाडि दे मन बौरा ।
अब तो जरे बने बनि आवै, लिह्नौ हाथ सिंधौरा
होई निसंक मगन है नाचौ, लोभ मोह भ्रम छाडौ ।
सूरो कहा मरन थे डरपै, सती न संचै भाडौ ।।
लोक वेद कुल की मरजादा, रहै गलै मै पासी ।
आधा चलि करि पीछा फिरिहै, छै छै जग में हासी ।।
यह संसार सकल है मैला, राम कहै ते सूचा ।
यह कबीर नाव नहिं छाडौ, गिरत परत चढि उंचा ।।

प्रवचन चार

संन्यास परम सौभाग्य आहे

कबिरांच्या ओव्या ऐकण्यापूर्वी काही गोष्टी समजून घेणे जरुरीचे आहे.

पहिली गोष्ट –

मन तर ना कधी आजारी होते आणि ना कधी निरोगी, कारण की 'मन' हाच आजार आहे. मन कधीही शांत नसते. आणि म्हणूनच हे म्हणणेही व्यर्थ आहे की मन कधी अशांत होते. अशांती म्हणजेच मन!

मन कधीही वेडे होत नाही, कारण की वेडा तर तोच होऊ शकतो जो वेडा नाही. मन तर वेडेपण आहे. मन तर डगमगत राहाणारच, कारण की मनाचा स्वभाव डगमगणे आहे. लाट थरथरली नाही तर ती लाट राहाणारच नाही. थरथरते म्हणूनच ती लाट आहे.

शांत लाटेचा काय अर्थ होणार?

अशांतीमध्येच लाटेचं अस्तित्व आहे.

मन कधी शांत होईल याचा कधीसुद्धा विचार करू नका, मन कधीही शांत नसते. जोपर्यंत मन आहे, अशांती राहाणार आहे. मन जेव्हा नसते तेव्हा जे काही उरते, तीच शांती आहे. मनाचे नसणे म्हणजे शांती.

मन तर डगमगत राहाणार, नेहमी अनिश्चित राहाणार. तुम्ही मनाच्या निर्णयाची वाट बघत राहिलात की जेव्हा मन निर्णय देईल तेव्हा मी काही करेन पण तुम्ही काहीही करू शकणार नाही. अनिर्णित राहाणे ही मनाची पद्धत आहे. मन नेहमी अर्धे अर्धे राहाणार. काही भाग एका बाजूला असतील तर काही भाग विरुद्ध बाजूला असतील. कारण की मनाच्या आतमध्ये एक कलह आहे, एक संघर्ष आहे, एक द्वंद्व आहे.

ते द्वंद्व काय आहे? त्या संघर्षाचा आधार काय आहे हे समजून घेणे जरुरीचे आहे.

तुमच्या आतमध्ये तीन घटना आहेत. एक म्हणजे तुमचे शरीर! जे सत्य आहे. पदार्थाची वास्तविक सत्ता आहे. नंतर तुमच्या आतमध्ये तुमच्या चैतन्याचा स्त्रोत आहे तो तुमचा आत्मा आहे. ते सुद्धा सत्य आहे. या दोघांच्या मध्यभागी मन आहे जे की असत्य आहे. मन थोडेसे शरीर आहे, थोडा आत्मा आहे, मन दोघांच्या मध्ये निर्माण झालेले मिश्रण आहे. म्हणून मन कधीही पूर्णत: एकाच बाजूला होऊ शकत नाही. त्याची असण्याची पद्धत अर्धी अर्धी आहे. अर्धे ते शरीराच्या बाजूने असणार, अर्धे आत्म्याच्या बाजूला असणार. ते दोन्हीच्या मिश्रणातून बनले आहे. म्हणून तर मन पूर्णत: शरीराच्या बाजूने नसते.

पापीच्या मनात सुद्धा संत होण्याची इच्छा उत्पन्न होते. खूप पापीच्या मनामध्ये

सुद्धा पुण्य करण्याची इच्छा दडलेली असते. वाईटातले वाईट काम करण्यासाठी गेलात, वर्षानुवर्षे वाईट काम करत आलेला आहात तरीसुद्धा मन सांगत राहाते, करू नको ते वाईट आहे. चोर चोरी करायला जातो. मन सांगत असते, थांब, करू नको, वाईट आहे. कारण की मन जर पूर्णत: शरीर असते तर काही सुद्धा वाईट नव्हते. शरीराच्या पातळीवर ना काही वाईट आहे, ना काही चांगले आहे. ना कोणतेही पुण्य आहे, ना काही पाप आहे. समजा मन फक्त आत्माच असते, तरी सुद्धा ना पुण्य आहे ना पाप आहे. ज्ञानीसाठी दोन्हीही संपून जाते, अज्ञानीसाठी दोन्हीही नाहीत. अज्ञानीमध्ये दोन्ही गोष्टी असण्याची शक्यता नाही. ज्ञानी तेथे पोहोचला आहे जेथे हे दोघेही मागेच राहून जातात.

आणि जेव्हा तुम्ही प्रार्थना कराल, पूजा कराल, तेव्हा सुद्धा मन म्हणेल, काय वेळ वाया घालवत आहात? हेच मन चोरी करतेवेळी म्हणेल, काय पाप करतो आहेस? हेच मन दान करतेवेळी म्हणेल काय निरर्थक पैसे उधळत आहेस? तेव्हा तुम्ही खूप द्विधा मन:स्थितीत पडता की मनाला नेमके काय हवे आहे? जेव्हा तुम्ही पुण्य करता तेव्हा मनाचा अर्धा हिस्सा प्रसन्न होतो जो आत्म्याशी जोडला गेला आहे आणि मनाचा अर्धा हिस्सा अप्रसन्न होतो जो शरीराशी जोडला गेला आहे. जेव्हा तुम्ही पाप करता तेव्हा मनाचा अर्धा हिस्सा प्रसन्न होतो जो शरीराशी जोडला गेला आहे, अर्धा हिस्सा अप्रसन्न होतो जो आत्म्याशी जोडला गेला आहे.

मन सेतू सारखे आहे. एक किनारा आत्मा आहे. एक किनारा शरीर आहे. मन दोन्हींना जोडणारा सेतू (पूल) आहे. अर्धा – अर्धा दोन्ही बाजूला आहे. म्हणून नेहमीच अडचण राहाणार!

समजा मनाचे म्हणून चालत राहिलात तर डगमगतच राहाणार. तुम्ही जे काही कराल त्याने मन पस्तावेल. चांगले केले तरी पस्तावेल, वाईट कराल तरी पस्तावेल. अशावेळेस तुम्ही खूप गोंधळात आणि आश्चर्यामध्ये पडाल की काय करायचे? कधी एकदम आवेशामध्ये (जोशात) आलात तर एका बाजूला झुकाल. कधी आवेश संपला तर दुसऱ्या बाजूला झुकून जाल. आणि दोन्हींच्यामध्ये, जसे गिरणीच्या दोन पाटांमध्ये दगडसुद्धा दळले जातील, तसे तुम्ही दळले जाल. कबिरांनी म्हटले आहे. 'दो पाटन के बीच में, साबित बचा न कोय।' ते दोन पाट तुमच्या आतमध्ये आहेत, आणि तुम्ही ती गिरणी आहात. कबीर म्हणतात 'चलती चक्की देख के दिया कबिरा रोय।' आणि ती गिरणी सगळीकडे चालते आहे. समजा तुम्ही थोडेसे जरी समजून जागे झालात तरी आपल्या आतमधील चालणाऱ्या या गिरणीला पाहू शकाल आणि बघाल आपल्याला फिरताना!

दोन्ही पाटांना जोडणारे मन आहे. मनाच्या मुळेच कळते, की मी शरीर आहे आणि मनामुळेच हेही विचार चालू राहातात की मी आत्मा आहे. आणि जेव्हा मन

नसते – ते संपते तेव्हा मी शरीर आहे हा भ्रमसुद्धा तुटून जातो. मी आत्मा आहे हा विचारसुद्धा धुक्यासारखा विरून जातो – सांगणाराही उरत नाही. तुम्ही उरता, आत्मा राहातो, तुमचा चांगला स्वभाव उरतो; परंतु सांगणारा उरत नाही.

आणि काय सांगणार? जर शरीरच राहिले नाही तर आत्मा कुणाला सांगणार? कारण की आत्मा तर आपण ज्याला म्हणतो जो शरीराच्या विरुद्ध आहे. तेव्हा शांतता पसरते, तेव्हा शून्य होऊन जाते. तेव्हा परम–आनंदाचा उदय होतो.

तेव्हा पहिली ही गोष्ट लक्षात घ्यायला हवी की मन कधीही संपूर्ण – एका भागात नसते. तुकड्यातच राहाणार. आणि समजा तुम्ही ठरवले की मनाची पूर्णपणे मान्यता घेऊनच काही तरी करायचे, तर तुम्ही काहीही करणार नाही. ना पाप ना पुण्य, न धर्म ना अधर्म, न संसार ना संन्यास, तुम्ही काहीसुद्धा करू शकणार नाही. मन तर गोंधळातच राहील. ते विचारच करत राहाणार.

एका खूप मोठ्या तत्त्वज्ञानीला दुसऱ्या महायुद्धामध्ये सैनिकांची कमी असल्यामुळे युद्धभूमीवर पाठवले गेले. त्याची भरती केली गेली. स्वेच्छेने नव्हती, जबरदस्तीने भरती केली होती. तो मोठा तत्त्वज्ञानी होता आणि सगळे आयुष्य त्याने विचार करण्यात घालवले होते; कधी काहीच केले नव्हते, फक्त विचारच केले होते. विचारांचे विश्वच वेगळे असते. विचार करत राहिले तर मन एकदम तयार राहाते, कारण की करत तर काहीच नाही त्यामुळे पश्चाताप करण्याचा प्रश्नच नसतो. पापाविषयी विचार केला तरी कोणतेही नुकसान नाही, कुणाचे नुकसानही करत नाही. वाटले तर पुण्याविषयी विचार करा तरी कोणतेही नुकसान नाही, कुणालाही फायदा मिळत नाही. तुम्ही आपल्याच जागी बसून राहाता. काही कृत्य केले तरच काहीतरी होते; नुसता विचार केल्याने काहीसुद्धा होत नाही. म्हणूनच तत्त्वज्ञानी खूप विचार करतात. सारा जन्म घालवतात, करत मात्र काहीच नाहीत. तुम्ही त्यांना ना पापींच्या रांगेत उभे राहिलेले बघाल ना पुण्याच्या रांगेत उभे राहिलेले पाहाल. तुम्ही त्यांना रांगेच्या बाहेर किनाऱ्यावर बसलेले बघाल. ते फक्त दिशांचे किनारे आहेत. ते चालत नाहीत. ते फक्त विचार करतात. आणि विचार करत करत सारे आयुष्य निघून जाते, कोणताही निर्णय घेतला जात नाही.

हा खूप मोठा तत्त्वज्ञानी होता. ज्या जनरलच्या हाती ते लागले होते तो सुद्धा याला ओळखत होता, त्याची पुस्तके वाचली होती. त्याने विचारले हा काय करू शकेल? हा गोळी मारायच्या आधी हजार वेळा विचार करेल, पण इतका वेळ तर दुसरे थांबणार नाहीत. त्याचे प्रशिक्षण सुरू झाले. आणि जेव्हा त्याला सांगितले गेले की, उजवीकडे वळा, डावीकडे वळा, तेव्हा हजारो लोक वळत होते, तो मात्र तेथल्या तेथेच उभा असे. त्याला विचारले की असे काय करतोस? त्याने सांगितले, विचार केल्याशिवाय मी काहीही करू शकत नाही. उजवीकडे वळा, असे सांगितल्यावर

मी विचार करतो की का? कशासाठी? काय कारण आहे? नाही वळलो तर काही नुकसान आहे का? वळालो तर काही फायदा आहे का?

आणि समजा सैनिक हे विचारतो की, उजवीकडे वळा, डावीकडे वळा तर यामध्ये नुकसान काय आहे? फायदा काय आहे? नाही वळलो तर काय होणार आहे? वळलो तर काय होईल? इतक्या वेळामध्ये तर सैनिकांची सारी दुनिया वळून जाते.

हा तत्त्वज्ञानी खूप प्रसिद्ध होता, काहीही उपयोग नाही हे बघून त्याला काहीतरी छोटे काम देण्याचा जनरलने विचार केला आणि सांगितले की जे सैनिकांचे स्वयंपाकघर आहे, तेथे तू काम करायला लाग. पहिल्याच दिवशी त्याला मटारचे दाणे वेगवेगळे करायला दिले की मोठे दाणे वेगळे कर आणि लहान दाणे वेगळे कर. एका तासानंतर जनरल जेव्हा तेथे परत आला तेव्हा तो डोळे बंद करून त्या थाळीच्या जवळ तसाच बसला होता. जसा तो तासाभरापूर्वी बसला होता. दाणे तसेच ठेवलेले होते नाही त्याने ते वेगळे केले होते, ना त्याने हात हलवले होते. तो अगदी ध्यानमग्न होता, तो विचार करत होता. जनरलने विचारले तू काय करतो आहेस? त्याने सांगितले, एक अडचण आली आहे; एक मोठ्ठा प्रश्न उभा राहिला आहे. मोठे दाणे एकाबाजूला केले, लहान दाणे एकाबाजूला केले, काही मध्यम आहे, त्यांना कुठे काढून ठेवू? आणि जोपर्यंत सगळ्या गोष्टी ठरत नाहीत तोपर्यंत काहीही करणे योग्य होणार नाही. मन मोठे तत्त्वज्ञानी आहे. आणि मन काहीही ठरवू शकत नाही. तत्त्वज्ञानी कधी काहीही ठरवू शकत नाही.

तुम्ही असे समजा की, शरीराशी जोडले गेलेले जे शास्त्र आहे ते विज्ञान; मनाशी जोडले गेलेले जे शास्त्र आहे ते दर्शन; आणि चेतनेशी (अस्तित्वाशी) जोडले गेलेले जे शास्त्र आहे तो धर्म! विज्ञानसुद्धा काहीतरी करते आहे, खूप काही केले आहे. धर्मानेसुद्धा खूप काही केले आहे. तत्त्वज्ञानी काही सुद्धा करत नाही, ते मनाशी जोडले गेलेले तत्त्व आहे. ते फक्त विचारच करत राहाते. ते पक्ष – अपक्ष (विपक्ष) चा हिशेब लावत बसते, आणि त्याला कोणताही अंत नाही. या परंपरेला कोणताही अंत नाही म्हणून तर हजारो वर्षे विचार करून सुद्धा दर्शनशास्त्र कोणत्याही निर्णयाप्रत पोहोचले नाही. एकही निर्णय नाही. प्रश्नच आहे, हजारो प्रश्न आहेत, एकही उत्तर नाही.

मनाला राजी करण्याच्या चिंतेत तुम्ही पडू नका, नाहीतर तुमचे आयुष्य वाया जाईल. मनाला सोडून द्या. तुम्ही मनापासून दूर बाजूला व्हा, तरच तुमचे जीवन सार्थकी लागेल. मनाशी सारखे जोडले जात असल्याने तुम्ही नष्ट व्हाल.

ही गोष्ट नक्की आहे. यापेक्षा दुसरे होऊच शकत नाही. तुम्ही नीटपणे समजून घ्याल तर मन केवळ विचारांची प्रक्रिया आहे. त्यापासून कृती होत नाही. विचार खूप

करते – मन विचार करत राहाते. कधी कधी तुम्ही या भ्रमामध्येसुद्धा पडता कि मनानेच निर्णय घेतला आहे. तुम्ही मंदिरामध्ये जाऊन शपथ घेता, व्रत करता, संकल्प करता की आत्तापासून खोटे बोलणार नाही. आणि मन अंधाऱ्या कोपऱ्यामध्ये दडून तुमच्यावर हसते आहे, कारण की हा अर्ध्या मनाचा निर्णय आहे आणि अर्ध्या मनाला तुम्ही अजून विचारलेही नाही, बाजारामध्ये जाल, दुकानात बसाल, कामाच्या व्यापात दंग व्हाल आणि तुमचे दडलेले जे अर्धे मन आहे ते तुम्हाला खोटे बोलायला लावेल. त्यासाठी तुमचे व्रत हे आव्हान आहे; तुम्ही त्याला विचारलेच नाही. ते तुमच्या व्रताला मोडून काढेल. आणि तुम्ही खूप वेळा व्रत घेतले आणि खूप वेळा तोडूनही टाकता.

दोन प्रकारचे व्रत आहे. एक व्रत आहे जे तुम्ही मनाशी विचार करून घेता. कुणा साधूचे ऐकले, सत्पुरुषाचे ऐकले, वाणी मधुर वाटली – कुणाला वाटली? ती सुद्धा मनालाच वाटली. मनाचा अर्धा हिस्सा जो आत्म्याच्या जवळ आहे, आत्म्याचा शेजारी आहे, तो हे ऐकून प्रसन्न होत आहे. तो आल्हादित होत आहे. ते या गोष्टींमध्ये अडकेल. ते उत्साहाच्या भरात येईल, उत्साहामध्ये व्रत घेऊन टाकेल. हे व्रत मनापासून घेतले आणि अर्ध्या मनाला तुम्ही विचारले नाही ते अर्धे मन बदला घेईल, ते तुम्हाला कधी क्षमा करणार नाही. तुम्ही व्रत घेऊसुद्धा शकणार नाही कारण ते अर्धे मन कामाची उभी आडवी विण विणायला सुरुवात करेल की तुमचे व्रत तुटेल.

छोट्या छोट्या गोष्टीसुद्धा कधी कधी मोठी आव्हाने बनतात. एखाद्याने ठरवले की मी धुम्रपान करणार नाही, हे सुद्धा आव्हान होते. तुम्ही आज ठरवले की आज उपवास करू तर शरीराचा अर्धा हिस्सा म्हणतो, मोडूनच टाकतो. तो दिवसभर तुम्हाला खायलाच खायला लावतो. हजार स्वप्ने समोर उभी करतो. हजारो तऱ्हेने मनाला मोहित करतो.

आणि याच्या उलटसुद्धा बरोबर आहे. तुम्ही शरीराचे म्हणणे ऐकून काही करायचे ठरवले तर दुसरा भाग तुम्हाला संकटात टाकणार. मनावर जो कोणी स्वार आहे तो दोन नावांवर स्वार आहे. आणि दोन्ही नावांच्या दिशा वेगवेगळ्या आहेत. त्याचे प्राण नेहमीच संकटात असतील. त्याची त्रिशंकुसारखी अवस्था होऊन ते मध्यभागी अटकून राहिल. ना तो इथला असेल, ना तिथला असेल. 'ना घर का ना घाटका'. नाही तो पृथ्वीचा होऊ शकेल ना आकाशाचा.

जे दुसरे व्रत आहे, ज्याला मी महाव्रत म्हणतो. ते दुसरे व्रत मनापासून घेतले नाही. ते दुसरे व्रत मनाच्या पूर्ण समजण्याच्या आधारावर की मन तर संघर्षमय आहे, मन तर द्वैत आहे, मन म्हणजे कलह आणि संघर्ष आहे, या समजुतीमुळेच मनाला एका बाजूला करून जे व्रत घेतले जाते.....मन शपथ खात नाही की मी आता खरे

बोलेन. मनाला समजून घेऊन तुमच्या चेतनेमध्ये (अस्तित्वामध्ये) जे भाव निर्माण होतात, ते भाव म्हणजे कोणतेही व्रत नाही की मी आता खोटे बोलणार नाही. तो भाव इतकाच आहे की खोटे काय आहे हे मला समजले आहे आणि मन काय आहे हेही मी समजून घेतले आहे.

तुमची जाणीव हेच तुमचे महाव्रत बनते.

ज्याला समजले आहे की धूम्रपान काय आहे... काय करत आहे? हातामधून सिगारेट खाली पडते, सोडावी लागत नाही. ज्याला समजले आहे की दारू काय आहे, हातातून बाटली सुटून जाते. सोडायला लागले तर मन सोडते, सुटली तर महाव्रत! सोडली तर तुम्ही परत पकडाल.

मुल्ला नसरुद्दिन एका सभेत भाषण देण्यासाठी गेला.

जसे नेहमीच होते की, भाषण करणारे लोक बोलतात काही वेगळे आणि करतात काही वेगळे आणि त्यामुळे तुम्ही हैराण होता. दोष त्यांचा नाहीये. तुम्ही विचार करता, कदाचित तुम्हाला धोका देत आहेत. पण ते चुकीचे आहे. बोलण्याच्या वेळी मनाचा तो हिस्सा बोलतो जो आत्म्याच्या जवळ आहे. कारण की बोलण्याच्या वेळी पापाची चर्चा कोण करणार? बोलायचे तर आहे, करायचे तर काही नाही. पुण्याची चर्चा होऊ शकते. चर्चाच करायची आहे, काही पणाला तर लावायचे नाही. कोणाच्या स्वर्थाला हानी पोहोचत नाहीये. त्यामुळे बोलताना मनुष्य लोभाच्या गोष्टी बोलणार नाही. मोह नसण्याच्या हिंसेच्या गोष्टी बोलणार नाही. अहिंसेच्या, असत्याच्या गोष्टी बोलणार नाही. बोलणारा साधू होऊन जातो, आणि बोलण्याच्या वेळी तर होतोच होतो.

तेव्हा मुल्लाने खूप तत्त्वज्ञानाच्या गोष्टी सांगितल्या की... अहिंसा, सत्य, चोरी न करणे इ. ऐकणारे सगळे त्रस्त होते. मुल्लाचा मुलगाही तेथे हजर होता, तो सुद्धा हैराण झाला आणि मुल्लाने सांगितले की हे सत्य, चोरी न करणे, अहिंसा, ब्रह्मचर्य, या शिड्यावर चढून कोणता मनुष्य मोक्षापर्यंत पोहोचतो. आणि या पृथ्वीवर बरोबर तुमच्या समोर शिडी लागली आहे. तुम्ही चढायला सुरुवात करा.

दुसऱ्या दिवशी सकाळी मुल्लाच्या मुलाने सांगितले की मी रात्री एक स्वप्न बघितले (मुलाने ही गोष्ट आपल्या पित्याला सांगितली तेव्हा मी तेथे हजर होतो). मी रात्री एक स्वप्न पाहिले आणि ज्या शिडीबाबत आपण बोलत होतात, ती शिडी मला दिसली. मुल्ला खूप अधीर झाला की माझ्या बोलण्याचा इतका प्रभाव माझ्या मुलावर पडावा? त्याने विचारले की आणखी पुढे बोल, मग (नंतर) काय झाले?

त्या मुलाने सांगितले शिडी स्वर्गाच्या दिशेने जात होती. दूरवर आकाशामध्ये दुसरे टोक रोवले होते. आणि शिडीच्या खालती एक लहान लाकडाची फळी लावली होती. आणि त्या लाकडी फळीच्या जवळ एक हात लांब चाकभर खडी

(जाड वाळू) ठेवली होती. आणि त्या लाकडी फळीवर लिहिले होते की जो कुणी याच्यावर चढेल, त्याने आपल्याबरोबर एक चाक घेऊन जायचे आणि शिडीच्या प्रत्येक पावलावर आपल्या एक एक पापाची एक एक खूण ठेवत जायची.

मुल्ला अजूनच उत्सुक – अधीर झाला. तो म्हणाला, आणि पुढे सांग पुन्हा काय झाले?

मुलगा म्हणाला मी एक चाक घेतले, खुणा करायला सुरुवात केली आणि मी वर चढायला लागलो. थोडा दूर गेलो तेवढ्यात मला ऐकू आले की कोणी एक मनुष्य खाली येत आहे. पावलांचा आवाज ऐकू आला.

मुल्लाने विचारले, तो मनुष्य कोण होता?

मुलगा म्हणाला, मी सुद्धा हाच विचार करत होतो. आणि जेव्हा मी डोळे उघडून बघितले तर तुम्ही खाली येत होतात.

मुल्ला म्हणाला, मी आणि खाली? मी कशाला खालच्या दिशेने येईन?

त्या मुलाने सांगितले, मी सुद्धा तुम्हाला स्वप्नामध्ये विचारले, तुम्ही खाली कशासाठी जात आहात, तेव्हा तुम्ही म्हणालात, आणखी एक चाक घेण्यासाठी!

कृत्य पापाचेही होऊ शकते. कृत्यं तर पापानेच भरलेली आहेत. चर्चा मात्र पुण्याची चालते अशाप्रकारे तुम्ही आपल्या पापाला लपवता – आधार देता. पाप करत राहाता, पुण्याचे व्रत घेत राहाता – अशा प्रकारे मनाच्या दोन्ही बाजू संतुष्ट राहातात. मनाचा शरीराच्या जवळचा भाग पापामुळे संतुष्ट राहातो. चर्चेने विचाराने, शास्त्राने मनाचा दुसरा भाग तृप्त राहातो. आणि तुम्ही दोन्हीही नावेवर स्वार होऊन मोठ्या प्रसन्न मनाने प्रवास करता आहात हे जाणवते. कुठेही पोहोचत नाही. पोहोचू शकत नाही, दोन नावांवर कोणी कधी पोहोचला नाहीये. परंतु अडचण ही आहे की तुम्ही दोन्ही नावांपैकी एकच निवडली तर कठीण जाते. कारण की दोन्हीही नावा मनाच्या आहेत.

म्हणून तर कबीर म्हणतात, जो नावेत चढेल तो बुडेल. हा जीवनाचा समुद्रच असा आहे की नावेमध्ये चढला की बुडला. पोहूनच तरावे लागते. नावेची कोणतीही गरज नाही. दोन्ही नावा मनाच्या आहेत. पाप–पुण्य ही दोन्ही नावे नावांची (होडीची) आहेत. आणि समजा तुम्ही पापाला पकडले तर पुण्याची बाजू तुम्हाला ओढत राहिल. पस्तावेल. पुण्याला पकडले तर पापाची बाजू तुम्हाला खेचत राहिल, पस्तावा होईल. तुम्ही द्विधा अवस्थेत राहाल.

दुकानात बसलेल्या माणसाला मी द्विधा अवस्थेत बघतो. आश्रमामध्ये बसणाऱ्या माणसाला सुद्धा मी तितक्याच द्विधा अवस्थेत बघतो. दुकानात जो बसला आहे तो पुण्याचा विचार करतो. पाप करतो. आश्रमामध्ये जो बसला आहे. तो पुण्य करतो आणि पापाचा विचार करतो. परंतु द्विधा अवस्थेत कोणताही फरक नाही. दोन्ही

अडचणीमध्ये आहेत.

मनामध्ये तुम्ही काहीही निवडा तरी तुम्ही अडचणीत याल. मन विचित्र आहे. मनाला पूर्णपणे सोडावे लागेल. आणि हे जे सोडणे आहे ते समजण्याची जाणीव होण्याची गोष्ट आहे. अंडरस्टँडिगची गोष्ट आहे. जितका तुम्ही मनाचा स्वभाव ओळखाल तितकेच सोपे होऊन जाईल.

आता तुम्ही कबिराचे वचन समजून घेण्याचा प्रयत्न करा.

'डगमग छाडि दे मन बौरा ।'

कबीर म्हणतात वेड्या मना, डगमगणे सोडून दे.

मन वेडे आहे. इथे कोणतेही काव्य नाही. कबीर जे सांगत आहेत ते सरळ जीवनाचे सार आहे. सत्य आहे. 'मन' विचित्रपणाचे नाव आहे. आणि कुणाला सुद्धा तुम्ही समजवण्याची गरज नाही. तुम्ही आपल्या मनाला चांगल्याप्रकारे ओळखून आहात.

समजा तुमच्यामध्ये थोडीशी जरी बघण्याची क्षमता असेल तर तुम्ही आपल्या मनाला थोडे बघा. तुम्ही समजाल की मन वेडे आहे. जे काम तुम्ही खूप वेळा केले आहे आणि प्रत्येक वेळेस ते काम करताना पाहिले आहे की त्यात काही तथ्य नाही, तरीही मन पुन्हा तेच करायला सांगते. वेडेपणाचा दुसरा कोणता अर्थ आहे? वाळूपासून तेल काढण्याचा प्रयत्न तुम्ही खूप वेळा केला आहे, निघत नाही, लक्षातही आले आहे की वाळू वाळू आहे, तेल कसे निघेल? वाळू काही तीळ तर नाही. तरीही काढता आहात. वेडे नाही तर दुसरे काय आहे?

शरीरभोगाला किती वेळा जाणले आणि ओळखले आहे. काहीही मिळाले नाही, हृदयाची कोणतीही तार छेडली गेली नाही. आत्म्याचे कोणतेही घुंगरू वाजले नाही. स्मशानभूमीची यात्रा होती. तहानलात आणि तडफडलात, रडलात, पस्तावलात, कुठे पोहोचला नाहीत. पुन्हा मन म्हणते आहे याच प्रवासाला चला. वेडेपण नाहीतर दुसरे काय आहे? ज्याला पुन्हा पुन्हा बघितले आणि कळले की व्यर्थ आहे तरीसुद्धा मन पुन्हा त्याच्याकडेच वळते.

वेडेपणाचा अर्थ होतो, की जेथे व्यर्थता बघितली तरीसुद्धा करणे चालू आहे. वेडेपणाचा अर्थ हा होतो जेथे सत्त्वाची – तत्त्वाची झलक बघायला मिळते. तरीही त्या बाजूला जात नाही.

माझ्याकडे लोक येतात आणि म्हणतात की ध्यान काही दिवस केले नंतर सोडून दिले. मी त्यांना विचारतो, काही दिवस केले कसे वाटले? ते म्हणतात, खूप आनंदी वाटले, खूप शांत वाटत होते. खूप आश्चर्य वाटते की ज्याच्यामुळे खूप शांत वाटत होते, ते का सोडून दिले? ते म्हणतात, मनच तर आहे.

जेथे दुःख मिळते, ते सोडत नाही. किती तरी वेळा संताप येतो, एकदा तरी

क्रोधामुळे आनंद मिळाला आहे का? जेव्हा कधी संतापलो तेव्हा दुःखच मिळाले. आणि मन त्याला सोडत नाही. कधी ध्यान केले, कधी प्रार्थना केली, कधी मंदिरामध्ये जाऊन मौन धरून शांत बसलात, सुख मिळाले, तरीसुद्धा मन म्हणते, सोडून दे, आणि तुम्ही सोडून देता. आनंदाचा जेथून सुगावा लागतो, मन म्हणते सोडून दे, आणि तुम्ही सोडून देता. आणि जेथून एकसारखे दुःखच मिळते, आणि तुम्हाला माहिती आहे की दुःखाशिवाय काहीच मिळणार नाही आणि मन म्हणते अजून करा कोण जाणे आत्तापर्यंत तरी मिळाले नाही. पुढे मिळेल. आत्तापर्यंत तरी वाळूपासून तेल निघाले नाही. कोणाला माहिती पुढे निघेल सुद्धा! भविष्य कुणी बघितलंय? आणि जे आत्तापर्यंत झाले नाही ते पुढेही होणार नाही असे कुणी सांगितले आहे? खूपशा गोष्टी झाल्या नाहीत. पुढे होतील खोदत जा खोदत जा – वाळवंटाचा प्रवास करून ठेवणारच!

वेडाचा अजून काय अर्थ होणार?

कधी बसून स्वतःच्या मनाला बघा. तेथे काय चालले आहे? यामध्ये आणि वेड्या मनामध्ये तुम्हाला काही फरक कळतोय?

वेड्याच्या इस्पितळामध्ये जा आणि वेड्यांना विचारा की तुझ्या मनामध्ये काय चालले आहे आणि लिहून घ्या. नंतर आपल्या मनामध्ये जाऊन एक तासभर बघा, काय चालू आहे आणि लिहा. आणि सांगा की या दोन्हीमध्ये काही फरक करू शकतो का? कुणालाही विचारा की यामधील कोणते म्हणणे वेडेपणाचे आहे आणि कोणाचे म्हणणे वेडेपणाचे नाही? तुम्ही मोठ्या अडचणीत सापडाल. ज्याला कुणाला दाखवाल ते म्हणतील दोघेही वेडे आहेत. कमी जास्त प्रमाणात वेडे असतील. परंतु दोघेही वेडे आहेत. आणि तुम्हाला स्वतःलाही असेच वाटेल.

मन वेडे आहे. थोड्याफार मात्रांचा फरक असेल. कोणी ऐंशी टक्के वेडे आहे, कोणी नव्वद टक्के वेडे आहे, कुणी नव्वाण्णव टक्क्याच्या जवळ आलेले, कोणी शंभर टक्के वेडे आहे. कोणी शंभर टक्क्यांच्या पलीकडे एकशे एक टक्के वेडे झालेले आहे, ते तर वेड्यांच्या घरात आतमध्ये बंद आहेत.

एक धर्मगुरू एकदा वेड्यांच्या इस्पितळामध्ये भाषण देण्यासाठी गेले त्यांनी खूप समजून सांगितले, अगदी विस्तारपूर्वक समजून सांगितले, असा विचार करून की वेडे आहेत, म्हणून छोट्या छोट्या गोष्टी समजून सांगितल्या अगदी नीटपणे समजवल्या, सर्व बाजूनी समजवल्या आणि एक वेडा एकटक एकाग्रतेने बघत होता आणि इतक्या उत्कंठतेने ऐकत होता की त्यामुळे धर्मगुरूही प्रभावित झाले. असे तर कधी कुणी ऐकले नव्हते. तो इतका तल्लीन झाला होता की जसा त्याने श्वास रोखून ठेवला होता. सभा पूर्ण झाली. तो वेडा इस्पितळाच्या दिशेने अधीक्षकांकडे जाताना धर्मगुरूंनी बघितले, त्याने त्यांच्या कानात काहीतरी सांगितले, तेव्हा त्यांना

असे वाटले की नक्कीच त्याने माझ्या प्रवचनाविषयीच सांगितले असेल. कारण इतक्या लक्षपूर्वक त्याने ऐकले आहे. संधी मिळताच त्यांनी अधीक्षकाला विचारले की या वेड्याने काय सांगितले? माझ्या व्याख्यानाविषयी तो काही बोलला का? अधीक्षकाने थोडेसे अडखळतच सांगितले की हो, बोलला तर तो तुमच्या भाषणाविषयीच!

धर्मगुरू अस्वस्थ झाले. ते म्हणाले. सांगा काय म्हणाला तो?

अधीक्षक सांगण्यास तयार नव्हते, परंतु इतका आग्रह केला म्हणून ते म्हणाले की तो माझ्याजवळ आला. आणि कानामध्ये सांगू लागला, की बघा या संसाराची गम्मत, काय खेळ आहे, हा मनुष्य बाहेर आहे, आम्ही आतमध्ये, अन्याय होत आहे.

जो बाहेर आणि जो आतमध्ये आहे, त्यांच्यामध्ये काही फरक नाही. भिंतीचे अंतर आहे तुम्ही कधीसुद्धा आतमध्ये जाऊ शकता. भिंतीजवळच उभे आहात. दार नेहमीच उघडे आहे. आतमधून येणाऱ्यांसाठी बंद आहे. बाहेरून येणाऱ्यांसाठी बंद नाहीये. वेड्यांच्या इस्पितळाच्या दारावर तो जो बंदुकधारी उभा आहे तो तुम्हाला आतमध्ये जाण्यासाठी रोखत नाहीये. ते जे आतमध्ये आहेत, ते बाहेर येऊ नये म्हणून त्यांना रोखण्यासाठी उभे आहेत. तुमच्यासाठी तर स्वागतच आहे. आणि वेळी अवेळी कधीही तुम्ही वेड्यांच्या इस्पितळात पोहोचालच! आश्चर्य हे आहे की तुम्ही अजूनपर्यंत कसे पोहोचला नाहीत. आणि तुम्हालाही हे चांगले माहीत आहे म्हणून तर तुम्ही आतमध्ये लपून राहाता. स्वत: एकदम समोर येत नाही. आणि कधी कधी समजा एखाद्या अजाणते क्षणी तुम्ही बाहेर आलात तर तुमच्या लक्षात येईल की हे वेडेपणच झाले. संतापामध्ये तुम्ही कधी असली रूपामध्ये समोर आलात तर नंतर तुम्ही म्हणता की मला क्षमा करा, वेडेपणाच संचारला होता. मी असे कधी करू शकेन? झाले पण कसे झाले? तुम्ही करू शकत नाही पण कसे झाले? तुम्हीच केले आहे. संतापला तुम्ही होतात. कोणत्या दुसऱ्या आत्म्याने प्रवेश केला नव्हता, कोण्या भूता-प्रेताने तुमच्याकडून करून घेतले नव्हते.

परंतु तुम्ही क्रोधामध्ये असण्यात आणि क्रोधामध्ये नसण्यात काय फरक आहे? फरक एवढाच आहे की क्रोधाच्या बेहोशीमध्ये तुमच्या आतमध्ये जे काही चालते, त्याची थोडीशी झलक बाहेर येते. साधारणपणे तुम्ही स्वत:ला सांभाळून राहाता, संयमाने जगता, शंभर गोष्टी आतमध्ये चालत असतात, त्यातील एखादीच बाहेर पडते, ते सुद्धा विचार करून की करू की नको करू.

मन वेडे आहे. मनापासून मुक्त झाल्याशिवाय कोणीही वेडेपणापासून मुक्त होत नाही.

'डगमग छाडि दे मन बौरा ।'

परंतु ही गंमत आहे की डगमगणे सुटेल, चंचलता सुटली, तर मन हरवते.

मनाच्या असण्याने डगमगणे सुटत नाही. डगमगणे संपले तर मन विलीन होऊन जाते – लाट झोपली– समुद्रात हरवली.

कबीर म्हणतात की या बाजूचे जे मन आहे ते उलट्या बाजूने परमात्मा आहे, सनातन आहे. जोपर्यंत अस्वस्थता आहे तोपर्यंत मन आहे. आणि जोपर्यंत अस्वस्थता आहे तोपर्यंत संसाराशी – विश्वाशी संबंध आहे. जर मन स्वस्थ झाले, शांत झाले, तर काही राहातच नाही, सनातनाचेच अस्तित्व राहिल. परमेश्वराशी जोडले जाण्याचे तेच एक सूत्र होईल.

'डगमग छाडि दे मन बौरा ।'

'अब तो जरे बने बनि आवौ लिह्नो हाथ सिंधौरा ।'

हे प्रतीक समजण्यासारखे आहे. भारतामध्ये ब्रिटिश साम्राज्याच्यापूर्वी पतीच्या मृत्युनंतर पत्नी सती जात होती. शंभरामध्ये नव्वाण्णव वेळा तर जबरदस्तीच असायची. म्हणून कायदा करावा लागला. परंतु एकावेळेस जबरदस्ती होत नव्हती, आणि आता कायदा केल्यामुळे जबरदस्ती होत आहे. सतीची प्रथा जेव्हा सुरू झाली तेव्हा ती मोठ्या प्रेमाने आणि गहन आत्मीयतेने सुरू झाली होती. जगामध्ये अशा घटना कुठेच घडल्या नव्हत्या, भारतातच घडल्या होत्या. कारण की भारतीयांना उत्कट प्रेमाची उंची माहिती आहे. आत्मभावाची, एकात्मतेची खोलवर असलेली क्षमता भारतीयांनी अनुभवली आहे. याच उंचीमुळे आणि गहनतेमुळे 'सती' प्रथेचा जन्म झाला. प्रेम इतके गाढ होते की तेच प्रेम जीवनाचा पर्याय बनते त्यामुळे प्रिय व्यक्तीच्या मृत्युनंतर मरणाशिवाय दुसरा उपायच उरत नाही. पती गेला, त्याच क्षणी पत्नीचे जीवनही संपते – समजा प्रेम राहिले असेल तर? आता जगण्यामध्ये कोणताही अर्थ उरला नाही. सकाळ आजही होईल, परंतु आता त्या उजाडण्यामध्ये कोणतेही सौंदर्य असणार नाही. रात्री आत्ताही येतील, तारेही चमकतील परंतु आता या विधवेसाठी कोणत्याही रात्री तारे नसतील. दिवस अंधारमय झाला, रात्र तर अंधारी होतीच, अधिक अंधारी झाली. सारा प्रकाश विझून गेला. जर प्रेमाचा दिवाच विझला तर जीवनामध्ये कोणताच अर्थ उरला नाही.

त्यामुळे पत्नी स्वेच्छेने पतीच्या चितेवर चढून जात होती. चढते समयी ती आपल्या हातात कुंकवाचे भांडे (पात्र) घेत होती. 'लीह्नौ हाथ सिंधौरा' – हातात कुंकवाचे भांडे घेऊन सती उभी आहे – सती जाणारी पत्नी! चिता तयार झाली आहे, आगीच्या ज्वाला पेटल्या आहेत. कुंकू सौभाग्याचे प्रतीक आहे! ही जी पत्नी आहे आणि जिचा पती मेला आहे, तिच्यासाठी ही चिता चिता नाहीच, तिचे सौभाग्य आहे. आणि ही मरण्यासाठी जात नाही तर ही पतीला भेटायला चालली आहे. या चितेच्या ज्वालांच्या त्या बाजूला तिच्या प्रेमाची प्रतिमा आहे. हे मधले द्वार आहे. ते तिच्यासाठी मृत्यू नाही, हे तिच्यासाठी जीवनाचे दार आहे. म्हणून सौभाग्याचे

कुंकू आपल्या हातामध्ये घेऊन ही स्त्री चितेवर चढते.

कबीर म्हणतात : आता जसे होईल तसे, जे काही होईल ते, मागे परतण्याचा कोणताही उपयोग नाही. आता मी असाच उभा आहे जशी एखादी सती हातात कुंकवाचे भांडे घेऊन उभी आहे. समजा ज्वाळांमधून जावे लागले तरी मी तयार आहे. समजा तू ज्वाळांच्या पलीकडे आहे तरी मी तेथून जाण्यास तयार आहे. समजा तू मृत्यूच्या त्या बाजूला आहेस तरी त्या मृत्यूमधून येण्यास मी तयार आहे, मी मरायला तयार आहे. – जसा आहे तसा! तेव्हा ते मनाला सांगतात की तू आता डगमगणे सोडून दे. तू निरर्थक डगमगत आहेस, मी तर हा चाललो. आता तर ही शेवटची घडी आली आहे. मी तर आता मृत्यूमधून जाण्यास तयार आहे. पण जीवन समजून घेईन. तू हे वेडेपणाचे बोलणे सोडून दे. खूप झाले, तुझे खूप ऐकले.

कबीर मनाला शांत करत नाहीत. ते त्याला सांगत आहेत की तू निरर्थक काळजी करतोयस. मी तर चाललो, पाऊल उचलले आहे, हातामध्ये कुंकवाचे भांडे घेतले आहे, दुसरे पाऊल आणि चिता ...? मी मरायला उभा आहे. कारण की माझा प्रियकर तिकडे बोलवत आहे. वेड्या, तू आता डगमगणे सोडून दे. आता तू कशासाठी डगमगतो आहेस? तुझ्या डगमगण्याने काहीही होणार नाही. माझी पूर्ण तयारी आहे. मी आता तुझे ऐकणार नाही.

आणि जेव्हा अशी वेळ येते, आणि तुम्ही इतके तयार आहात की मन काहीही म्हणेल, तुम्ही ऐकणार नाही. तेव्हाच मन डगमगणे सोडेल त्या पूर्वी नाही. जोपर्यंत मनाला थोडीशी आशा असते की तुम्ही ऐकाल तोपर्यंत ते तुम्हाला फूस लावणार! मनासारखा फूस लावणारा दुसरा कोणीही नाही. तोपर्यंत मन समजावेल की हे काय चालू आहे. जरा मागे तर वळून बघा. – सारे आयुष्य पडले आहे, सूर्य उगवत राहील, चांदणे–तारका राहतील, आनंद राहील, आणि तुम्ही हे काय करता आहात. अजून थोडेसे उपभोगले तर काय हरकत आहे? आणि काय सांगावे, आत्तापर्यंत नाही मिळाले पुढे मिळेल. आणि काय नक्की भरवसा आहे का की या चितेच्या पलीकडे काही मिळेल? असे काही व्हायला नको की फक्त जळून जाल, राख तशीच पडून राहील आणि त्याबाजूला काहीच नसेल. तुम्हाला कोणी सांगितले की प्रीतम आहे? कोणी सांगितले की परमेश्वर आहे, की आत्मा उरतो, की मोक्ष आहे? ही सगळी निरर्थक बडबड आहे, ह्या सगळ्या गप्पा आहेत. कोणाच्या बोलण्यामध्ये पडला आहात?

मन शेवटच्या श्वासापर्यंत तुमच्या पदराला धरून समजवण्याचा प्रयत्न करत राहाणार की थांब! आणि मनाचे बोलणे तुम्हाला एखाद्या हितचिंतकासारखे वाटेल. कारण की तो इतके तर सांगतोच आहे की मरणाची तयारी का करता? थोडे दिवस अजून जगून घ्या. तो जीवनाची सगळी प्रलोभने समोर ठेवेल. तो सगळ्या प्रकारची

स्वप्ने तयार करेल. आपली संमोहनाची सगळी शक्ती तो खर्च करेल. परंतु हे तेव्हाच शक्य आहे जेव्हा तुम्ही त्यापासून स्वत:ला वाचवाल, जेव्हा तुम्ही असे म्हणाल की तू काहीही म्हण, आता काहीही फरक पडणार नाही.

कबीर हेच सांगत आहेत. हातामध्ये कुंकवाचे भांडे घेऊन उभे आहेत. ते म्हणतात : 'डगमग छाडि दे मन बौरा' – वेड्या आता तू गप्प होऊन जा. आता तू कारण नसताना चिंता करतो आहेस. ऐकणारा गेला आहे. प्रवास सुरू झाला आहे. परतण्याचा कोणताही उपयोग नाही. तू ही निरर्थक बडबड बंद कर.

आणि जेव्हा मन निश्चिंत होऊन जाते की आता परतणे शक्य नाही, तेव्हा मन गप्प होते.

माझ्याकडे लोक येतात. ते म्हणतात की, संन्यास घ्यावासा वाटतो, पण अजून मन डगमगते. मन अजूनही हजार गोष्टी सांगते – समजावते. ते म्हणते अजून मुले आहेत, पत्नी आहे, समाज आहे, या लाल वस्त्रांमध्ये फिरणार, लोक हसतील, कोण काय म्हणेल? मरणे तर दूरच, आगीच्या ज्वालाही दूर, ज्वालांच्या रंगाचे कपडे घालणे तर कठीणच!

हिंदूंनी ज्वाळांच्या रंगामधील लाल वस्त्रे निवडली आहेत. तो ज्वाळांचा रंग आहे. कधी आगीमध्ये उतरायचे असेल तर पहिल्या पावलासारखे उपयोगी आहे. आणि मन जर अग्निचे वस्त्र घालायला देत नसेल तर अग्नीमध्ये उतरायला कसे देईल? अग्नीचे वस्त्र परिधान करायला इतके डगमगते आणि तुम्ही त्याचेच ऐकता...! हे वस्त्र तर कुंकवाच्या रंगाचे वस्त्र आहे, हे सौभाग्याचे वस्त्र आहे. यामुळे परमसौभाग्य कमी होणार. परंतु ही मरणाची सुरुवात आहे. आणि समजा तुम्ही मनाचे ऐकले तर तुम्ही परत याल. आणि मन तुम्हाला कधीही संधी देणार नाही. मनाच्या बाजूने कोणताही उपाय नाहीये.

दोन अवस्था आहेत. एक तर मनाचे ऐका, बाजूचे असाल तरीसुद्धा मनाचे ऐकत आहात. विरुद्ध बाजूला आहात, तरीही मनाचे ऐकत आहात. समजा तुम्ही मनाला विरोध केला की कोणतीही चिंता – नाही, आम्ही तर घेऊच, आणि समजा तुम्ही हट्ट धरला तरी तो हट्ट सुद्धा मनाचा असेल, हा मनाचा दुसरा भाग बोलत आहे. नाही, कबीर आत्ता हट्ट करत नाही. मी तुझ्याशी भांडण करेल असे ते मनाला सांगत नाहीत.

हे बोलणे (वचन) समजून घेण्यासारखे आहे. कबीर मनाच्या बरोबर असे काही बोलत आहेत, सांगत आहेत की जसे एखाद्या छोट्या मुलाला सांगितले जाते की आता पुरे झाले गप्प बैस.

कोणतेही भांडण नाही, रडत असेल तर ठीक आहे. तुझी मर्जी, ओरडत असेल तर तुझी मर्जी. तुला यामध्ये सुख मिळत असेल तर तू कर, मला काहीही देणे–

घेणे नाही.

'डगमग छाडि दे मन बौरा ।' ए वेड्या आता गप्प बैस. आता तू कोणासाठी ओरडत आहेस? ना आम्ही तुझ्या पक्षात आहोत ना तुझ्या विरोधी पक्षात आहोत. जसा साप आपली कात टाकून निघून जातो तसेच कबीर मनाला सोडून वेगळे होत आहेत. सापाची कात जशी पडून राहील, तसेच मनही मागे राहून जाईल. आणि जेव्हा मन पूर्णपणे स्वस्थ होऊन जाईल की तुम्ही गेला आहात, तेव्हाच ते गप्प होते. जोपर्यंत त्याला आशा वाटत राहाते की अजूनही परतून येऊ शकते, जराशी थोडी तरी शक्यता वाटते की अजून संबंध आहे, मोहात पाडण्याचा प्रयत्न केला जातो, भीती दाखवणार, लोभ दाखवणार, संताप दाखवणार, माया–मोह, सारी रूपे उभी करणार.

मनाला वेडं म्हणण्याचा अर्थ हा आहे की आता आम्ही ना एका बाजूचे ना विरुद्ध बाजूचे! रस्त्याने एक वेडा मनुष्य जात आहे, रस्त्यावर उभे राहून तो शिव्या देत आहे. तुम्ही त्याच्यावर नाराजीही व्यक्त करू शकत नाही. तुम्ही म्हणता की तो वेडा आहे असे म्हणून निघून जाता. कळले असते की तो मनुष्य वेडा नाहीये, तर तुमचा अपमान झाला म्हणून तुम्ही भांडायला तयार झाला असता. परंतु समजले की वेडा आहे, मग विषयच संपतो. आता कसले भांडण? तो थोडा शुद्धीमध्ये आहे? तो काही जाणूनबुजून थोडेच करतो आहे? त्याच्या म्हणण्यामध्ये कुठे काही अर्थ आहे?

एकदा असे झाले की अकबर शोभायात्रेसाठी निघाले होते आणि एक मनुष्य रस्त्याच्या कडेला उभे राहून शिव्या देऊ लागला. अकबराने त्याला पकडण्याचे फर्मान काढले. रात्रभर तो तुरुंगामध्ये राहिला आणि सकाळी अकबराच्या समोर हजर झाला. अकबराने विचारले, 'तू शिव्या का दिल्यास? तो म्हणाला की 'मी दिल्या? चुकीचे आहे! मी तर दारूच्या नशेमध्ये होतो. ज्याने दिल्या त्याची जबाबदारी माझ्यावर नाही. हो, पण दारू पिण्याचा दंड तुम्ही मला करू शकता, पण शिव्या दिल्याचा नाही, त्या दारूने दिल्या होत्या.'

अकबर विचारात पडला. त्याने त्या माणसाला माफ केले. अकबराला विचारात पडलेले बघून त्याच्या दरबारातील लोकांनी विचारले की तुम्ही इतके विचारात का पडलात? तेव्हा त्यांनी सांगितले की, विचार करण्यासारखेच होते, कारण जर त्याने शुद्धीत केलेच नाही तर त्याची काय जबाबदारी?

अकबराला तो अपमान वाटला नाही, कारण बेशुद्धीमध्ये शिव्या दिल्या गेल्या. आता कोणताच संघर्ष नाही. तो विषयच संपला. शुद्धीत दिल्या असत्या तर भांडण होते. शिवी हीच असते की जी शुद्धीमध्ये दिली तर अर्थपूर्ण होते. बेशुद्धीमध्ये दिली तर ती निरर्थक ठरते.

कबीर म्हणतात : 'डगमग छाडि दे मन बेरा ।' अरे वेड्या मना तू गप्प होऊन जा! तुला डगमगण्यात आनंद वाटत असेल तर तू डगमगत राहा. परंतु आम्ही चाललो. 'हम ब्याही चले है, पुरुष एक अविनासी ।' तुला डगमगत बसायचे आहे, डगमगत राहा. इथे वरात सजवली आहे, घोडा तयार आहे. आम्ही चाललो.

'अब तो जरें बने बनि आवै, लीहनौ हाथ सिंधौरा ।' आता जे होईल ते होवो. तू आता समजावू नकोस. आता इकडच्या–तिकडच्या गप्पा करू नकोस. आता बाजूचे–विरुद्ध बाजूचे असे म्हणण्याची वेळ राहिलेली नाही. आता तर जे काही होईल ते होवो. जसेही असेल तसे, होईल. आता तर सतीने हातामध्ये कुंकू घेतले आहे. आता परत फिरण्याचा कोणताही उपाय नाही.

'होई निसंक मगन है नाचौ,
लोभ मोह भ्रम छाडौ ।
सूरो कहा मरन थे डरपै,
सति न सचै भाडौ ।

कबीर म्हणतात आता नि:शंक होऊन नाचा, मग्न होऊन नाचा. 'लोभ मोह भ्रम छाडौ'– लोभ, मोह, भ्रम सोडून दे. 'सूरो कहा मरन थे डरपै'–आणि वीर पुरुष कुठे मरणाला घाबरतात?

मन समजवत आहे की हे, तू मरणाच्या मार्गावरून चालत आहेस. मृत्युच हाती लागेल. दुसरे काहीही मिळणार नाही. कोणी परमेश्वर नाही आणि कोणताही मोक्ष नाही. कपोलकल्पित गोष्टी आहेत. धूर्त लोकांनी रचलेल्या आहेत.

चार्वाकाने सांगितले आहे की, वेद धूर्त–कावेबाज लोकांनी कल्पिलेले आहेत, आणि मोक्ष आणि परमेश्वर, हे सगळे हुशार आणि सैतान लोकांचा आविष्कार आहे. चार्वाकाने सांगितले की उधार घेऊन जरी तूप प्यावे लागले तरी पिऊन घ्या, कारण की परतून कोणी येत नाही. ना कुणाला चुकवायचे आहे, ना कुणाला चुकवण्याचे भय आहे, ना कोणते पुण्य आहे, ना कोणते पाप आहे. ह्या सगळ्या काही हुषार आणि धूर्त लोकांच्या युक्त्या आहेत की ज्यामुळे त्यांनी तुम्हाला जाळ्यात अडकवून ठेवले आहे.

आणि हीच गोष्ट आधुनिक युगामध्ये मार्क्सने सांगितली आहे की धर्म अफूची नशा आहे. गरिबांचे शोषण करण्याचा हा उपाय आहे. जे चार्वाकाने तीन हजार वर्षांपूर्वी सांगितले, बरोबर तीच गोष्ट! मन तर सगळ्यांच्या आतमध्ये चार्वाकासारखेच बोलते. मन तर नेहमीच समाजवादी आहे. मन तर नेहमीच नास्तिक आहे. समजा मनाचे ऐकले तर ते हे म्हणेल की कुठे चालला आहे? का हातचे अर्धवट सोडतो? समजा अर्धे असेल तरीही आहे ना, आणि दूरवर आकाशाच्या फुलांमध्ये पूर्ण मिळण्याच्या आशेने भटकाल, तर अर्धेही सुटून जाईल. पूर्ण तर

मिळणार नाहीच; अर्धेसुद्धा हातातून निघून जाईल.

कबीर म्हणतात की, 'होई निसंक मगन है नाचौ ।' कबीर म्हणतात की, आता माझी नाचण्याची वेळ आहे, तू निरर्थक डगमगू नको. हे क्षण काही निराशेमध्ये विचार करण्यामध्ये घालवायचे नाही. आता मी तर मृत्यूला जवळ बघून मग्न होऊ लागलो आहे. मिटून जाण्याची वेळ जवळ येत आहे हे कळल्याने मी मग्न होऊन नाचत आहे. कारण काय? कारण की, मिटल्यावरच मिलन होणार.

स्वत:ला हरवले तरच त्याला मिळवू शकणार आहे. माझा हा अहंकार चितेमध्ये जळाला तर त्याच राखेमधून माझ्या आत्म्याचा जन्म होणार आहे.

'होई निसंक मगन है नाचौ ।
लोभ मोह भ्रम छाडौ?'

मनाच्या तीन युक्त्या आहेत. एक तर तो लोभाचे आमिष देतो. ते म्हणते, हे आता मिळू शकत होते आणि आता तुम्ही मिळण्याच्या जवळ पोहोचत होतात आणि तुम्ही कुठे चाललात? इतक्या दिवसांचा प्रवास यशस्वी होण्याच्या जवळ आला होता; पिके आली होती आणि कापायची होती. तेव्हा तुम्ही कुठे चाललात? सगळे श्रम निरर्थक होऊ लागले आहेत. फक्त अजून एका दिवसाचीच गोष्ट होती. थोडेसे अजून थांबला असतात, जे जे मी सांगितले होते, ती सगळी आश्वासने पूर्ण होण्याच्या जवळच होती.

एक तर लोभाला पकडावे की मोहाला म्हणेल, कुणाला सोडते आहे, आपल्याला सोडते आहे, एकटे जात आहे? प्रियजन आहे, मित्र आहे, पत्नी आहे, मुले आहेत. सगेसोयरे आहे, समाज आहे – या सगळ्याला सोडून तुम्ही एकटे कुठे उलट्या मार्गाने जात आहात? आणि जेथे इतके लोक जात नाहीत, तेथे जाणे तर निश्चित चुकीचे ठरेल. तुम्ही एकटे बुद्धिमान आहात?

आणि कबीर म्हणतात, की जो राजमार्गावर चालला तो लुटलाच; आणि जो उलटा गेला, तो पोहोचला. तेव्हा मन म्हणेल की राजमार्गावरून चला. इथे चोर नाही, लुटेरे नाही, कसे लुटणार? पुन्हा गर्दीही आहे, वाचण्याचे उपाय आहेत. एकटे असताना लुटले जाल. कुणाच्या बोलण्यात अडकलात? एक तर लोभ किंवा मोह, आसक्ती किंवा भ्रम, कदाचित् मन नवीन भ्रम आणि मोहजाल समोर उभे करेल. मन स्वप्नांचा जन्मदाता आहे. त्याच्यापेक्षा मोठा कुशल कारागीर नाही. ते तुम्हाला मोठे स्वप्ने देते. ते म्हणते एकदा तरी अजून थांब. एकदा तरी अजून सारे पणाला लावून जा.

जुगारी माणसाची हीच अडचण आहे जी तुमची अडचण आहे. जुगारी जिंकले तरी अडचणीत, हारले तरी अडचणीत! जिंकले तर मन म्हणते, आत्तापर्यंत जिंकला आहात एक डाव अजून लावा. एक लाख हातात आहेत, अजून लावले तर दोन

लाख होतील. जिंकणारा जिंकण्याच्या नशेत जातो, विचार करतो आता जिंकत आहे तर हारणार कसा? हारणाऱ्याचे मन म्हणते की यावेळेस हारलास, ठीक आहे काही हरकत नाही. एक प्रयत्न अजून कर – पराभव पत्करून परत फिरणे योग्य होईल का? म्हणून जुगारी मनुष्य कोणत्याही परिस्थितीत फसलेला असतो. जिंकला तरी अडचण हारला तरी अडचण!

मन भ्रम निर्माण करते.

'सूरो कहा मरन थे डरपै' – आणि मनाचा शेवटचा जो उपाय आहे, तो हा आहे की ते तुम्हाला सांगेल की, समजा या रस्त्यावर चाललास तर मरणार! हा मृत्यूचा रस्ता आहे. आणि सगळे संत सांगतात की, जो आपले मस्तक उतरवून खाली ठेवेल त्याच्यासाठी ती तलवारीची धार आहे. जीझस म्हणतात की, स्वतःला मिटवले (संपवले) तरच वाचाल. वाचवले की मिटून जाल. माझ्याशिवाय कधी कुणाला अमृत मिळाले नाही. तेव्हा मन सरळ म्हणेल की कोणत्या गोष्टींमध्ये पडलात? हे जे तुम्हाला समजून सांगत आहेत की मरा हे सगळे मृत्यूचे दलाल आहेत. आणि मी तुमच्या जीवनाची तरफदारी करणारा मी तुमचा मित्र आणि तुम्ही शत्रूलाच गुरू मानून बसला आहात.

आणि त्याचे म्हणणे लक्षात येईल. तुमचे भयच सांगेल की मन बरोबर सांगते आहे, आणि जोपर्यंत जगायला मिळते आहे तोपर्यंत जगा, नंतर पुढचे पुढे विचार करा. इतकी काय घाई आहे? आणि मृत्यू तर स्वतःहून येणारच आहे. त्यापूर्वी मरण्याचे कारण काय आहे? कबीर म्हणतात जो जिवंतपणी मेला, त्यालाच अमृत प्राप्त झाले आहे. तेव्हा मन म्हणेल, मरणारच, मृत्यू येत आहे, इतकी घाई काय आहे, आपल्या हाताने करायची काय जरूर आहे?

'सूरो कहा मरन थें डरपै सति न संचै भाडौ ॥' कबीर म्हणतात : शूरवीर कधी मरणाला घाबरला आहे? वेड्या, ते मनाला म्हणते आहे की तू मला मृत्यूचे भय दाखवतो – घाबरवतो?

मृत्यू एक आव्हान आहे, भय नाही. मृत्यूचे आव्हान स्वीकारूनच जीवनाचा परम रस अनुभवता येतो.

'सति न संचै भाडौ' – आणि सती शरीररूपी भांड्याला एकत्र करत नाही. ना सजवते, ना सांभाळते – (काळजी घेते). सतीला तर माहिती आहे की शरीर म्हणजे मातीचा घडा आहे आणि या घड्यासाठी वाचवू? आणि या घड्याला वाचविण्यासाठी मी त्याला पणाला लावू जे माझे सर्वस्व आहे? आणि माझा प्रेमी त्या ज्वाळांच्या पलीकडे आहे.

जेव्हा कोणी एखादी सती मरण्यास जात असेल तर मन निश्चितपणे म्हणेल, हे तू काय करते आहेस? आता तर तू तरुण होतीस, एक प्रेमी मेला तर काय सारे

प्रेमी मरून गेले? प्रेम अजूनही निर्माण होऊ शकते, थोडीशी जखम भरू देत. इतकी घाई काय आहे? आयुष्य पुन्हा परतून येईल. वर्ष सहा महिन्याची तर गोष्ट आहे, वेळेचा प्रश्न आहे. जखम भरली जाईल, तू विसरून जाशील, नवीन प्रेमाचा उदय होईल किंवा नवीन पती मिळेल. नवीन संसार उभारेल. इतकी घाई काय आहे? इतके सुंदर शरीर, इतका सोन्यासारखा देह तू आगीमध्ये जाळायला चाललीस? ज्याला तू आतापर्यंत सजवले होते आणि ज्या शरीराला तू हजार वेळा आरशामध्ये निरखले होतेस, ज्याच्यावर लोक वेडे होते, जसा पतंग ज्योतीकडे झेप घेतो, तसे डोळे (इतरांचे) तुझ्याकडे झेप घेत होते – अशा देहाला तू जाळायला निघालीस?

कबीर म्हणतात : मन तर सारे हेच सांगेल. 'सति न संचै भाडौ' – परंतु जी सती हातामध्ये कुंकवाचे भांडे घेऊन उभी आहे, मरण्याची जिची तयारी आहे, जिने पहिले पाऊल उचलले आहे. आणि जिने आगीच्या ज्वालांमध्ये आपले सौभाग्य पाहिले आहे, आणि जिने पलीकडे उभ्या असलेल्या आपल्या प्रेमीच्या प्रतिमेला ओळखले आहे – ती काही शरीराला सजवण्याच्या, या मातीच्या घड्याला सांभाळण्याच्या भानगडीत पडणार नाही. तुम्ही सुद्धा पडू नका.

'डगमग छाडि दे मन बौरा ।' या साऱ्या गोष्टी कबिरांचे मन सांगत आहे. तुमचे मन सुद्धा हे सांगेल. हे सगळे सिद्ध होण्यापूर्वी सगळ्या साधकांच्या मनाने हे सांगितले आहे. हा मनाचा स्वभाव आहे.

'लोक वेद कुल की मरजादा, इहै गलै मै पासी ।
आधा चलि करि पीछा फिरिहै है है जग में हासी ।।'

लोक, समाज, वेद, शास्त्र परंपरा, कुळाची मर्यादा, परिवार, वंशाची इज्जत – या साऱ्या गोष्टी गळ्याभोवतीचा फास आहेत. – 'इहे गलै मै पासी ।' कारण की मन म्हणेल, हे तू काय करतो आहेस? हे समाजाच्या विरुद्ध आहे.

माझ्याकडे लोक येतात. ते म्हणतात, आम्ही संन्यस्त होऊ इच्छित आहोत, परंतु समाजाचे भय वाटते.

कोण आहे हा समाज? कुठे आहे हा समाज? तुमच्यासारख्या घाबरट लोकांची गर्दी भीतीपोटी एक–दुसऱ्याला धरून उभी आहे. ते स्वतःच घाबरले आहेत. परंतु जो कुणी घाबरतो तो दुसऱ्यालाही घाबरवून टाकतो. तो तुम्हालाही घाबरवतो, की गर्दीला सोडून जाऊ नकोस. गर्दीला हे कधीही आवडत नाही की एखादी व्यक्ती आपले स्वतःचे व्यक्तिमत्त्व प्राप्त करेल, आत्म्याला प्राप्त होईल कारण की जी व्यक्ती आपल्या स्वत्त्वाचा शोध घेण्यास जाईल, ती गर्दीचा मार्ग सोडून देते. तिला स्वतःची पाऊलवाट शोधावी लागते. तिला स्वतःचा मार्ग शोधणे भाग पडते. तिला स्वतःच्या पायावर भरवसा ठेवावा लागतो. दुसऱ्यांवरचे अवलंबित्व हळू हळू कमी होत जाते. आणि तो अवलंबून राहिला तरी परमेश्वरावर राहिल, समाजावर नाही.

आणि तो बघतो ते सुद्धा कुणाकडे तर परमेश्वराकडे, समाजाकडे नाही. अज्ञानींची गर्दी! त्यांच्याकडे बघून काय मिळणार आहे?

कबीर म्हणतात : लोक, समाज एक फास आहे.

कबीर, बुद्ध, महावीर या सगळ्यांनी समाजाला फाशीसारखे बघितले आहे. तो गळ्यामध्ये अडकवलेला फाशीचा दोर आहे, ज्याला तुम्ही जीवन समजता. ते तुम्हाला जखडून आहेत तुम्ही त्याच्यामुळे गुलाम आहात.

'लोक वेद कुल की मरजादा ।'

वेद आहेत, परंपरा आहे, शास्त्र आहे, लोक म्हणतील हे शास्त्राच्या विरुद्ध आहे; लोक म्हणतील की शास्त्रामध्ये तर लिहिले आहे की, शेवटच्या समयी संन्यास घ्या. ज्यावेळेस मृत्यू जवळ येईल अशा अंतिम घटकेला संन्यासी बना. तरुण असून संन्यास घेता? शास्त्रामध्ये लिहिलेले नाहीये. हे वेदाच्या विरुद्ध आहे.

एक म्हातारे गृहस्थ माझ्याकडे आले. त्यांचे वय असेल साधारण अठ्ठ्याहत्तर वर्षे! त्यांच्या मुलाने संन्यास घेतला होता. मुलगा म्हणजे अगदी लहान मुलगा नव्हता. मुलाचे वय असेल काहीसे पन्नास वर्षे. ते खूप नाराज होऊन आले होते. ते म्हणू लागले की आपण मुलाबाळांना संन्यास देत आहात?

'कोणती मुले–बाळे?'

त्यांनी आपल्या मुलालाही बरोबर आणले होते. त्याचे वय पन्नास वर्षे होते. ते म्हणाले की, हे तर वेदाच्या विरुद्ध आहे. शास्त्रामध्ये तर सरळ सांगितले आहे की आयुष्याच्या शेवटच्या टप्प्यात संन्यस्त बनायला हवे. पहिला टप्पा ब्रह्मचर्य, दुसरा गृहस्थ, तिसरा वानप्रस्थ, चौथ्या शेवटच्या टप्प्यात माणसाला संन्यस्त व्हायला पाहिजे.

मी म्हणालो : मुलाचे सोडा, आपला इरादा काय आहे? आपला शेवटचा टप्पा आला आहे? समजा तुम्ही आत्ता संन्यास घेत असाल तर मी तुमच्या मुलाला समजून सांगतो की तू संन्यास घेऊ नको.

म्हणू लागले, जरा विचार करतो, पुन्हा येतो, जरा विचार–विमर्श करतो.

वयाच्या अठ्ठ्याहत्तराव्या वर्षी सुद्धा विचार विमर्श करण्याचे मार्ग आपण बनवले आहेत. मुलाने घेतला तर म्हणतात की शेवटी घ्यायला हवा. स्वतः शेवटच्या टप्प्यावर आहेत. मुलाला हे सांगत नाहीत की शेवटी घे म्हणून; ते फक्त एवढेच सांगतात की आत्ता घेऊ नको. त्यांच्यासाठी शेवटचा टप्पा हा फक्त बहाणा आहे.

संन्यास घेण्यासाठी वय बघितले जात नाही? जागे होण्यासाठी काही वयाचे बंधन असू शकते? आणि समजा तुम्ही तरुणपणामध्ये जागे झाला नाहीत तर म्हातारपणी जागे होणे खूप अवघड होऊन बसते. कारण की जाग्रणासाठी सुद्धा

ऊर्जा पाहिजे, शक्ती पाहिजे. जेव्हा तुम्ही अशक्त होऊन जाल, कोमेजून गेले असाल, जेव्हा तुमच्याजवळ काहीही उरले नसेल, तेव्हा तुम्ही परमेश्वराच्या चरणी स्वत:ला अर्पण करणार. जेव्हा फूल ताजे होते तेव्हा अर्पण करायचे होते. जेव्हा जीवनामध्ये सुगंध होता. जेव्हा जवळ देण्यासारखे योग्य काही होते तेव्हा अर्पण करायला हवे होते. जेव्हा काहीही शिल्लक उरले नसेल, जेव्हा मृत्यू तुम्हाला ओढून नेण्यासाठी दारावरती उभा आहे, तेव्हा तुम्ही स्वत:ला अर्पण करणार? ते अर्पण करणे खोटे होईल. तुम्ही कोणाला धोका देत आहात? 'धोखा कांसू कहिए।'

कबीर म्हणतात, 'लोक वेद कुल की मरजादा, इहै गलै मै पासी । आधा चलि करि पीछा फिरिहै, है है जग में हासी ।'

आणि ही सती आली, चितेच्या जवळ उभी राहिली, एक पाऊल अजून पुढे आणि सगळे स्वाहा (आत्मसात) होऊन जाईल. आणि मन समजून सांगतंय, परतून ये, मागे फिर, अजनूही वेळ आहे, अजूनही सोय आहे परत ये.

आणि कबीर म्हणतात, 'अर्ध्यावरून जो परत फिरेल त्याला सारे जग हसेल.'

हे जग समाज नाही. समाजासाठी कबिरांनी 'लोक' शब्दाचा वापर केला आहे. जग म्हणजे अस्तित्व! समजा अशा घडीला कोणी परतून मागे आले, समाधीच्या जवळ जाऊन कोणी परत मागे फिरेल तर सारे अस्तित्व, पूर्ण चराचर हसेल. आणि समजा कोण्या एखाद्याने समाधीमध्ये उडी घेतली तर सारे अस्तित्व तन्मय होऊन, मस्तीमध्ये नाचू लागेल.

'आधा चलि करि पीछा फिरि है, है है जग मे हासी ।'

'यह संसार सकल है मैल, राम कहै ते सूचा ॥'

हा सारा संसार अपवित्र आहे. कारण की, मनापासून तो निर्माण झाला आहे. मन संघर्ष आहे आणि अपवित्र आहे. 'राम कहै ते सूचा' – ज्यांच्या हृदयामध्ये रामाचे नाव आहे, फक्त तीच माणसे या संसारामध्ये पवित्र आहेत. ज्यांच्या वाणीमध्ये सतत रामाचेच नाव आहे – 'राम कहै ते सूचा' – फक्त तेच खरे पवित्र आणि शुद्ध आहे.

'कहै कबीर नाव नहिं छाडौ –
गिरत परत चढि उंचा ॥'

फक्त त्याचे नामस्मरण सोडू नका. पडणार, धडपडणार, पुन्हा पुन्हा उठून उभे राहाणार; तरीही नाव घेणे सोडू नका. नामस्मरण चालूच ठेवा. मग मात्र कोणतीही चिंता करू नका. पडणे होणार, धडपडणे होणार, उठणेही होईल, पण तुम्ही हे एकच नाव धरून ठेवा. मग तुमचे ध्येय सुनिश्चित आहे. पोहोचूनच जाल. आणि पडण्याला घाबरू नका.

'गिरत परत चढि उंचा ।'

जो पडणार म्हणून घाबरतो, तो तर चालतही नाही. भीतीमुळे बसून राहातो. पडण्याला घाबरू नका. चूक करायला घाबरू नका. एकच गोष्ट लक्षात ठेवा. एकच चूक वारंवार करू नका. एकाच पद्धतीने पुन्हा पुन्हा पडू नका. कारण की ते तर बेहोश माणसाचे लक्षण आहे. प्रत्येक वेळेस पडा, नवीन पद्धतीने पडा, पुन्हा उठून या. पडण्या–उठण्यामध्ये एकच गोष्ट सारखी ठेवा – त्याचे नामस्मरण! दिवस रात्र ते दुमदुमू दे. अंधारात राहिलात तरी, उजेडामध्ये असलात तरी, उठता बसता त्याचाच प्रतिध्वनी यायला हवा. हातातून एक धागा सुद्धा सुटता कामा नये. बस एवढेच! नामस्मरणाची नाव सुटू नये, मग लाटा वरती नेऊ देत, खाली घेऊन येऊ देत. 'गिरत परत चढि उंचा'– परंतु पडलात धडपडलात तरी एक दिवस तुम्ही त्या उंचाईवर पोहोचाल जेथे परमेश्वर आहे. फक्त त्याचे नाव घेणे सुटू नये, त्याचे विस्मरण होऊ नये.

'सुन्न मरै अजपा मरै, अनहद् हु मरि जाय
राम सनेही ना मरै कहे कबीर समुझाय'

शून्यासारख्या सुखाचा, महासुखाचा अनुभवसुद्धा नष्ट होतो. अजपाचा, ओंकाराचा नाद सुद्धा नष्ट होतो. अनहद्, असीम यांचे ज्ञान असणेही संपते. फक्त एका रामाचे प्रेम मात्र कधीही नष्ट होत नाही.

'यह संसार सकल है मैला, राम कहै ते सूचा ।
कहै कबीर नाव नहिं छाडौ, गिरत – परत चढि उंचा ।।''

त्याची आठवण – स्मरण सतत ठेवा. तोच आधार आहे. प्रत्येक क्षणी, हो शुद्धीमध्ये एकच गोष्ट घडायला पाहिजे, कितीही खाली पडाल, हातातून त्याच्या नामस्मरणाचा धागा तुटता कामा नये. त्या धाग्याच्या आधारे पुन्हा उठाल – एक छोटासा धागा!

एकदा असे घडले की एक सम्राट आपल्या मंत्र्यावर नाराज झाला आणि त्याने त्याला आजन्म कारावासाची शिक्षा दिली. आणि गावाच्या बाहेर त्याने खूप मोठा मनोरा बांधलेला होता, त्या मनोर्‍यामध्ये त्याला कैद करून टाकले. त्या मनोर्‍यामधून पळून जायला कोणताही मार्ग नव्हता. समजा त्याने पळून जाण्याचा प्रयत्न जरी केला तरी तो पडणार–मरणार! पाचशे फूट उंच होता तो मनोरा! मनोर्‍यावर कडक पहारा होता. त्याची पत्नी खूप वैतागली की आता काय करायचे? कशी सुटका करायची. मंत्री अजून तरुण होता, अर्धे आयुष्य अजून बाकी होते.

तेव्हा पत्नी एका फकिराकडे गेली. आणि फकिराला म्हणाली, काहीतरी मार्ग सांगा. फकिर म्हणाला मला तर एकच रस्ता माहीत आहे, त्याचा थोडा तरी उपयोग करून घ्या. धाग्यापर्यंत पोहोचून द्या. कारण की आम्ही तर एकच धागा जाणतो तो रामनामाच्या स्मरणाचा! आणि आम्ही संसारी कैदेतून बाहेर पडलो. तेव्हा ही तर

छोटी कैद आहे. तू एक धागा पोहोचून दे.

पत्नी म्हणाली, मला तर काही समजत नाही, आपण कोड्यात टाकल्यासारखे बोलू नका. तेव्हा त्याने सांगितले. तू असे कर, एका किड्याला पकड – एक असा कीडा की ज्याला सुगंध आहे आणि त्या किड्याच्या मिश्यांना मध लावून टाका. मधाचा वास येईल. कीडा वरच्या बाजूला चढायला लागेल. आणि मिश्यावर मध लावला आहे, कीडा जसा वर चढू लागेल तसतसा गंधही पुढे जाईल. सुगंध त्याला वर खेचत राहिल. किड्याच्या शेपटीला थोडासा बारीक दोरा बांधून टाक.

तिने असेच केले. कीडा चढू लागला. मधाचा सुगंध त्याला खेचू लागला. तो सुगंधित वास घेऊनच वरच्या बाजूला जातो. बारीक दोऱ्याला तो आपल्या मागून घेऊन येऊ लागला. वजीर तर उत्सुक होताच. चोवीस तास विचार करत होता की कोणी ना कोणी तरी उपाय शोधेल. मित्र, पत्नी कोणी ना कोणी तरी उपाय शोधेल. तो सचेत होता. त्याने त्या किड्याला चढताना पाहिले; आणि किड्याच्या मागे बांधलेला दोराही येत आहे, त्याने ओळखले की काहीतरी उपाय आहे. धागा पकडून त्याने धागा खेचायला सुरुवात केली. धाग्याला एक पातळ दोरी बांधलेली येत आहे. दोरीला पकडले, दोरीला एक मोठा दोर बांधलेला येत आहे. मोठ्या दोरीने तो उतरला व पळून गेला.

त्याने आपल्या पत्नीला विचारले तुला ही युक्ती कुणी सांगितली?

त्याच्या पत्नीने सांगितले की एका फकिराने सांगितले. त्याने सांगितले की आपण सुद्धा राम–नामाचा धागा पकडून बाहेर पडलो. आणि ही तर छोटीशी कैद आहे. आपण तर मोठ्या कैदेतून बाहेर पडलो आहोत.

तो वजीर म्हणाला की मी आता घरी येत नाही; ज्याने मला या कैदेतून सोडवले त्या फकिराकडे मला घेऊन चल. आता कशाला परत घरी जायचे! आता पूर्णच कैदेतून बाहेर पडणे योग्य होईल. आणि त्याचे रहस्य त्याला माहिती आहे.

हेच रहस्य आहे.

'यह संसार सकल है मैला,
राम कहै ते सूचा ।
कहै कबीर नाव नहिं छाडौ,
गिरत परत चढि उंचा ।।'

आज एवढेच!

◆
'गूँगे केरी सरकारा'मधून

पंडित वाद बदन्ते झूठा ।
राम कह्या दुनिया गति पावे, खांड कह्या मुख मीठा ।।
पावक कह्या पांव ते दाझै, जल कहि तृष्णा बुझाई ।।
भोजन कह्या भूख जे भाजै, तो सब कोई तिरि जाई ।।
नर के संग सुवा हरि बोलै, हरि पस्ताप न जानै ।
जो कबहुं उडि जाय जंगल में, बहुरि न सुटतैं आनै ।।
बिनु देखे बिनु अरस परस बिनु, नाम लिये का होई ।
धन के कहे धनिक जो हो तो, निरधन रहत न कोई ।।
सांची प्रीती विषतु माया सूं, हरि भगतन सूं हांसी ।
कहै कबीर प्रेम नहिं उपज्यौ, बांधो जमपुर जासी ।।
चलन चलन सब को कहत है, ना जानै बैकुंठ कहां है ।
जोजन परमिति परमनु जानै । बातनि ही बैकुंठ बखानै ।।
जब लगि है बैकुंठ की आसा । तब लगि नहिं हरि चरण निवासा ।।
कहै सुनै कैसे पतिअइये । जब लगि तहां आप नहिं जइये ।।
कहै कबीर यहु कहिये काहि । साध संगत बैकुंठहि आहि ।।
मधुरा जावै द्वारीका, भावै जावै जगनाथ ।
साध संगति हरिभजन बिन, कछु न आवै हाथ ।।
मेरो संगी दोई जन, एक वैष्णो एक राम ।
यो है दाता मुकति का, वो सुमिरावै नाम ।।
हरि सेती हरिजन बडे, समझि देखु मन मांहि ।
कह कबीर जग हरि विषे, सो हरि हरिजन मांहि ।।

प्रवचन पाच

पंडितांपासून सावधान

कठोर रस्ते,

जे न उलगडलेल्या धाग्यांच्या फुलांचा गुच्छ बनली आहे.

त्यांच्या रंगाची प्रभा पावसासारखीच काहीशी गडगडाट करणारी.

तो चपल पाऊस भल्या पहाटे.

कोण्या पुजारिणीच्या कंप पावणाऱ्या ओठावर थरथरतो. ना त्यांची मंजिल ती दु:खाची संध्याकाळ आहे जी एक मळलेले तबक घेऊन प्रवाशांकडे रक्ताच्या थेंबाची रडत–रडत भीक मागते आहे. पेटणारे तारे, नाहक आशीर्वाद थरथरणाऱ्या हाताने वाटते आहे.

कठोर रस्ते जे पुढे जाऊन, नखरा दाखवून परततात.

परतून बाजू बदलून निघून जातात.

घनदाट रात्र आपले काळे पांघरूण लपेटून नि:स्तब्ध शांत उभी आहे

हा विचार करते आहे

कोणतासा सरळ स्वच्छ रस्ता एकदम चमकून उठतो. आणि रात्रीचा प्रवासी तिकडे झेप घेतो.

हा रात्रीचा प्रवासी.

काळाच्या प्रवाहामध्ये वहात वहात भ्रमराचे सौंदर्य वाढले आहे.

हजारो रस्त्यांमधे तो अडकला आहे.

रात्र आहे – खूप अंधारी रात्र आहे.

आणि सारे रस्ते वाईट पद्धतीने एकमेकांत गुंतले आहेत.

या कोड्यामध्ये मनुष्यही फसला आहे. ना कळते कुठून येतो, ना समजते कुठे जातो. समजत नाही की कोणता रस्ता निवडावा, कसा निवडावा. कोणते निकषही हातात नाहीत. कोणताही प्रकाश आणि दिवाही बरोबर नाही.

कठोर रस्ते जे पुढे जाऊन, नखरा दाखवून परत फिरले.

परतून दिशा बदलतात.

आणि कधी वाट बघणे चांगलेही वाटते, थोडेसे दूर जाऊन बदलून जाते, परत फिरते, दिशाही बदलते. काहीचे काहीच होऊन जाते.

कठीण रस्ते

जे समस्यांच्या धाग्यांची एक गुहाच बनली आहे.

जसे उलगडत जाते तशी अजून गोंधळून टाकते ती गुहा! उलगडण्याचा कोणताही मार्ग लक्षात येत नाहीये. आणि खूप अंधारी रात्र आहे.

घनदाट रात्र आपले काळे घोंगडे लपेटून नि:स्तब्ध उभी आहे.

ती विचार करते आहे.

जरासा सुद्धा प्रकाश नाही, शोधत, ठोकर खात पथिकाचे डोळे अश्रूंनी भरून गेले आहेत.

एखादा सरळ–स्वच्छ रस्ता प्रकाशाने एकदम चमकून उठतो.

आणि रात्रीचा प्रवासी तिकडे झेप घेतोय. एखादा स्वच्छ सरळ रस्ता दिसायला लागला, काही सरळ स्पष्ट दिसायला लागले की प्रवासी तिकडे झेप घेतो.

हा रात्रीचा प्रवासी.

काळाच्या प्रवाहाबरोबर वाहून वाहून भ्रमराचे सौंदर्य खुलून गेले आहे.

हजारो रस्त्यांमध्ये घेरला गेला आहे.

आणि असेही नाही की हा प्रवासी आजच चालला आहे – खूप वर्षांपासून – जन्मोजन्मापासून चालत राहिला आहे. माहीत नाही किती जन्मांपासून! अनंत काळापासून चालत आहे. चालता चालताच कोड्यात पडला आहे. इतका चालला आहे, इतक्या रस्त्यांवरून चालला आहे की त्याच्या सगळ्या मार्गाच्या एकत्र परिणामांमुळे त्याच्या आतमध्ये प्रश्नांच्या गुंतलेल्या धाग्यांची एक गुहाच बनली आहे.

हे खरे आहे; रात्र काळोखी आहे आणि रस्ते कोड्यात टाकल्यासारखे आहेत. परंतु दुसरीही गोष्ट खरी आहे; की जमिनीवर कितीही अंधार असू देत, कितीही काळोख असू देत, पण आकाशाकडे डोळे उघडून बघितले तर तारे नेहमीच हजर (अस्तित्वात) आहेत. मनुष्याच्या हातामध्ये भलेही दिवा नसेल, परंतु आकाशामध्ये नेहमीच दिवे आहेत. डोळे (नजर) वर करून बघायला हवे.

असे कधी झाले नाही, असे कधी होत नाही, अशी जगाची व्यवस्था नाहीये. परमेश्वर कितीही लपलेला असो, परंतु संकेत पाठवत असतो. आणि परमेश्वर कितीही दिसत नसला तरीसुद्धा ज्यांना बघायची इच्छा आहे, त्यांना निश्चितपणे दिसतो. ज्यांनी शोधण्याचा संकल्प केला असतो, ते शोध घेतातच.

जो एकदा संपूर्ण श्रद्धेने संकल्प आणि समर्पणाने प्रवास सुरू करतो तो भरकटत राहात नाही. रस्ता सापडतोच. अशा मार्गावरून जो चालतो त्याचेच नाव संतपुरुष, सद्गुरू आहे.

अशा परम सद्गुरूच्या बरोबर आपण काही दिवस प्रवास करू – कबिरांच्या बरोबर. कबिरांचा मार्ग मोठा सरळ – साधा आहे. खूप कमी लोकांचा रस्ता इतका सरळ – साधा असतो. वाकड्या – तिरक्या गोष्टी कबिरांना पसंत नाहीत. म्हणूनच त्यांच्या मार्गाचे नाव आहे :— सहज योग! तो इतका सरळ आहे की भोळा–भाबडा मुलगाही तो चालून जाईल. प्रत्यक्षात इतका सहज आहे की भोळा–भाबडा मुलगाच

चालू शकेल. पंडित चालू शकणार नाही. तथाकथित ज्ञानीसुद्धा चालणार नाही. निर्दोष मन (चित्त) असेल, मन कोरा–कागद असेल तर चालेल.

कबिराच्या बाबतीत प्रथम ही गोष्ट समजून घेणे जरुरीचे आहे. तेथे पांडित्याचा वगैरे काही उपयोग नाही. कबीर स्वत:ही पंडित नव्हते. कबिरांनी म्हटले आहे : 'मसि कागद छूयौ नही, कलम नही गही हाथ।' कागद पेन यांच्याशी त्यांची कोणतीही ओळख नाही. 'लिखालिखी की है नही, देखादेखी बात' असे कबिरांनी म्हटले आहे. जे बघितले तेच सांगितले. ज्याचा अनुभव घेतला तेच सांगितले. काही उधार नाहीये.

कबिरांचे दोहे – अनोखे आहेत. जरासुद्धा असत्य नाहीत. आणि कबिरांसारखा चमचमता तारा मोठ्या मुश्किलीने मिळतो.

संतांमध्ये कबिरांच्या तोडीचे कोणीही नाही. सगळे संत प्रिय आणि सुंदर आहेत. सगळे संत अद्‌भुत आहेत. परंतु कबीर अद्‌भुतांमध्येही अद्‌भुत आहेत, अद्वितीय आहेत.

कबिरांचे सगळ्यात मोठे अद्वितीयत्त्व तर हे आहे की उसने अजिबात नाही. आपल्याच अनुभवांवरून त्यांनी सांगितले आहे. म्हणूनच मार्ग सरळ साधा आहे; नीटनेटका आहे. कारण की कबीर पंडित नाहीत. त्यामुळे सिद्धांतांमध्ये (उद्देशामध्ये) गोंधळून पडण्याचा कोणता उपायही नव्हता.

मोठमोठ्या शब्दांचा उपयोग कबीर करत नाहीत. जीवनाचे छोटे छोटे शब्द आहेत – जे सगळ्यांच्या लक्षात येऊ शकतील. आणि त्याच छोट्या छोट्या शब्दांपासून कबिरांनी असे मंदिर निवडले आहे की त्याच्यापुढे ताजमहालही फिका आहे.

एकदा कबिराच्या प्रेमात पडले की त्याला कोणताही संत आवडणार नाही. आणि समजा आवडला तरी तो यासाठी की कबिराचीच हाक त्याला ऐकू येईल. कबिरांना ज्यांनी ओळखले मग ते त्याचा चेहराही विसरणार नाहीत.

हजारो संत होऊन गेले, परंतु ते सगळे असे वाटतात की जसे कबिराचेच प्रतिबिंब. कबीर असे वाटतात जसे मुख्य स्रोतच! त्यांनीही जाणिवेनेच सांगितले आहे, इतरांनी सुद्धा समजून सांगितले आहे. – परंतु कबिरांचा सांगण्याचा अंदाज, सांगण्याची पद्धत, सांगण्याचा उत्साह मोठा अद्वितीय आहे. असा निर्भीड आणि साहसी आणि असा बंडखोर आवाज दुसऱ्या कुणाचा नाहीये.

कबीर क्रांतिकारी आहेत. कबीर क्रांतीची तेजस्वी प्रतिमा आहे. हे काही दिवस आता आपण कबिरांच्या बरोबर चालूयात – मग पुन्हा कबिरांच्या बरोबर चालू. कबिरांचे ऋण फेडले ही जाऊ शकणार नाही. कितीही बोलले तरी कबिरांवर बोलायचे शिल्लक राहतेच. ते कोड्यांमध्ये बोलले नाहीत, साधे–सरळ बोलले

आहेत. परंतु नेहमी असे होते की साधी सरळ गोष्टच समजायला कठीण वाटते. अवघड बोलणे समजण्यामध्ये तर आपण सगळे तरबेज आहोत. कारण की आपण सारे शब्दांचे धनी आहोत, शास्त्राचे मालक आहोत, साधे–सरळ बोललेलेच समजणे अवघड होऊन बसते. साध्या–सरळ बोलण्यामुळेच आपण चुकतो. आपण चुकतो याचे कारण असे की साधी–सरळ गोष्ट समजण्यासाठी पहिली अट आपण पूर्ण करत नाही. ती अट आहे – आपण साधे–सरळ असणे!

गुंतागुंतीची अवघड गोष्ट लक्षात येते, कारण की आपण गुंतागुंतीचे आहोत. सरळ गोष्ट चुकते, कारण की आपण सरळ नाही. तेच तर समजणार ना – जे आहोत? नाहीतर कसे समजणार?

म्हणून कबिरांवर मी पुन्हा पुन्हा बोलतो, पुन्हा पुन्हा कबिरांची निवड करतो. पुढेही निवडतच राहीन. कबीर सागरासारखे आहेत. कितीही उचला, घ्या. काही फरक पडणार नाही.

कबिरांच्या संदर्भात काही गोष्टी समजून घ्या, त्या उपयोगी पडतील.

एक म्हणजे कबिरांच्या संदर्भात एक गोष्ट नक्की नाही की ते हिंदू होते की मुसलमान होते. ही गोष्ट खूप महत्त्वाची आहे. संतांच्या बाबतीत ही गोष्ट नक्की होऊ शकत नाही की ते हिंदू आहेत की मुसलमान आहेत. नक्की झाली तर संत संत नाही, कवडीमोलाचे होऊन गेले.

जेव्हा तुम्ही म्हणता की; गावामध्ये जैन संत आले आहेत, जेव्हा तुम्ही म्हणता की, गावामध्ये हिंदू संत आले आहेत, तेव्हा तुम्ही त्यांच्या संतपणाचा अपमान करता. आणि समजा जैन संत मानत असतील की जैन संत आहेत, तेव्हा ते संत नाहीत. संत आणि विशेषणामध्ये! जैन – आणि हिंदू – आणि मुसलमान! संत असून सुद्धा ही क्षुद्र विशेषणे तुमच्या मागे लागून राहतील! तेव्हा कुठे तरी काही तरी चुकतंय. नेम बरोबर लागलेला नाही, तुमची मेहनत फुकट गेली.

संत होण्याचा अर्थच हा आहे की आता ना कुणी हिंदू राहिला, ना कुणी मुसलमान राहिला. ना कुणी ख्रिश्चन राहिला. संताचा अर्थ आहे – सत्याचे होऊन गेलात. आता संप्रदायाचे कसे होऊ शकाल? संताचा अर्थ आहे – धर्माचे होऊन गेलात; आता पंथांचे कसे होऊ शकाल?

परंतु कबिरांच्या संदर्भात सगळे बोलणे फारच स्वच्छ–सरळ आहे. काही नक्की होत नाही – की ते हिंदू होते की मुसलमान! हिंदूंचा दावा आहे की ते हिंदू होते. मुसलमानांचा दावा आहे की ते मुसलमान होते. ही गोष्ट लोभसवाणी आहे.

जेव्हा संत होणार, तेव्हा असेच होणार. हिंदू म्हणतील – आमचे; मुसलमान म्हणतील आमचे; ख्रिश्चन म्हणतील – आमचे; ख्रिस्तीयांना कबिरामध्ये येशू

दिसतील आणि मुसलमानांना मोहम्मद दिसायला लागेल, आणि हिंदूंना कृष्ण भेटेल, आणि बौद्धांना बुद्धाचे दर्शन होऊन जाईल.

संत तर आरसा आहेत. तुम्ही आपली जी भावावस्था घेऊन जाल, त्याचेच रूप दिसेल. असे तर सगळ्याच संतांच्या बाबतीत होते, व्हायलाच पाहिजे. परंतु कबिरांचा जन्मसुद्धा रहस्यमय आहे. मधुर कहाणी आहे. कपोलकल्पितही असू शकते. परंतु तरीसुद्धा महत्त्वाची आहे.

हिंदू म्हणतात; एका विधवेने संत – रामानंदांच्या पायाला स्पर्श केला. रामानंद आपल्या ध्यानानंदात असतील. त्यांनी विचारही केला नाही की कोण आपल्याला नमस्कार करत आहे. स्त्री होती, पायाला स्पर्श करत होती, घूंघट घेतला होता का काय...... चेहरा सुद्धा बघितला नाही. कपडेही बघितले नाही. आणि आशीर्वाद देऊन टाकला. संत तर न बघताच आशीर्वाद देतात. बघून बघून जे आशीर्वाद देतात, ते थोडेच कोणी संत असतात? तुम्ही मागाल तेव्हा देतील, ते थोडेच संत असतात? संत तर आशीर्वाद आहेत. संतांचे असणे हा सुद्धा आशीर्वाद आहे. त्यांच्या चारी बाजूला आशीर्वादाचा वर्षाव होत असतो. आशीर्वाद दिला पुत्रवती भव! आणि ती होती विधवा! आता मोठी पंचाईत होऊन बसली.

ही कहाणी खूप सुंदर आहे. असे झाले किंवा नाही, हा प्रश्नच नाही. माझ्यासाठी इतिहासाला कोणतेही महत्त्व नाही. माझ्या लेखी तर मूल्य शाश्वत आहेत, चिरंतन सत्याचे!

तेव्हा शाश्वत सत्य की संत, मागितला तर आशीर्वाद देतील असे थोडेच आहे. द्या असे नाही. संत बघून बघून आशीर्वाद देतात, असेही नाही. संत तर आशीर्वाद देतच राहातात. आशीर्वादाशिवाय त्यांच्याजवळ देण्यासारखे दुसरे काहीच नाही. आशीर्वाद त्यांचा प्रकाश आहे. आशीर्वाद त्यांचा सुगंध आहे. आणि आशीर्वादच त्यांचा श्वास–उच्छ्‌वास आहे.

तेव्हा या विधवेला आशीर्वाद दिला की पुत्रवती हो. हा आशीर्वादही अर्थपूर्ण आहे. स्त्री जोपर्यंत माता बनत नाही, तोपर्यंत काहीतरी अधुरे– राहून जाते. पिता बनण्यामुळे पुरुषांना काही खास फरक पडत नाही.

पुरुषाचे पिता बनणे खूप औपचारिक आहे. संस्थेसारखे आहे. स्त्रीचे माता बनणे औपचारिक नाही, प्राणासारखे आहे. मुलाच्या जन्मामध्ये पुरुषाचा वाटा खूप दूरचा आहे, काही खास नाही. काही नसण्याच्या बरोबरचे आहे. परंतु स्त्रीचे काम क्षुल्लक नाही. स्त्री आपल्या गर्भामध्ये मुलाला वाढवते; आपले प्राण त्याच्यामध्ये घालते. मग मुलाला मोठे करते. मोठी साधना आहे ती!

त्यामुळे जी स्त्री आई बनत नाही, तिच्यामध्ये काही अपुरेपण राहून जाते. काहीतरी कमी राहून जाते. काहीतरी ओकेबोके, रिकामे वाटते, काही त्रूटी राहून

जाते. म्हणून या देशामध्ये संत आशीर्वाद देतात, पुत्रवती भव!

देऊन टाकला आशीर्वाद! बघितलेही नाही विधवा आहे, पांढरे कपडे घातले आहेत, हातामध्ये बांगड्या नाहीत, कपाळावर कुंकू नाही. एवढे तरी बघितले असते?

संत जेव्हा आशीर्वाद देतात, तेव्हा तो पूर्ण व्हायलाच पाहिजे. संतांचा आशीर्वाद खोटा तर होऊ शकत नाही. ही गोष्टही समजण्यासारखी आहे.

आणि जो आवाज सत्यामधून बाहेर येतो, तो व्यर्थ होऊ शकत नाही. सत्यापासून जो बाण बाहेर पडतो, तो बाण बरोबर लक्ष्यावर लागतो. आणि संत सांगतात तेव्हा अस्तित्वाला तो पूर्ण करावाच लागतो. कारण संत आपल्याला तर काहीच सांगत नाही; कोणत्याही अहंकाराने किंवा अस्मितेने सांगत नाहीत. अहंकाररहित भावनेने सांगतात. संत स्वत: तर सांगत नाहीत. परमेश्वरच त्यांना जे सांगतो, तेच ते सांगतात. संत परमेश्वराच्या हातामध्ये बासरीसारखे आहेत.

विधवा होती, लग्न तर करू शकत नव्हती. संतांनी आशीर्वाद देऊन टाकला होता. त्यामुळे मुलगा झाला. म्हणून 'कबीर' नाव! हिंदू म्हणतात कबीर नाव, कारण की या विधवेच्या हाताने कबिराचा जन्म झाला – तेव्हा 'करवीर'; त्यापासून 'कबीर' झाले. ही तर केवळ प्रतीकात्मक घटना आहे. याला इतिहास समजू नका. हाताने मुले निर्माण होत नाहीत.

जशी येशूची गोष्ट आहे की त्याचा जन्म कुमारी मरियमपासून झाला. कुमारिकेपासून कोणीही जन्मत नाही. परंतु हे होऊ शकते, कारण की मरियम इतकी पवित्र स्त्री आहे, ती इतकी निर्दोष आहे की तिचे कौमार्य आत्मिक आहे. कौमार्य म्हणजे अकलुषित भाव, निर्दोष भाव!

आणि येशूसारखी व्यक्ती जन्माला आली, तेव्हा ती कोणी साधारण स्त्री होऊ शकणार नाही. कोणी असाधारणच स्त्री हवी. फळावरून तर आपण झाडाचे मूळ शोधू शकतो. येशूवरून समजते की मरियम सुद्धा वेगळीच व्यक्ती असणार!

म्हणून सगळ्या संतांबरोबर अनोख्या गोष्टी जोडल्या जातात. गोष्टी मूल्यांच्या नाही. परंतु संत इतके अनोखे पुरुष आहेत की आपण हे स्वीकारूच शकत नाही की ते असेच जन्मले असणार! जसे दुसरे सारे जन्माला येतात.

या कहाण्यांमध्ये आपल्या याच दु:खाची भावना आहे.

आपण हे स्वीकारत नाही की येशू असेच जन्मले होते जसे दुसरे सगळे लोक जन्मले किंवा कबीरही असेच जन्मले, जसे बाकी सगळे जन्माला आले. कबिरांचा जन्म काही वेगळ्या पद्धतीने व्हायला पाहिजे. कबीर इतके अनोखे आहेत की अनोख्या पद्धतीनेच ते जन्माला आले पाहिजेत. आपण स्वीकार करत नाही की कबीर त्याच नेहमीच्या वाटेवरून आले असतील जेथून दुसरे लोक आले आहेत.

म्हणून तर कहाण्या आहेत.

परंतु मुसलमानांची स्वतःची आपली कहाणी आहे. आणि 'कबीर' शब्द तेथे अधिक सार्थपणे लागू होतो, 'करवीर' या हिंदू कथेपेक्षा! हे तर असे वाटते की कबिरामधून जसा कुणी तरी याचा शोध घेतला आहे. परंतु कुराणामध्ये कबीर हे अल्लाचे नाव आहे. म्हणून मुसलमान म्हणतात कबीर अल्लाचे नाव आहे, 'करवीर' नाही. हा मनुष्य अल्लाची जिवंत प्रतिमा आहे. म्हणून कबीर!

काहीही असो, पण कबिरांचा जन्म मात्र रहस्यामध्ये दडला आहे.

नीरू जुलाह आणि त्याची पत्नी नीमा... दोघेही परत येत होते. नीरू जुलाह बाहेर गावावरून परत येत होता. काशीच्या दिशेने येत होता. आपल्या घराकडे परतत होता, आणि काशीच्या जवळ लहरतारा तलावामध्ये हात पाय धुण्यासाठी थांबला होता. तेथे त्याने रडण्याचा आवाज ऐकला. जवळच्याच झाडामध्ये तो धावत गेला. बघितले तर तेथे एक छोटे बालक पडले होते.

इतका सुंदर गोड मुलगा नीरू जुलाहने कधी बघितलाच नव्हता. त्याचे डोळे असे होते जसे मणीच चमकावे. अशी वेगळी चमक त्याच्या डोळ्यांमध्ये होती. त्याच्या चारही बाजूला प्रकाश होता. आणि ती साधारण असणारी झाडी एका अपूर्व आनंदाने भारल्यासारखी वाटत होती. एक गहन शांतता आणि आनंद!

नीमा तर घाबरली होती की काही तरी कटकट होईल, लोक काय म्हणतील. अपवाद होईल. परंतु तिने जेव्हा मुलाला बघितले तेव्हा तिचेही हृदय आनंदीत झाले. ते कबिराला घेऊन घरी आले. कदाचित या दोन्ही कथा इथे जोडल्या जातात. कदाचित कबीर विधवेपासून जन्माला आले होते, विधवा त्याला सोडून गेली होती – तलावाच्या जवळ! आणि नीरू जुलाह आणि त्याची पत्नी नीमा हे तर मुसलमान होते, त्यांनी कबिरांचे पालन केले.

कबीर असे वाटते की हिंदू घरामध्ये जन्माला आले आणि मुसलमान घरात वाढले. यामध्ये एक अपूर्व संगम झाला.

कबिरांमध्ये हिंदू आणि मुसलमान संस्कृती ज्या तऱ्हेने मिळून–मिसळून गेल्या होत्या की इतके मिसळून जाणे तुम्हाला गंगा आणि यमुनेचे मिसळणे तुम्हाला प्रयागमध्येही बघायला मिळणार नाही. दोन्हींचे पाणी वेगळे वेगळे आहे हे जाणवते. कबिरांमधले पाणी थोडेसे सुद्धा वेगवेगळे दिसणार नाही.

कबिराचा संगम प्रयागच्या संगमापेक्षा अधिक खोल आहे असे जाणवते. तेथे कुराण आणि वेद एकमेकांत असे मिसळले आहेत की एक रेघसुद्धा सुटली नाही.

परंतु कथा रहस्यपूर्ण आहे आणि त्यामध्ये अजूनही काही भाग जोडले गेले आहेत. रामानंदांचा जरूर काही ना काही हात यामध्ये असणार! त्यांच्या आशीर्वादाने या विधवेला हा मुलगा झाला किंवा या विधवेला मुलगा झाला आणि रामानंदांची

कृपा या विधवेवर, या मुलावर आहे. नाहीतर याला दुसऱ्याकडून सोडवून घेतले किंवा सोडून दिले आहे. परंतु रामानंद त्या मुलाची काळजी घेत राहिले. नीरू जुलाह याने मुसलमानांचे सगळे संस्कार त्याच्यावर केले. आणि रामानंदांच्या प्रेमाने हिंदू भाव कायम ठेवला. दोन्ही गोष्टी मिळाल्या आणि एकजीव झाल्या.

कबीर तरुण झाले. त्यांना खरं तर रामानंदांचे शिष्य व्हायचे होते, परंतु अडचण या गोष्टीची होती की सगळे जग जाणत होते की ते मुसलमान आहेत. रामानंद मुसलमानाला कशी दीक्षा देणार. रामानंदांच्या शिष्यांमध्ये खूप मोठा विरोध होता. तेव्हा एक छान घटना आहे की त्यावर कबिराने एक उपाय निवडला.

शिष्याला समजा गुरूला शोधायचेच असेल, तर शिष्य तो शोधणारच! समाजाच्या सगळ्या व्यवस्था, औपाचरिकता, शिष्टाचार, समाजाचे नियम सगळे तसेच बाजूला राहतील.

तेव्हा कबीर नदीच्या तीरावर कांबळं पांघरून झोपून राहिले. सकाळी सकाळी पाच वाजता अंधारामध्ये रामानंद आंघोळ करण्यासाठी येत. त्यांच्याच वाटेमध्ये झोपून राहिले. रामानंदांचा पाय लागला कोणाला तरी दुखापत झाली, तेव्हा रामानंदांच्या तोंडातून शब्द बाहेर पडले – राम राम! आणि कबिरांनी त्यांचे पाय धरले, आणि म्हणाले की 'मंत्र दिला तर मग!' असा मंत्र घेतला! यालाच म्हणतात शोध! यालाच म्हणतात मुमुक्षु !

गुरू टाळत होते, व्यवस्था अनुकूल होत नव्हती, समाज विरोधामध्ये होता, परंतु मंत्र–दीक्षा तर घ्यायची होतीच. वचनही घ्यायचे होते. गुरूंचा आशीर्वादही घ्यायचा होता.

इजिप्तमध्ये एक जुनी म्हण आहे की जोपर्यंत शिष्य, गुरूपासून चोरण्यास तयार नसेल, तोपर्यंत काही मिळत नाही. हे कबिरांच्याबाबत बरोबर लागू होत होते. गुरूकडून चोरून घेतले. गुरूने तर असेच राम–राम म्हटले होते. पाय लागून कुणाला तरी दुखापत झाली, माहीत नाही कोण आहे, राम–राम तोंडातून निघून गेले असणार. परंतु कबिरांनी पाय धरले आणि म्हणाले की आता आशीर्वाद द्या. मंत्र तर दिला. कबिरांनी अशा प्रकारे दीक्षा मिळवली.

कबिरांनी म्हटले आहे, 'काशी में हम प्रगट भये हैं, रामानंद चेताये।' इतकाच मंत्र आणि कबीर म्हणतात, चेतना दिली. आता कोणतीच चिंता नाही. म्हणाले, इतके खूप आहे – राम राम! एक 'राम' सुद्धा पुरेसे होते. दोनदा राम–राम म्हणाले. अजून काय पाहिजे? चेतना दिली. 'काशी में हम प्रगट भये हैं, रामानंद चेताये।'

हा संघर्ष कबिरांच्या आयुष्यामध्ये कायमच राहिला – की ते मुसलमान आहेत की हिंदू आहेत. मुसलमानही पूजा करत राहिले. हिंदूही पूजा करत राहिले. परंतु बुद्धी तर कोती असते, हा संघर्ष चालू राहिला, चालू राहिला. तो मरेपर्यंत चालू राहिला.

कबीर जेव्हा मरण पावले, तेव्हा प्रेत पडले आहे, कफन वरून घातले आहे. हिंदू म्हणतात आम्ही जाळणार आणि मुसलमान म्हणतात आम्ही पुरणार. विचार करा, कबिरांसारख्या व्यक्तीजवळ राहून सुद्धा लोक असे चुकीचे वागतात. आंधळेपणाची पण एक मर्यादा असते. परंतु आंधळेपणाची मर्यादा ओलांडूनही अंध बनून राहिले. कबिरांच्याजवळ राहिले. कबीर हवेहवेसे वाटू लागले, आणि इतकेही समजू शकले नाही. आयुष्यभर कबिरांच्या संगमामध्ये न्हायले, पण काहीसुद्धा मळ धुतला गेला नाही. मृत्यूसमयीसुद्धा संघर्ष उभा राहिलाच. प्रेत पडले आहे आणि शिष्य भांडताहेत की जाळायचे की पुरायचे! आणि जेव्हा चादर काढून बघितले, तर दिसले की कबीर तेथे नव्हतेच; काही फुले पडलेली होती.

ही कथा सुद्धा प्रतीकात्मक आहे. असे झाले असेल असे मी म्हणत नाही. चमत्कारामध्ये माझा कोणताही आग्रह नाही. परंतु कथांमध्ये अर्थ आहे. त्या चमत्कारांपेक्षाही मौल्यवान आहेत. चमत्कारामुळे काही तुमची प्रज्ञा उजळून येत नाही. चमत्कारांमुळे तुमची प्रज्ञा अजूनच धुरकटून जाते. म्हणून चमत्कारांच्या निरर्थक गोष्टींमध्ये पडू नका. परंतु एवढी गोष्ट समजून घ्या की संतांचे जीवन फुलांसारखे आहे. ते आपल्या मागे काही फुले सोडून जातात. काही सुगंध सोडून जातात. बस् एवढेच समजून घ्या.

संतांचे जीवन स्थूल नसून सूक्ष्म आहे. संतांचे जीवन दगडासारखे नसून, फुलांसारखे आहे. आता आहे, आता उडून जाणार!

आणि संतांना समजून घ्यायचे असेल, तर फुलांना समजून घ्यायला पाहिजे. किती कोमल तरीसुद्धा किती जिवंत! क्षणभरच टिकते, परंतु क्षणामध्ये सुद्धा शाश्वताची झलक (चमक) देऊन जाते. क्षणभरासाठी आहे, आत्ता आहे, आत्ता संपून जाणार, सकाळी आहे, संध्याकाळ होणार नाही – परंतु या थोड्याशा क्षणांमध्ये परमेश्वराचे प्रतीक बनून जाते. परमेश्वराच्या सौंदर्याची झलक बघायला मिळते.

काही फुले पडून राहातात. सगळ्या संतांच्या मागे काही फुले पडून राहातात. फुलांवरून भांडण नको. फुलांवरून काय भांडण? जितका आपल्या नाकपुडीमध्ये भरून घेता येईल, तितका सुगंध भरून घ्या. त्या फुलांना आपल्या जेवढ्या प्राणामध्ये (हृदयामध्ये) घेऊन जाता येईल, घेऊन जा. कारण की जी फुले प्राणांमध्ये (हृदयामध्ये) घेतली जातील, तितकीच तुमच्या आतमधील फुले उमलतील. तथ्य नसलेल्या गोष्टींमध्ये पडू नका. निरर्थक संघर्षामध्ये पडू नका.

परंतु मनुष्य मनुष्य आहे. त्याने फुलेच वाटून टाकली. त्यांनी सांगितले : 'काही चिंता नाही, वाटूनच टाकू, वाटणी तर होणारच!' फुले वाटून घेतली अर्धी फुले जाळली गेली आणि अर्धी फुले पुरली गेली. खरं तर फुले ना जाळायला हवी होती ना पुरायला हवी होती. फुलांच्या समवेत हे वाईट वर्तन होणार. परंतु हेच झाले.

ही माणसाच्या आंधळेपणाची आणि अजाण असण्याची बाब आहे. त्या जागी आज अर्ध्यामध्ये कबर आहे आणि अर्ध्यामध्ये समाधी आहे. उत्तर प्रदेशामध्ये एक छोटेसे घर आहे, ज्याच्या अर्ध्या भागामध्ये मुसलमानांनी कबर बनवली आहे, कारण की तेथे फुले पुरली होती. आणि हिंदूंनी समाधी बनवली आहे; मध्ये मोट्ठी भिंत उभी केली आहे.

कबिरांनी आयुष्यभर जोडले आणि शिष्यांनी पुन्हा ते तोडून टाकले. कबिरांनी गंगा–यमुनेचा मिलाप घडवून आणला होता, शिष्यांनी ते वेगळे–वेगळे वाटून घेतले.

कबिरांसारख्या माणसाला जर समजून घ्यायचे असेल तर कबिरांच्या आयुष्याशी जितक्या कहाण्या जोडल्या गेल्या आहेत त्या सगळ्यांचा मानसशास्त्रीय दृष्टिकोनातून अर्थ शोधण्याचा प्रयत्न करायला पाहिजे. मनोवैज्ञानिक अर्थ – ऐतिहासिक नाही! त्याच्या आतमध्ये काय तत्त्व असू शकते, याचा शोध घेण्याचा प्रयत्न करायला पाहिजे.

काशीचे पंडित त्यांच्यावर नाराज होते. आता पंडितांना सांगा 'पंडित वाद बदन्ते झूठा'– ते नाराज होणार नाही, तर अजून काय होणार? का पंडित निरर्थक बडबड करणारे आहेत, की निरर्थक वादविवाद करण्यात मग्न आहेत – निरर्थक मारामारी, शब्दांची खोटी खेचाखेची, निरर्थक काथ्याकूट करण्यामध्ये ते लागले आहेत. हिंदू पंडित नाराज होते, मुसलमान मौलवी नाराज होते.

मौलवी आणि पंडित दोघांनी मिळून, त्यावेळेस सिकंदर लोधी बादशहा होता, त्याला विनंती केली की कबिराला शिक्षा झाली पाहिजे. आणि चूक हीच जी संतांच्या बाबतीत नेहमीच होते. सिकंदर लोधीने विचारले की 'या माणसाची चूक काय आहे? याला शिक्षा का करायला हवी?' तेव्हा त्यांनी सांगितले की याचा दावा आहे की हा परमेश्वर आहे. 'कहै कबीर मै पूरा पाया' पूर्ण भगवानाला मी मिळवले आहे. एक कणभरसुद्धा बाहेर सोडले नाही. हा कबीर अशीच घोषणा बाहेर करत आहे, जसे उपनिषदे म्हणतात की, 'अहं ब्रह्मास्मि! (मीच ब्रह्म आहे)'. हा कबीर अशीच घोषणा करतो आहे, जशी मन्सूरने केली होती, की मी सत्य आहे. मी सत्य आहे.

सिकंदर लोधीला भडकावले. आणि तुम्ही हे ऐकून तुम्ही आश्चर्यचकित व्हाल की पंडितां आणि राजकारणी लोकांमध्ये नेहमीच एकमेकांशी संबंध असतात. जे पंडित आहेत, मौलवी आहेत, पुरोहित आहेत. ते! – आणि जे राजनेते आहेत – त्या दोघांमध्ये नेहमीच साटेलोटे असते. त्या दोघांचे एकत्र षड्यंत्र असते, एकाच षड्यंत्रामध्ये ते सामील असतात. आणि ते षड्यंत्र आहे. कोणत्याही प्रकारे पृथ्वीवर धर्म टिकून राहिला नको. कारण की धर्म पंडितांनाही संपवून टाकेल, आणि राजकारणी लोकांना सुद्धा! कारण की धर्म साऱ्या अहंकाराला जाळून टाकतो – नष्ट

करतो. धर्माने त्यांना नष्ट करून टाकण्यापूर्वीच ते धर्माला संपवण्याच्या तयारीला लागतात.

कहाणी ही आहे की कबिरांना आगीमध्ये फेकून दिले. सिंकदर लोधी तयार झाला आणि कबिराला आगीमध्ये फेकून दिले. आग त्यांना जाळू शकली नाही. सत्याला आगीमध्ये जाळण्याचा काही उपयोग नाही, एवढेच समजा. जसे कृष्णाने गीतेमध्ये सांगितले आहे. 'नैनं छिन्दन्ति शस्त्राणि, नैनं दहति पावक:' ना तर शस्त्र माझा छेद करू शकतात, ना आग मला जाळू शकते. इतकेच समजून घ्या. असा विचार करू नका की कबिरांनी काही जादूटोणा केला. हे तर फक्त प्रतीक आहे.

आगीमध्ये जाळण्याचा अर्थ हा नाही की खरोखर आगीमध्ये जाळले. आगीमध्ये जाळण्याचा अर्थ आहे, शिव्या दिल्या असतील, अपमान केला असणार, खोट्या अफवा पसरवल्या असतील, सगळ्या प्रकारच्या अफवा पसरवल्या असतील. आणि या सगळ्या अफवांमध्ये कबिरांना गोवले असेल. आणि सगळे नाराज होते.

आणि गंमत ही आहे की संतांच्या वर सगळे नाराज होतात. ज्यांनी बरोबर राहायला हवे, ज्यांच्याबरोबर राजी व्हायला पाहिजे, त्यांच्यावरच नाराज होतात आणि अशीच आपल्या पायावर कुऱ्हाड मारून घेतात.

अग्नीचा अर्थ हा समजू नका की लाकडे आणली आणि तेल टाकले, आणि आग लावली. आगीचा अर्थ हा की जाळण्याचे सर्व प्रकारे उपाय केले. कोणत्याही प्रकारे कबीर संतापतील आणि त्वेषाने पेटून उठतील, कोणत्याही प्रकारे त्यांच्या हृदयामध्ये राग निर्माण होईल. कोणत्याही प्रकारे ते रागावतील, कोणत्याही प्रकारे शिव्यांच्या उत्तरांना ते शिव्या देऊ लागतील, तेव्हा त्यांचा विजय होईल. परंतु कबिरांचा शांतपणा कायम राहिला, त्यांचे मौन अबाधित राहिले. त्यांचा प्रेमाचा स्त्रोत तसाच वहात राहिला. त्यांच्या प्रार्थनेमध्ये कोणताही अडथळा आला नाही.

म्हणतात की, एका पिसाळलेल्या हत्तीला त्यांच्यावर सोडले. परंतु वेडा हत्ती त्यांच्या समोर येऊन थबकून तेथेच उभा राहिला. त्याने वाकून नमस्कार केला. पिसाळलेला हत्ती तुमच्यासारख्या तथाकथित माणसांपेक्षा कमी वेडा असतो. इतकेच समजून घ्या.

आणि ही गोष्ट काही नवीन नाही; कबिरांच्या बरोबर जोडली गेली आहे असेही नाही. दुसऱ्यांच्या बरोबरही जोडली गेली आहे. बुद्धाबरोबर सुद्धा! याचा अर्थ इतकाच की पिसाळलेला हत्ती तुमच्यासारख्या तथाकथित समजदार पंडित, पुरोहितांपेक्षा, मुल्लांपेक्षा, राजकारणींपेक्षा, राजापेक्षा, कितीतरी पटीने अधिक समजदार असतो.

पिसाळलेल्या हत्तीला सोडले आणि तो थबकला. त्याने कबिरांना बघितले असेल. त्याने बघितले असणार – या प्रकाशमान व्यक्तीला! त्याने बघितली असणार ही आग, हा दिवा, हा प्रकाश! त्याने हा सुगंध घेतला असणार! त्याने

बघितले असेल हे परमसौंदर्य, हे उमललेले कमळ! थबकला असेल!

असे सौंदर्य कधी कधी असते. मनुष्य ते बघू शकत नाही कारण की मनुष्य हिंदू आहे, मुसलमान आहे. मनुष्य ख्रिश्चन आहे, जैन आहे. मनुष्याच्या डोळ्यांवर अनेक धारणांचे पडदे (झापड) आहेत. हत्ती बिचारा ना तर हिंदू आहे, ना मुसलमान आहे, ना ख्रिश्चन आहे. हत्तीच्या डोक्यावर कोणतेही शास्त्र नाही, कोणत्याही शब्दांचे जाळे नाही. निर्दोष डोळे आहेत. म्हणून बघितले असेल. म्हणूनच ओळखले असणार!

बऱ्याचदा असे होते की जनावरे ओळखतात पण मनुष्य ओळखत नाही.

संत फ्रान्सिसच्या संबंधामध्ये खूप गोष्टी आहेत की जनावरे ओळखतात आणि मनुष्य ओळखत नाही. कारण की 'पशू'चा अर्थ आहे; सरळता! मनुष्याचा अर्थ आहे; गुंतागुंत! मनुष्य वेडा जरी दिसला नाही तरी तो वेडा आहे. आणि जनावर (पशू) वेडे जरी असले तरी इतके वेडे असत नाहीत. थोडीतरी शुद्ध कायम राहतेच!

या गोष्टीकडे लक्ष द्या. या गोष्टींना फक्त गोष्ट म्हणून समजू नका.

या जगामध्ये दोन प्रकारचे लोक आहेत. एक तर म्हणतील की असे झाले. नासमज आहेत ते. म्हणतील ही गोष्ट ऐतिहासिक आहे. पण खरच प्रत्यक्षात पिसाळलेला हत्ती सोडला आणि खरच तो पिसाळलेला हत्ती थबकला.

मी या प्रकारच्या लोकांशी सहमत नाही. कारण की या प्रकारचे लोक संतांचा मोठेपणा समजून घेत नाहीत आणि निरर्थक गोष्टींमध्ये अडकून पडतात. यांच्याचमुळे दुसरा वर्ग निर्माण होतो. तो म्हणतो असे होऊच कसे शकते? पिसाळलेला हत्ती बेफाम झालेला हत्ती आहे. मग निरर्थक वादविवाद चालतो.

मी या वादविवादामधून तुम्हाला बाहेर काढू इच्छितो. मी तुम्हाला इतकेच सांगू इच्छितो की, या कहाण्या सूचक आहेत. या बोधकथा आहेत. खूप प्रतीके यामध्ये दडली आहेत, ती उघडली तर खूप स्वाद मिळेल. तो स्वाद बस इतकाच आहे की मनुष्य पिसाळलेल्या हत्तीपेक्षा अधिक वेडा आहे.

आणि अर्थच हा आहे की वेड्या माणसांना सोडले असणार! मनुष्याला वेडे केले असणार. पंडितांनी, पुरोहितांनी भडकावले असणार, जाळले असणार लोकांना, लोकांना पेटवून दिले असणार की हिंदू धर्म धोक्यामध्ये आहे, की इस्लाम धर्म धोक्यामध्ये आहे, हा मनुष्य शास्त्राला बुडवणार! आणि हा मनुष्य असून दावा करतो की मी परमेश्वर आहे. ही गोष्ट सहन केली जाऊ शकत नाही. या माणसाला शिक्षा द्यायलाच हवी. लोकांना वेडे केले असणार, समूहाला वेडे केले असणार. गर्दी उत्तप्त झाली असणार. इतकाच अर्थ आहे.

आणि इतकाही अर्थ आहे की वेडे जनावर – (पशू) सुद्धा तथाकथित बुद्धिमान्यांपेक्षा अधिक बुद्धिवान असते.

यावर विचार करा आणि यावर थोडी लाज राखा. यावर विचार करा आणि याचे वाईट वाटून घ्या. आणि बघा की तुमच्याबरोबर तर असे होत नाही ना? कारण की या शाश्वत कथा आहेत. म्हणून तर प्रत्येक संतांच्या आयुष्यात घडतात.

पाश्चिमात्य लोक जेव्हा कबीर, बुद्ध, कृष्ण, येशू या सगळ्यांचा अभ्यास करतात तेव्हा ते गोंधळून जातात, त्रस्त होतात की काय त्याच त्या कहाण्या आहेत. सगळ्यांच्या जीवनामध्ये कशा घडू शकतात? ही गोष्ट तर खोटीच वाटते, कपोलकल्पित वाटते, संतांच्या आयुष्याशी लोक ती जोडून टाकतात.

परंतु मी तुम्हाला सांगतो. प्रत्येक संतांच्या बाबतीत तेच घडते. कारण की मनुष्य जशाचा तसाच आहे, मनुष्यामध्ये काहीही फरक झाला नाही.

बैलगाडी गेली, बैलगाडीच्या जागी जेट विमान आले, पण मनुष्य आहे तसाच आहे. मनुष्य जमिनीवरचे चालणे सोडून चंद्रावर चालायला लागला, परंतु मनुष्य आहे तसाच आहे.

समजा बुद्ध आले, तुम्ही पुन्हा शिव्या देणार. आणि जीझस येतील तुम्ही पुन्हा त्यांना सूळावर चढवणार. आणि सॉक्रेटिस येईल – तुम्ही त्याला परत विष पाजाल. तुम्ही तसेच्या तसेच आहात. तुमच्या चेतनेमध्ये कोणतेही गुणात्मक परिवर्तन झालेले नाही. तुमच्या आजूबाजूच्या गोष्टी – सामान बदलले, पण तुम्ही नाही बदललात. वस्तू बदलल्या, परंतु तुमच्या चैतन्याच्या दिशेमध्ये कोणतीही क्रांती झाली नाही. म्हणून कहाणी तीच ती आहे, कारण की मनुष्य आहे तेथेच आहे.

कबिरांच्या या वचनांना समजून घ्या 'पंडित वाद बदन्ते झूठा ।'

म्हणतात वाद विवाद सारे क्षुल्लक आहेत (खोटे आहेत).

साधारणत: आपण म्हणतो ...... समजा दोन माणसे वाद घालत असतील, तर आपण म्हणतो; यामधील एक खरा आहे, एक खोटा आहे. ज्याचे तुमच्याशी मिळते–जुळते आहे, तो खरा आहे. ज्याचे तुमच्याशी काही जुळत नाही, तो खोटा आहे. जसे तुम्ही सत्याची परीक्षा आहात. समजा हिंदू आणि मुसलमान वाद घालत असतील आणि तुम्ही हिंदू असाल तर म्हणाल हिंदूचे बरोबर आहे, मुसलमानाचे चूक आहे, मुसलमान असाल तर म्हणाल, मुसलमान बरोबर आहे, हिंदूचे चुकते आहे.

परंतु कबीर म्हणतात, वादविवाद करणे खोटे आहे, व्यर्थ आहे. जेव्हा दोन व्यक्ती वाद करत असतात तेव्हा वादामध्ये कोणीही बरोबर नसते. वाद घालणेच चुकीचे आहे. आंधळे आणि नासमज लोकच वाद घालतात. विवादाचा अर्थ होतो, शब्दांची खेचाखेची, तर्कांचे जाळे! विवादाचा अर्थ हा होतो की शब्दांच्या आयोजनामुळेच, तर्काच्या प्रमाणामुळे आपण सत्याचा निर्णय करून घेतो.

सत्याचा अनुभव होतो, निर्णय होत नाही. सत्य काही गणिताचे कोडे नसते.

सत्य तर जीवनाचा अनुभव आहे, जसे प्रेम जीवनाचा अनुभव आहे.

प्रेमाच्या संबंधात काय विवाद करता? समजा एखाद्या माणसाने सांगितले की मी या स्त्रीवर प्रेम करतो, या स्त्रीपेक्षा सुंदर स्त्री या दुनियेमध्ये कुठेच नाही, तर तुम्ही वाद कराल? तुम्ही म्हणाल, 'जरा थांबा, माझी पत्नी असतानाही तुम्ही असे कसे म्हणता?' नाही तुम्ही वाद घालत नाही. तुम्ही समजता की हा मनुष्य काय म्हणतो आहे. हा प्रत्यक्षात हे म्हणतच नाही की या दुनियेत या स्त्रीसारखी सुंदर स्त्री कोणी नाही. हा इतकेच म्हणतो की मला दुनियेमध्ये हिच्यापेक्षा अधिक कोणतीही सुंदर स्त्री माहिती नाही. हा आपल्याबद्दल बोलत आहे. हा आपला स्वत:चा अनुभव सांगतो आहे. हा कोणत्याही वैज्ञानिक सत्याची घोषणा करत नाही. हा केवळ एका काव्यात्मक सत्याची घोषणा करतो आहे. हा आपली पसंती दाखवत आहे.

समजा एखादा मनुष्य म्हणतो की गुलाबाचे फूल मला सगळ्यात अधिक सुंदर आहे असे वाटते, तेव्हा तुम्ही वाद घालत नाही. तुम्ही असे म्हणत नाही की, 'ऐका, कमळ सुद्धा आहे, आणि कमळ असताना तुम्ही हे काय वेगळ्याच प्रकारचे बोलत आहात? आणि मी अशा प्रकारचे खोटे चालू देणार नाही.' तुम्ही म्हणता : 'बरोबर आहे, आपली आपली पसंत आहे.

परंतु जेव्हा एखादी व्यक्ती म्हणेल की कृष्णापेक्षा कुणीही प्रिय व्यक्ती नाही, तेव्हा तुम्ही भांडायला उठता! तुम्ही म्हणता मी मुसलमान, मी जैन, मी बौद्ध. तुम्ही कृष्णाची चर्चा करता, कृष्णामध्ये काय ठेवले आहे? अरे महावीरांना बघा. कृष्णामध्ये काय ठेवले आहे? बुद्धाकडे बघा.

तेथे तुम्ही तीच चूक करत आहात. कबीर म्हणतात, 'वादविवाद केल्याने काहीही निष्पन्न होत नाही. म्हणून समजदार लोक वाद घालत नाहीत.'

जेवढी शक्ती तुम्ही वादविवादामध्ये खर्च करता तेवढ्या शक्तीमध्ये तुम्ही सत्य समजून घेऊ शकाल. जितक्या कष्टाने तुम्ही पंडित बनता, तेवढ्या मेहनतीमुळे तर प्रज्ञेचा जन्म होऊ शकेल. जितक्या कष्टाने तुम्ही या शास्त्राचा कचरा गोळा करता, तेवढ्या मेहनतीने तर परमेश्वरच तुमच्या घरी येईल, कदाचित यापेक्षा कमी श्रमामध्ये कमी मेहनतीमध्ये घरी येईल.

पांडित्य नको, प्रार्थना पाहिजे. तर्कवितर्क नको, अनुभव पाहिजे.

'पंडित वाद बदन्ते झूठा।'

राम कह्या दुनिया गति पावे.....।'

समजा नुसते राम - राम म्हणण्याने मोक्ष मिळत असेल, फक्त राम–राम जप करण्याने समजा मोक्ष मिळत असेल... 'खांड कह्या मुख मीठा' ..... तर साखरेचे नाव घेताच तोंड गोड होऊन जाईल. 'पावक कह्या पाव ते दाझै'..... मग तर आग असे म्हणताच पाय भाजेल. 'और जल कहि तृषा बुझाई'.... आणि पाणी म्हणताच

तहान शमली जाईल. आपल्या सगळ्यांना माहिती आहे की नुसते पाणी म्हटल्याने तहान शमत नाही. खरं तर हे आहे की पाण्याचे नाव काढताच दाबलेली तहान उलट अजून वाढेल.

तुम्ही बसून–बसून माझे (मला) ऐकत आहात, कदाचित तुम्हाला तहानेची आठवणही येणार नाही. आणि परत कोणी म्हणाले की 'थंड पाणी' तर तहान शमणार नाही. तर ज्याची आठवण येत नसेल त्याची आठवण येईल.

राम–राम म्हणण्याने राम भेटत (मिळत) नाही. राम–राम म्हणण्याने एवढेच होऊ शकते की राम मला अजूनपर्यंत भेटले (मिळाले) नाही. मी आता काय करू? कसे प्राप्त करून घेऊ? तहान कायम राहू शकते, तहान शमत (संपत) नाही.

परंतु लोक जे विचार करतात, की राम–राम–राम–राम एकसारखे म्हणण्याने पोहचून जाऊ. 'राम कह्या दुनिया गति पावे'.... तेव्हा तर सगळ्या दुनियेला मोक्ष मिळेल. कारण की राम–राम म्हणायला काय लागते? खर्च तर काहीच होत नाही. कधीही बसल्या बसल्या राम म्हणून टाकले.

लोक माळा ठेवतात, दुकानही चालवतात, माळही चालवतात (जपतात). पिशवीमध्ये माळ लपवून ठेवतात, नाही तर कुणाची नजर लागेल. आपली माळ ओढत राहातात. एका हाताने लोकांचे खिसे कापतात, दुसऱ्या हाताने माळ ओढतात. तोंडात राम – काखेमध्ये सुरी (मुख में राम, बगल मे छुरी). राम म्हणण्याला कुठे हरकत आहे, कष्टही कुठे आहेत, काय श्रम पडतात! यंत्रासारखी सवय होऊन जाते.

'भोजन कह्या भूख जे भाजै'...... आणि समजा 'भोजन' म्हटल्याने भूक भागत असेल तर 'सब कोई तिरि जाई'..... तर सगळे तरून जातील. मग तर कोणतीच अडचण नाही. पुन्हा राम राम म्हणून टाकले – आणि तरून गेले तर ही गोष्ट खूपच स्वस्त झाली. मग तर काय पाऊल सुद्धा उचलावे लागणार नाही. आयुष्य बदलावेही लागणार नाही, आयुष्याला सुंदरही बनवावे लागणार नाही, जीवन शुद्धही करावे लागणार नाही. काही साधनासुद्धा करावी लागणार नाही.

कबीर म्हणतात, अशा खोट्या गोष्टी रचून ठेवल्या आहेत. अशा खूप कहाण्या रचून ठेवल्या आहेत. – अजामिल मरायला टेकला होता, तेव्हा त्याने आपला मुलगा नारायण याला बोलावले. मुलाचे नाव होते नारायण! आणि वरच्या नारायणाला वाटले मला बोलावत आहे. मुलाला असे हाक मारता मारता मरून गेले. मोक्ष मिळाला नाही. ही तर कमालच झाली.

'पंडित वाद बदन्ते झूठा.' खोट्याची सुद्धा काही सीमा असते. थोडी लाज राखा, थोडा संकोच करा. हे तर जरा अधिकच झाले. तुम्ही परमेश्वरालाही धोका दिला. आणि हा अजामिल पापी होता, चोर होता, खुनी होता – सगळ्या गोष्टी

विसरून गेला. आणि गंमत तर ही आहे की त्याने रामाचे नाव घेतलेही नव्हते, आपल्या मुलाला बोलावत होता, आणि कुणालाही माहीत नव्हते. कशाला बोलवत आहे. ही शक्यता आहे की मुलाला बोलावत होता याचे कारण जाताना चोरी करण्याच्या, खून करण्याच्या युक्त्या सांगून जाता येतील. मरण्याच्या वेळी बाप तेच सांगून जातो जे त्याला माहीत असते. दुसरे तो काय सांगणार?

आयुष्यभर पाप केले होते, तर काही चाव्या (टिप्पणी) मुलाला देऊन जाऊ. म्हणून नारायणाला बोलावले असणार! कारण की आयुष्यभराची संपत्ती हीच होती. काही गुरु–मंत्र देऊन जाईल की बघ मी कधी पकडलो गेलो होतो, अशा प्रकारची चूक दुसऱ्यांदा करू नको. लपून–छपून चोरी केली तर या या गोष्टींची खबरदारी घे. कोणाचा खून केला तर हातापायाच्या खूणा सोडून येऊ नकोस. मी फसलो होतो की फसता फसता वाचलो होतो. तू जरा लक्ष ठेव. काही युक्त्या असणार. की ज्या त्याने कधी मुलाला सांगितल्या नसतील. आता मरतेसमयी सांगण्याची त्यांची इच्छा आहे. मरते समयी लोक तेच सांगतात, जे आयुष्यभर लपवले असते.

आता तर जाण्याची वेळ आली आहे. कदाचित सांगून जाईल की धन कुठे पुरून ठेवले आहे. ती जी राजाची तिजोरी गायब झाली होती, ती आपल्या अंगणामध्ये कुठे पुरली आहे. काही सांगून जाईल. किंवा सांगायचे असेल की माझे कोण कोणते शत्रू अजून शिल्लक आहेत. ज्यांना मी मारू शकलो नाही, बेटा, तू त्यांना मार. माझी इच्छा पूर्ण कर.

मी ऐकले आहे, एक मनुष्य असाच मरत होता. खूप त्रासदायक होता. आयुष्यभर कोर्टकचेरी, त्याच्याशिवाय त्याला दुसरे काम नव्हते. कोर्ट त्याचे मंदिर, त्याची मशिद ! कोर्ट त्याची पूजा, त्याची प्रार्थना. बस सकाळी उठला की चालला कोर्टमध्ये! संपूर्ण गावाला त्रस्त करून सोडले होते. प्रत्येकावर खटला लावत होता. कोणत्याही कारणाने खटला चालवत होता. खटला चालवण्यामध्ये त्याला रस होता.

तो जेव्हा मरायला टेकला तेव्हा त्याने आपल्या मुलांना जवळ बोलावले. मुले जरा घाबरली होती, कारण की आपल्या पित्याच्या सवयी त्यांना परिचित होत्या. म्हणाले की, माझी एक इच्छा आहे. ती पूर्ण करून टाका. मी तर आता जात (मरत) आहे. मोठी मुले तर तीन होती, ती तर लांबच उभी राहिली. ते म्हणाले की माहिती नाही एखाद्या खतरनाक इच्छेमध्ये शेवटच्या क्षणी फसून जाऊ. छोटा मुलगा थोडा लहान होता, अजाण होता. तो जवळ गेला – तो म्हणाला, तुम्ही सांगा, तुमची शेवटची इच्छा आम्ही जरूर पुरी करू.

तो म्हणाला, 'मुला जवळ ये. 'कानामध्ये सांगितले हे तिघेही लंफगे आहेत. मी मरतो आहे ... दगाबाज! माझे रक्त यांच्या हाडामासांत वाहते आहे आणि हे

वाकत नाहीत; माझ्याजवळ आले नाहीत. तू आला, तू माझा खरा मुलगा आहेस. एक काम कर. जेव्हा मी मरून जाईल तेव्हा माझ्या शरीराचे तुकडे कापून शेजाऱ्यांच्या घरामध्ये फेकून दे. माझा आत्मा खूप प्रसन्न होईल, जेव्हा लोक हातकड्या घालून कोर्टाच्या दिशेने जात असतील. त्यांच्या घरामध्ये फेकून दे. मी तर मरूनच जाईन. आता तर काय कायमचंच संपले, तर शेवटचा आनंद का घेऊ नको. आणि माझे हातपाय कापून शेजाऱ्यांच्या घरामध्ये फेकून दे; पोलिसांमध्ये रिपोर्ट दे की माझ्या वडिलांचा खून झाला आहे. सगळे हातकड्या बांधून जाऊ लागतील, तेव्हा वैकुंठाकडे जाताना माझा आत्मा खूप प्रसन्न होईल की, बघा कसे चालले!'

तेव्हा आजामिल असेच काहीसे करायला मागत असणार! यापेक्षा अधिक अपेक्षा त्याची असूच शकत नाही. परंतु पंडितांनी सुद्धा खुसखुशीत कहाणी रचली आहे. याच कहाण्यांच्या आधारावर त्यांनी माणसांना धोका दिला आहे. माणसाचे खेळणे देऊन टाकले आहे.

देण्यासाठी सत्य (वास्तव) गोष्टी पंडितांजवळ नाहीत. सत्य तर देऊ शकत नाही राम तर देऊ शकत नाही, परंतु 'राम' शब्द देऊ शकतो. राम तर तोच देऊ शकतो, ज्याने स्वत: अनुभवले आहे. कबिरांच्या संदर्भात भक्तमालामध्ये नाभावी यांनी लिहिले आहे : 'आरुढ दसा है जगत् परमुख देखी नही भनी' कबिरांनी त्या स्थितीमध्ये बसून जे सांगितले –तेच सांगितले. 'परमुख देखी नही भनी' दुसऱ्यांच्या तोंडातून आलेल्या गोष्टी त्यांनी आळवल्या नाहीत – आणि दुसऱ्यांच्या माध्यमातून बघितलेल्या गोष्टींना त्यांनी गिरवले नाही. त्या अवस्थेमध्ये स्वत: आरूढ झाले, तेव्हा काही सांगितले.

पंडित स्वत:सुद्धा त्या अवस्थेत पोहोचले नाहीत. पंडित तितकेच दूर (लांब) आहेत जेवढे पापी – आणि कधी कधी पापींपेक्षाही दूर म्हणून मी खूप शोधत राहिलो की, चला आपण असे समजू की अजामिल पापी होता. आणि काही प्रकारे काही बोलणे झाले असेल कोणत्या तरी प्रकारे गोष्ट जमून गेली असेल आणि निघून गेला असणार!

परंतु पंडित आत्तापर्यंत अशी कथा रचू शकले नाही की कोणी पंडित अजामिलसारखा गेला असेल. पापी होता, गेला असेल, चला जाऊद्यात – चालेल. परंतु आत्तापर्यंत पंडिताचीही अशी हिम्मत झाली नाही की, त्यांनी अशीच एखादी कथा रचली की कोणी एक महापंडित होता, आयुष्यभर शास्त्रामध्ये अडकत राहिला. शब्दांमध्ये घुटमळत राहिला, वादविवादामध्ये पडून राहिला, आणि मरते समयी आपल्या मुलाला बोलावले 'नारायण' हाक मारून आणि परमेश्वराला वाटले की मलाच बोलावतो आहे – आणि मोक्ष निघून गेला पंडित सुद्धा इतकी हिंमत करू शकले

नाही. गोष्टीमध्ये तर पापी माणसाला गोवले परंतु पंडितांना नाही.

माझ्या पहाण्यानुसार तर पापी कदाचित पोहोचूनही जातील, पंडित कधी नाही पोहोचणार कारण की पापी एखाद्या दिवशी पस्तावतीलही! हे खूप अशक्य आहे की पापी पस्तावणार नाहीत. कारण की जेव्हा तुम्ही पाप करता, तेव्हा तुमचा संपूर्ण अंतरात्मा सांगतो की करू नका, करू नका, करू नका.

जेव्हा तुम्ही पाप करता तेव्हा तुम्ही पूर्णत: त्यामध्ये कधी नसता. तुमचे आत्मीय तर बाहेरच राहाते. तो तर सांगतो, सावध व्हा अजूनही सावध व्हा, थांबा. हाका मारले जाते. प्रत्यक्षात त्याचा आवाज हळू येतो आणि तुमच्या आवाजाचा आरडाओरडा खूप आहे. प्रत्यक्षात अत्यंत जवळचा आत्मीय खूप – खूप हळू आहे – आणि तुमच्या सवयीचे आवाज खूप गहिरे – खोल आहेत. कदाचित तुम्ही ऐका किंवा नका ऐकू, ही दुसरी गोष्ट आहे. तुम्ही कौतुक करा नका करू, ही दुसरी गोष्ट आहे. परंतु तुमचे आत्मीय नेहमी सांगते; थांब, थांबून जा, करू नको. पुढे पस्तावशील.

पापीसुद्धा इतका पापी नसतो की त्याच्या आतमधील आवाज पुकारत (सांगत) नसेल असा कोणी पापी नसतो, कारण की परमेश्वर, तुम्ही हवे तितके पाप करा, तुमच्यासाठी तो आशा ठेवून असतो की आज नाही तर उद्या तुम्ही जागे व्हाल. आज नाही उद्या पोहोचाल. तुमच्या आतमध्ये हाका मारत राहातो.

परंतु पंडितांना पश्चाताप होत नाही. पंडितांना पश्चाताप का होईल? त्यांनी काही पाप तर केले नाही. ते तर विचार करतात की, त्यांनी खूप पुण्याचे काम केले आहे. पंडित तर विचार करत राहातात की मी तर शास्त्रामध्येच रमत राहिलो. एकसारखे त्याचेच स्मरण करत राहिलो. राम–राम जपत राहिलो.

तेव्हा पंडित कसे पस्तावतील! आणि जे पस्तावणार नाहीत, ते पोहोचणार नाहीत. कारण की जो पस्तावणार नाही, तो वाकणार नाही. आणि की जो पस्तावणार नाही, तो समर्पितही होणार नाही.

पंडित अहंकारांनी भरले आहेत. पापीचा अहंकार काय असू शकतो! अहंकारयोग्य असे सांगण्यासारखे त्याच्याजवळ काय आहे? मंदिर बांधले नाही, मशिद बांधली नाही, धर्मशाळा उघडल्या नाहीत. त्यांनी लोकांना लुटले – मारले, अहंकाराला जोपसण्यासारखे काय आहे त्याच्याजवळ? अहंकारावर घावच घाव आहेत. शृंगार तर अजिबात नाही.

पंडिताच्या जवळ तर खूप शृंगार आहे. तपस्वींच्या जवळ खूप शृंगार आहे. साधूंच्या जवळ खूप शृंगार आहे. अहंकार सजवलेला आहे. सजवलेल्या – शृंगारलेल्या अहंकारापासून सुटका करून घेणे खूप अवघड आहे.

चला म्हणून तर मी मानूनच घेतो की अजामिल पोहोचला असेल. परंतु

पंडित? पंडित कधीच पोहोचले नाहीत.

'पंडित वाद बदन्ते झूठा ।'
भोजन कह्या भूख जे भाजै,
तो सब कोई तिरि जाई ।
नर के संग सुवा हरि बोलै,
हरि परताप न जानै ।'

आणि तुम्ही हे बघितले आहे की माणसाच्या बरोबर राहून पोपटसुद्धा 'हरी–हरी' बोलू लागतो. तुम्ही जे बोलता तेच तो बोलतो. परंतु हरी हरी असे एकसारखे म्हणण्याने पोपटाला हरीचा प्रताप काय आहे हे मात्र समजत नाही. हरीच्या महिम्याविषयी काही कळत नाही. पोपट भले हरीचा जप करू देत, परंतु पोपट संत तर बनत नाही? पोपट बुद्ध झाल्याचे कधी ऐकले तर नाही.

आणि पंडित पोपट आहे. पोपटापेक्षा अधिक नाही. त्यांनाही हरीच्या तेजाचा कोणताही थांगपत्ता नाही. पराक्रमांचा पत्ता तर तेव्हा लागतो जेव्हा तुम्ही त्याच्या पराक्रमामध्ये – त्याच्या तेजामध्ये प्रवेश करता. पराक्रमाचा पत्ता तर तेव्हा लागतो जेव्हा तुम्ही त्या अवस्थेमध्ये आरूढ होता, पराक्रमाचा पत्ता लागतो जेव्हा तुम्ही समाधिस्थ होऊन जाता. पराक्रम तर स्वाद घेतल्यानेच समजतो. त्यानंतर महिमा वाढतो आणि मग महिमा इतका पक्का घट्ट (सघन) होतो की कितीही नाचा कितीही गा चुकत नाही. सांगू इच्छितो, पण सांगितला जात नाही. स्पष्टीकरणच होऊ शकत नाही. अमृताचा अपूर्व वर्षाव होतो. पण ते सुद्धा तेव्हाच कळते जेव्हा तुम्ही हरीमध्ये मिसळून जाता आणि हरी तुमच्यामध्ये प्रवेश करतो. पोपट बनून राहिलात तर हे होणार नाही.

नर के संग सुवा हरि बोलै,
हरि परताप न जानै ।
जो कबहुं उडि जाये जंगल में,
बहुरि न सुरतै आनै ।

आणि पोपटाला कधी संधी मिळाली, पिंजरा उघडा राहिला, बाहेर पडून उडेल, पुन्हा जंगलामध्ये चुकून सुद्धा हरी–हरीचे नामस्मरण करणार नाही. जंगलामध्ये बसून हरी – हरी म्हणणार नाही. हरीशी काय देणे घेणे? गोष्ट संपून गेली. तो तर माणसाच्या बरोबर त्या झंझटामध्ये फसून गेला होता म्हणून हरी हरी म्हणू लागला होता.

पंडितही असेच शास्त्रांच्या झंझाटामध्ये अडकून हरी हरी म्हणत आहेत. वाचताहेत, प्रभाव पडतो, एकसारखे म्हणायला लागतात. परंतु अशा प्रभावाला काहीही किंमत नाही – जी तुमची प्रभा बनत नाही, जे तुमच्यावर फक्त संस्कार

म्हणूनच राहातात, त्यामुळे तुमची मुक्ती होणार नाही.

बिनु देखे, बिनु अरस परस बिनु, नाम लिये का कोई ।' हा शब्द खूप मिष्ठास आहे. 'बिनु देखे'... जो पर्यंत हरीला बघत नाही, त्याचे तेज – त्याचा पराक्रम कसा अनुभवणार! त्याच्यामुळे डोळे भरून यावे, त्याच्यामुळे हृदय भरून यावे, त्याचा स्पर्श व्हावा. 'बिनु देखे .... ' दर्शनाशिवाय काहीही होणार नाही. विश्वास ठेवून बसू नका. विश्वास ठेवून गमावले, खूप पश्चाताप कराल.

आणि असेच लोक गमावत आहेत, लोक विश्वास ठेवून आहेत की परमेश्वर आहे.

माझ्याकडे लोक येतात. ते म्हणतात की परमेश्वर आहे हे आम्ही मानतो. मानण्याने काय होणार? तुम्ही मानता, यामुळेच असे जाहीर होते की तुम्हाला माहीत नाही. आम्ही त्याच गोष्टींना मानतो की ज्या माहीत नाहीत. ज्याला ओळखता, त्याला तर कोणी म्हणत नाही की आम्ही जाणतो. तुम्ही हे तर म्हणत नाही की हे जे हिरवे वृक्ष उभे आहेत, त्यांना आम्ही मानत नाही. तुम्हाला समजतंय की मानण्याचा प्रश्नच नाही. सूर्य उगवला आहे, तुम्ही हे तर म्हणणार नाही की सूर्य उगवला आहे हे आम्हाला मान्य नाही. तुम्ही म्हणाल की आम्हाला माहिती आहे. सूर्य उगवला आहे. परंतु अंध व्यक्ती म्हणेल की आम्ही मानतो की सूर्य उगवला आहे. पण तो कसा म्हणेल की आम्हाला माहिती आहे सूर्य उगवला आहे.

मानणे तर त्याचेच होते, ज्याला तुम्ही ओळखत – जाणत नाहीत. माना की दोन कवडीचा आहे; खरा प्रश्न जाणण्याचा आहे. मानण्याने काय होणार? आणि तुमच्या आतमध्ये मानण्याचे कारण काय असणार? का मानता की परमेश्वर आहे.

बहुतेक लोक घाबरून मानतात, भीतीपोटी मानतात, मृत्यू भयाने मानतात, असहाय आहे म्हणून मानतात. या गोष्टी काही मानून घेण्याच्या असतात? भयामुळे कुठे प्रेमाची निर्मिती होते? भयाने कुठे प्रार्थना केली जाते? भयामुळे तर वासना होते. आणि ज्याच्यामुळे आपला भयाशी संबंध आहे, त्याचा आपल्याशी संबंधच नाही. भयामुळे कुठे सेतू (पूल) बनतो?

मंदिर आणि मशिदीत लोक प्रार्थना करत आहेत, पूजा करत आहेत, गुडघ्यावर बसून वाकले आहेत, डोके टेकून आहेत. परंतु जरा बारकाईने यांच्या आतमध्ये बघा. शरीरच वाकले आहे. अहंकार जरासासुद्धा वाकला नाहीये. आणि हे सुद्धा होऊ शकते की तेथे डोके खाली वाकून वाकून बघत आहे की लोक मला बघताहेत की नाही, की मी किती प्रार्थना करतो, मी किती वेळा नमाज पढतो. दिवसामध्ये पाच वेळा नमाज पढतो. हा पापी एकदाच वाचत असेल, असे काही समजतो का पण मी पाच वेळा वाचतो, कितीतरी वर्षांपासून वाचतो. गर्दी सुद्धा बघेल की मी किती पूजा करतो, किती प्रार्थना करतो.

हा सुद्धा अहंकारच झाला.

'तुमचा सुगंध मनाला मोहवून टाकतो. खूप सुंदर व गोड सुगंध तुमच्याजवळ आहे. दुनियेमध्ये तुमच्यापेक्षा जास्त सुवासिक कोणीही नसेल.' – फुलाला कोणीतरी म्हटले आहे.

फुलाने उत्तर दिले, ''नाही असे काही नाही. धरतीचा सुगंध माझ्यापेक्षा खूप श्रेष्ठ आहे. मी तर काहीच नाही. हा छोटासा जरासा सुगंध माझ्यामध्ये आहे. हा सुद्धा धरतीमधून येतो आणि धरतीमध्ये अनंत सुगंध भरला आहे.

जेव्हा धरणीला हा प्रश्न विचारला तर ती म्हणाली की ....!

'मी काय ! मी काहीच नाही. खरा सुगंध तर ढगामध्ये असतो. जेव्हा मेघ बरसतो, तेव्हा त्याचा गंध माझ्यामध्ये सामावला जातो. मेघाशिवाय तर मी एकदम कोरडी आहे, वाळवंट आहे. आकाशामध्ये जे आषाढाचे मेघ एकत्र येऊन बरसतात, त्यांचा गंध बघण्यासारखा आहे, त्यांचे बघा. माझ्यामध्ये काय ठेवले आहे?

अशाप्रकारे विचारले गेल्यावर मेघाने इंद्राला इशारा केला की, ...!

'माझे काय, त्यांची आज्ञा! सगळे त्याच्या इशाऱ्याने होते. त्यांच्या बोटामध्ये इतका गंध आहे की, त्याचा इशारा आला की गंध पसरून जातो.

इंद्राला विचारले, तेव्हा इंद्राने विष्णूला सांगितले की – तोच सगळ्यांना सांभाळतो; मलाही तोच सांभाळतो. जो काही सुगंध आहे, त्याचा आहे. जो काही महिमा आहे त्याचा आहे.

विष्णूने ब्रह्माला सांगितले. ते म्हणाले 'मी काय सांभाळतो, समजा ब्रह्माने बनवले नसते तर? त्याने सारे बनवले! सारा सुगंध त्याचा!'

आणि जेव्हा ब्रह्माला विचारले, तेव्हा ब्रह्माने सांगितले की 'सर्वाधिक सुगंधित तर मनुष्यच होऊ शकतो. कारण की माझा महिमा इतकाच आहे की मी मनुष्य बनवला याहून अधिक महिमा काय आहे?'

प्रत्यक्षात चित्रकाराचा महिमा हाच आहे की त्याने चित्र बनवले. आणि कवीचा महिमा हा आहे की त्याने काव्य रचले. आणि मूर्तिकाराचा महिमा अजून काय आहे? – त्याची मूर्ती!

तेव्हा ब्रह्माने सांगितले, 'मनुष्याला बघा, बस् ! माणसामध्येच सगळा सुगंध भरला आहे.

आणि जेव्हा मनुष्याला हा प्रश्न विचारला गेला, तेव्हा तो अहंकाराने आखडून म्हणाला की 'अरे मूर्खा, माझ्यापेक्षा अजून कोणी सुगंधित होऊ शकतो का? मी परम सुगंधित आहे.'

आणि आता तुम्ही जाणून घेऊ शकता की सुगंध कुठे आहे. सुगंध नेहमीच अहंकार नसण्यामध्ये (निरहंकार) असतो. फुलामध्येही सुगंध होता, आणि धरणीमध्येही

सुगंध होता, आणि मेघामध्येही आणि इंद्रामध्येही आणि विष्णूमध्येही आणि ब्रह्मामध्ये सुद्धा! मनुष्य सुगंधहीन झाला आहे. हा अहंकार की मी परमसुगंधित आहे. आणि ओरडून म्हणाला की, 'अरे मूर्खा ही काही विचारायची गोष्ट झाली? मला दिसत नाही का की मी मनुष्य आहे? माझ्यापेक्षा दुसरा कोणी सुगंधित असू शकतो?

अहंकाराने दुर्गंधी येते निरहंकाराने सुगंध येतो. समजा तुमची पूजा, प्रार्थना, तपश्चर्या तुमच्या अहंकाराला खत पाणी घालत असेल तर ती ढोंगी आहे.

'पंडित वाद बदन्ते झूठा ।'

'बिनु देखे बिनु अरस परस बिनु'...

परमेश्वराला बघायला हवे. डोळ्यात डोळे घालून परमेश्वराला बघायला पाहिजे. त्याची मूर्ती आतमध्ये साठवू दे. रोमारोमात साठवू दे. हृदयाच्या प्रत्येक ठोक्यामध्ये साठवू दे. की तुम्ही म्हणू शकाल मी जाणले आहे, मी बघितले आहे. मी बघितले आहे, माझ्या डोळ्यांनी बघितले आहे. 'बिनु अरस परस बिनु...!' आजूबाजूला होवो, स्पर्श होवो. अनुभव होवो. त्याच्या बरोबर नाचा, त्याच्याबरोबर रास खेळा. त्याच्याबरोबर गाणी म्हणा. त्याच्याबरोबर बसा तर जाणून घ्या. अजून जाणा... तेव्हा काही होईल.

'नाम लिये का होई' असे नुसते राम राम म्हटल्याने काही होते? 'राम कह्या दुनिया गति पावे, खांड कह्या मुख मीठा । पंडित बाद बदन्ते झूठा।'

निरर्थक बडबड आहे ही. राम राम म्हटल्याने काही होणार नाही – रामाला जाणून घेतल्यास काही तरी होईल. तुम्ही कितीही राम–राम करत ओरडा, पण तुमचे हृदय अजून दुसरेच काहीतरी ओरडत आहे. समजा तुम्हाला संपत्तीविषयी प्रेम असेल, आणि तुम्ही वर–वर राम राम म्हणत आहात, आणि आत मनामध्ये संपत्तीचा धावा चालू आहे ही तर तुम्ही रामाची निरर्थक बडबड चालवली आहे. कदाचित या आशेमुळे असेल की राम राम म्हणत राहिलात तर अजून काही धन मिळेल. रामाची प्रार्थना सुद्धा धनासाठी! रामाची प्रार्थना सुद्धा यशासाठी! ज्या दिवशी तुम्ही रामाची प्रार्थना रामासाठी कराल, त्या दिवशी सार्थक होईल.

एक मनुष्य त्याच्या मृत्यूनंतर स्वर्गाच्या लोखंडी दरवाजाजवळ पोहोचला. त्याने दार वाजवले. दरवाजाजवळ एक देवदूत प्रगट झाला. देवदुताने त्या माणसाला नाव विचारले. त्या माणसाने सांगितले 'मुल्ला नसरूद्दीन!'

देवदूत म्हणाला 'तुमच्या येण्याची कोणतीही सूचना आम्हाला मिळाली नाहीये. काहीतरी चूक झाली आहे.'

'तरीसुद्धा', तो म्हणाला की तुम्ही पृथ्वीवर होतात तेव्हा काय काम करत होतात? तुमचा सगळा तपशील द्या, म्हणजे मी रजिस्टरमध्ये जाऊन बघतो की काय भानगड आहे, कुठे काही चूक वगैरे झाली आहे का?

मुल्ला नसरूद्दिन म्हणाला, 'रद्दीवाला होतो साहेब, रद्दीवाला! जुने लोखंड

खरेदी करून विकत होतो.'

'तू इथेच थांब', देवदूत म्हणाला, 'मी आतमध्ये जाऊन तुझे खाते बघून लगेच येतो.'

थोड्या वेळाने देवदूत पुन्हा आला तर मुल्ला नसरूद्दिन गायब झाला होता. आणि बरोबर ते लोखंडाचे फाटकही!

रद्दीवाला तो रद्दीवाला ! आयुष्यभर जुने लोखंड खरेदी करणे आणि विकणे. देवदूत आतमध्ये गेला हे त्याने बघितले आणि ही संधी सोडण्यासारखी नाही असा विचार करून स्वर्ग सोडला. घेऊन पळाला लोखंडाचे दार!

तुमच्या आतमध्ये काय आहे, तेच खरे असते. तुमच्या अंतर्मनामध्ये जे काही आहे, तेच तुम्ही आहात. वरवरच्या गोष्टींच्या दिखाऊपणात पडू नका. वर वर म्हणता राम राम आणि आतमध्ये भलतेच काही चालते. तेव्हा लक्षात ठेवा की जे आतमध्ये आहे, तेच तुमच्या जीवनाचे निर्णय घेतील.

बिनु देखे बिनु अरस–परस बिनु,

नाम लिये का होई ।

धन के कहै धनिक जो हो तो निरधन रहत न कोई ।

समजा धन म्हटल्याने श्रीमंत झाले असता तर सगळे श्रीमंत झाले असते. लोक धनच धन म्हणताहेत, परंतु धन कमवावे लागते. तेव्हा कुणी श्रीमंत होतो. 'राम' सुद्धा कमवावा लागतो, तेव्हा कोणी राम होतो.

'सांची प्रीति विषय माया सूं

हरि भगवन सूं हांसी ।

कहे कबीर प्रेम नही उपज्यौ,

बांध्यौ जमपुर जासी ।'

सांची प्रीति विषय माया सूं ...! आणि हे तथाकथित जे पंडित आहेत, ज्यांनी रामनामाची निरर्थक बडबड लावली आहे, आणि खूप मोठा वाद आणि तर्क पसरवून ठेवला आहे, आणि मोजमाप करतात की ईश्वर आहे की नाही, असे आहे, तसे आहे; त्याचा रंग, त्याचे रूप, त्याचा ढंग अगदी सारे तपशिलामध्ये सांगतात. – त्याला तुम्ही बारकाईने बघा; 'सांचि प्रीति विषय माया सूं!' त्याची खरी लगन (ओढ) तर वासनेची आणि मायाची आहे. या पंडितांना विकत घेणे खूप सोपे आहे. मग हे पंडित तुम्हाला जे हवे आहे ते बोलू लागतात. त्यांची इच्छा पूर्ण कर. हे तुमच्या घरी येऊन शंभर रुपये दक्षिणा घेऊन प्रार्थना करून जातात, पूजा करून जातात. तुम्ही विचार करता तुम्ही कोणाला धोका देत आहात. पूजा सुद्धा कोणाच्या हाताने करून घेत आहात.

म्हणजे हे तर असे झाले की तुम्हाला तुमच्या मुलावर प्रेम करायचे आहे आणि

त्यासाठी एक नोकर ठेवा. कारण की 'मला तर काही वेळ मिळत नाही, तेव्हा तू कधी कधी येऊन माझ्यावतीने त्याचे डोके चेपून देत जा, कधी त्याला मिठी मारत जा.' ही गोष्ट निरर्थक वाटते. परंतु परमेश्वराच्या बरोबरसुद्धा हे लोक असेच करतात. भाड्याचा मनुष्य ठेवतात आणि सांगतात की तू दररोज पूजा कर. माझ्याकडे तर इतका वेळ नाहीये की घंटा वाजवू की तबक तयार करू, की आरती ओवाळत बसू – तूच आरती ओवाळत जा. हे काम तू करून टाकत जा. फळ मी घेईन, तू आपले पैसे घेत जा.

तुम्ही कोणाला धोका देत आहात? पंडितांना काही घेणे नाही; त्यांना पैसे घेणे आहे. उद्या समजा त्यांना जास्त पैसे देणारा भेटला तर ते तुम्हाला सोडून जातील. उद्या समजा त्याला कोणी अधिक संपत्ती देणारा भेटला तर तो हिंदू धर्म सोडून मुसलमानसुद्धा होऊ शकतो, मुस्लिम धर्म सोडून ख्रिश्चनही होऊ शकतो.

तुम्ही बघता आहात की प्रलोभने दाखवून ख्रिश्चनांनी कितीतरी जणांना ख्रिश्चन बनवले आहे. दररोजची रोटी, नोकरी मिळून जाते. शिक्षण मिळते, चांगले घर मिळून जाते. ठीक आहे; मनुष्य ख्रिश्चन बनून जातो.

तलवारीच्या बळावर कितीतरी मुसलमानांनी मुसलमान बनवले. ही मोठी आश्चर्याची गोष्ट आहे की, तलवारीच्या जोरावर मनुष्य धार्मिक झाला, मुसलमान बनला. मरणाला घाबरला, विचार केला, जाऊ देत ठीक आहे, प्राण वाचला. 'लौटकर बुद्धू, घर को आये, जान बची और लाखो पाये.' चला प्राण वाचवा, मुसलमान होऊन जा, त्यामध्ये काय ठेवले आहे? तो मुसलमान होऊन गेला.

तुमचे हिंदू, मुसलमान, ख्रिश्चन हे सारे तुमच्या हृदयाच्या अनुभवातून निघाले आहे, की कोणत्यातरी बाहेरच्या गोष्टीतून तयार झाले आहे? आणि ना तुम्ही तलवारी समोर वाकलात, ना तुम्ही रोजी रोटीसाठी झुकलात – तरीसुद्धा तुमचे हिंदू – मुस्लिम होण्याची किंमत काय आहे? हिंदू घरामध्ये जन्माला आलात तर हिंदू, कारण की आई–वडिलांच्या डोक्यात हिंदू धर्म शिरला आहे. ना त्यांच्याजवळ हिंदू धर्म होता, ना त्यांच्या आई–वडिलांजवळ होता. त्यांचा उधार होता, तुम्हालाही उधार बनवून टाकले. हे सारे थोतांड आहे.

म्हणून कबीर म्हणतात,
'पंडित वाद बदन्ते झूठा ।
सांची प्रीति विषय माया सूं ।'

पंडितांना म्हणतात, तुझे प्रेम रामावर आहे असे आम्हाला वाटत नाही, तुझे प्रेम धन, संपत्ती, पद प्रतिष्ठेमध्येच आहे असे आम्हाला वाटते.

तुम्ही बघताच आहात की, अलाहबाद उच्च न्यायालयात एक खटला चालू आहे. शंकराचार्यांच्या गादीसाठी दोन माणसांचा दावा चालू आहे की खरे शंकराचार्य

कोण आहे? ही तर खूपच गमतीची गोष्ट आहे की शंकराचार्य कोण असावे याचा निर्णय कोर्ट घेणार. आणि ही जी दोन माणसे शंकराचार्य होण्यासाठी कोर्टामध्ये खटला लढवत आहेत, त्यांना शंकराचार्यांशी काही देणे घेणे आहे? त्यांना तर पदाची चिंता आहे. त्या गादीवर गेल्यानंतर कोटी रुपये मिळतात, पद प्रतिष्ठा आहे. त्या गादीवर बसायचे एवढेच ! हे राजकारणी आहे. त्यांना धर्माशी काय देणे घेणे?

समजा उद्या यांना अजून कोणी मोठी गादी (मानाची जागा) दिली, कुणी म्हणाले की चला, 'या वेटिकनचे पोप होऊन जा, कुठे तुम्ही या छोट्या मोठ्या गोष्टींमध्ये अडकून पडता, यामध्ये काय ठेवले आहे? शंकराचार्यांच्या गादीची किंमत तरी किती आहे? या पोप बना.' पोपचा महिमा तर खूप मोठा आहे. पृथ्वीवर अर्धी माणसे ख्रिश्चन आहेत. कोट्यवधी रुपयांचा पसारा आहे. पोप सम्राट आहे. तर हे तेथेही चालत येतील. त्यांना काय देणे घेणे आहे.

मी ऐकले आहे. एक पाद्री दररोज प्रवचन देत होता. त्यावेळेस गावातील सगळ्यात म्हातारा मनुष्य समोरच बसत होता. खूप प्रतिष्ठित श्रीमंत मनुष्य होता तो ! आणि फक्त समोरच बसत नव्हता... त्याचे वयही ऐंशी–ब्याऐंशी वर्षांचे असेल. आयुष्यभरचा थकलेला भागलेला. पण तो दानीसुद्धा होता. चर्चसाठी त्याने दानही दिले होते, आणि सगळ्यात प्रतिष्ठित नागरिकही होता, एकदा महापौरही बनला होता. अजून कितीतरी अशा गोष्टी होत्या. तो समोर बसत होता आणि धर्मगुरूला खूप वाईट वाटे, कारण की तो दोन तीन मिनिटांमध्येच झोपून जायचा. डोके त्याचे हलायचे, इतकेच नाही तर तो – घोरायचा सुद्धा! समोरच बसून घोरायचा. त्यामुळे तो धर्मगुरू खूप बेचैन होता. त्याला त्यामुळे खूप अडथळा यायचा. त्या म्हाताऱ्याबरोबर त्याचा छोटा नातूसुद्धा येत होता, सात-आठ वर्षांचा मुलगा होता.

त्याने एक युक्ती शोधली. पुरोहिताने त्याच्या नातवाला एक दिवस बाजूला बोलावले आणि म्हणाले की 'बघ, तू आपल्या आजोबांना जागे ठेव, मी तुला चार आणे देईन. जेव्हा केव्हा ते झोपतील, त्यांना तू जागे कर. थोडासा धक्का मारत जा.' चार आण्याच्या लोभापायी तो म्हणाला 'ठीक आहे करीन.' तेव्हा जसा तो म्हातारा झोपे, तो मुलगा त्यांना जागे करत असे. तीन आठवडे अगदी व्यवस्थित चालले. ते धर्मगुरू खूप प्रसन्न होते. परंतु चवथ्या आठवड्यामध्ये बघितले तर म्हातारा झोपला आहे, घोरत आहे, आणि मुलगा बसला आहे पण जागे करत नाहीये. तो खूप बेचैन झाला. त्याने एकदा दोनदा खुणाही केल्या. मुलगा इकडे तिकडे बघे. त्याने त्याला पुन्हा खाणाखुणा केल्या. त्या मुलाने त्याला खुणावून 'नाही' म्हणून सांगितले. मागे बोलावून त्याला विचारले की 'काय झाले आहे! आम्ही तुला चार आणे देत आहोत. ते कशाला देत आहोत? आम्ही रोज चार आणे तुला देतो. तू

त्यांना उठवत का नाहीस?

तो म्हणाला 'दादा आठ आणे देतात. त्यांनी सांगितले की, मला अजिबात उठवायचे नाही, पाहिजे तर आठ आणे घेत जा.' मी आता नाही उठवू शकत. तुम्हीच विचार करा. एक रुपया देण्याचा इरादा असेल...!

तुझी इच्छा काय आहे, त्यावर सारे अवलंबून असणार आहे.

'सांची प्रीती विषय माया सूं, हरि भगतन सूं हांसी ।' आणि हे पंडित – पुरोहित – पैशाच्या मागे वेड्यासारखे लागलेले, पदासाठी वेडे झालेले, प्रतिष्ठेच्या मागे वेडे झालेले, अहंकाराने भरलेले हे लोक – आणि भक्तांसाठी हसतात. 'हरि भगतन सूं हांसी ।'

कबीर हे अनुभवाने बोलत आहेत. कबीर काशीमध्ये राहिले आहेत, पंडितांच्या घरामध्ये राहिले आहेत. त्यांनी कबिरांची खूप चेष्टा केली असेल, त्यांनी कबिरांना वेडे म्हटले असेल, कारण की कबिरांच्या वंशाचा काहीही ठावठिकाणाच नाही. ते हिंदू आहेत की मुसलमान आहेत, काहीही माहिती नाही. कबीर भ्रष्ट आहेत, जुलाहाच्या घरी वाढले आहे, शूद्र आहेत. त्यांनी कबिरांची खूपच टिंगल केली असेल. कबिरांच्या भक्तांचीही खूप टिंगल उडवली असेल की काय कुठे जाता, कुणाच्या जवळ जाता?

कबीर म्हणतात की स्वतःचे मन तर मोह–मायेमध्ये अडकले आहे – हरि भगतन सूं हांसी – आणि जे हरीचे भक्त आहेत, त्यांना का हसता!

भक्तांकडे बघून पंडित नेहमीच हसतात. पंडित भक्तांना सहन करू शकत नाहीत. कारण की भक्त हृदयापासून होतो, आणि पंडित नेहमी डोक्याने जगतात. डोके नेहमीच हृदयाकडे बघून हसते.

म्हणून तर लोक म्हणतात 'प्रेम आंधळे असते.' हे कोण म्हणते? – हे डोके म्हणते की प्रेम आंधळे असते. प्रेम हृदयातून येते. डोके म्हणते : हृदयाच्या निरर्थक बडबडीमध्ये पडू नका, नाही तर कटकटीमध्ये पडाल. माझे ऐका, माझे माना. समजा सावधपणे जगायचे असेल, समजा दुनियेमध्ये काही करायचे असेल. पैसे कमवायचे आहेत? पद मिळवायचे आहे? – माझे ऐका. हृदयाचे ऐकले तर गेलात. ना घरका ना घाटका राहाल. हृदयाच्या मामल्यात पडू नका. हा भावनांचा मामला आहे. भावना तर आंधळी असते. ही दुनिया काय भावनेवर चालते? इथे हिशेब हवे असतात, तर्क–बुद्धी हवी असते. इथे सावधानता पाहिजे, चलाखपणा पाहिजे, कपट– कुशलता पाहिजे, इथे राजनीती– कूटनीती पाहिजे. हे प्रेमाने–बिमाने होणार नाही. प्रेमबीम बाजूला ठेवून वेगळे करा. मध्ये येऊ देऊ नका. समजा प्रेमाला मध्ये आणले तर खूप कठीण होईल.

प्रेम कठीणपणा आणते. म्हणून तर लोकांनी प्रेमाला बांधून ठेवले आहे. प्रेम

कठीणपणा आणते, हे खरे असले तरी प्रेम आनंदसुद्धा आणते (देते). म्हणून तर लोक निरानंद झाले आहेत. प्रेमाला बांधून ठेवले आहे; मुश्किलीला घाबरले आहेत. म्हणून जीवनातील सारे सुख, सारे संगीत हरवले आहे. जगताहेत वाळवंटातल्या सारखे! वाळवंटात बागही नाही. एका छोटासा पाण्याचा झराही नाही. सुकलेले रसहीन लोक, ज्यांच्या जीवनामध्ये कोणतीही रसधारा वाहात नाही.

सांची प्रीती विषय माया सूं,
हरि भगतन सूं हांसी ।
कहै कबीर प्रेम नहि उपज्यौ,
बांध्यौ जमपुर जासी ।

आणि कबीर म्हणतात, हे म्हणणे समजून घ्या. या खोपडीच्या (डोक्याच्या) खेळाने काहीही होणार नाही, तर्काने काहीही होणार नाही, ज्ञानाने काही होणार नाही. जे होईल, ते प्रेमाने होईल 'कहै कबीर प्रेम नहीं उपज्यौ'.... समजा प्रेम निर्माण झाले नाही, समजा भावना जाग्या झाल्या नाहीत, समजा भावच निर्माण झाला नाही,... तर लक्षात ठेवा, 'बांध्यौ जमपुर जासी'. लवकरच यमाचे दूत येतील आणि नरकात घेऊन जातील. कारण की प्रेमच फक्त स्वर्गात घेऊन जाते. कारण की प्रेमच प्रार्थना होऊ शकते. आणि प्रार्थनाच फक्त परमेश्वराच्या चरणापर्यंत घेऊन जाऊ शकते.

भाग्यवान आहेत ते, जे प्रेम करतात. मृत्यूपासूनही ते वाचू शकतात, जे प्रेम करतात.

या मृत्यू लोकांमध्ये प्रेमच फक्त अमृताची झलक आहे. या अंधाऱ्या रात्री, जेथे सगळे मार्ग गोंधळमय झाले आहेत अशा वेळी प्रेम हा एकच प्रकाश आहे, एक दिवा आहे.

प्रेमाचे ऐका, प्रेमाचे माना. आणि प्रेम जर गमवायला सांगितले, तर गमावू देत. प्रेमाच्या बरोबर जे काही गमवाल ते परत मिळवायचे आहे. आणि बुद्धीमुळे जे काही कमावले असेल ते एक दिवस गमावल्याचे सिद्ध होईल.

हुशारी सोडा, समजदारी सोडा, अजाण असण्यामध्ये खूप आनंद आहे. अज्ञानी बनून राहा, कारण की अज्ञान निर्दोष असते. ज्ञानामुळे येणारा आखडूपणा तो संपवतो. हा ज्ञानाचा दगड छातीवर बांधून ठेवला तर बुडणारच! 'बांध्यौ जमपुर जासी।'

'चलन चलन सबको कहत है, ना जाने बैकुंठ कहां है ।' आणि हे पंडित लोकांना सांगतात की 'चला, चला, उठा परमेश्वराला भेटायला चला. स्वर्गाचा शोध घ्या. मोक्षाची यात्रा करा.'

'चलन, चलन सबको कहत है, ना जाने बैकुंठ कहां है ।' आणि त्याला स्वत:लाच माहिती नाही की वैकुंठ कुठे आहे. त्याने स्वत: डोळ्याने बघितले नाही.

त्याने परमेश्वराचा फोटोही बघितला नाही, कारण की त्याने जर परमेश्वराची तसबीर बघितली असती तर त्यांचे जीवन काही वेगळेच झाले असते. त्यांचे जीवन तर ग्वाहीही देत नाही. त्यांचे जीवन तर असे कुठले प्रमाणपत्रही देत नाही की यांनी परमेश्वराला बघितले आहे.

ज्याने एकदा का होईना परमेश्वराला बघितले असेल एक झलक तरी, एकदा तरी त्याचा विजेचा झगमगाट झाला असता, तर तो मनुष्य काही वेगळ्याच प्रकारचा झाला असता. तो मनुष्य या जगामध्ये एकदम अनोळखीच झाला असता. या जगामध्ये तो या जगाचा राहिला नसता. या जगाच्या पलीकडच्या जगाचा प्रतीक बनला असता आणि तो एकदा जरी चमकला (दिसला) असता, तरी त्याला विसरले नसते, सतत त्याची आठवण राहिली असती.

साधारण प्रेमामध्ये असे होते तर परमेश्वराच्या प्रेमाबद्दल काय सांगणार? हे गीत ऐका–

कुछ दिनों से, करीबे दिल है वो दिन
जब अचानक, इसी जगह, इक शक्ल
मेरी आंखो में मुस्काराई थी
एक पल के लिए तो – एक वो शक्ल
जाने क्या कुछ थी, झूठ भी, सच भी
शायद इक भूल – शायद इक पहचान
कुछ दिनों से तो जान बूझ के, अब
ये समझने लगा हूं, मै ही तो हूं
जिसकी खातिर ये अक्स उभरा है
कुछ दिनों से तो, अब मैं दानिस्ता
इस गुमांका फरेब खाता हूं
रोज, इक शक्ल, इस दोराहे पर
अब मेरा इंतिजार करती है
एक दीवार से लगी, हर सुबह
टिकटिकी बांध, निमरुख, यकसूं
अब मेरा इंतिजार करती है
मै गुजरता हूं – मुझको देखती है
मै नही देखता – वो देखती है
उसके चेहेरे की सख्त, साऊते दीद
जर्द ओठों की पतडियां, पीतल
सूर्ख आंखो की टुकडियां कुरमज !

रोगनी धूप में, धसते छुए पांव
मुंतिजर – मुंतिजर उदास – उदास
एक यही चेहरा, एक पल के लिए,
जाने क्या कुछ था – लेकिन अब तो मुझे
अपनी ये भूल भूलती ही नहीं !
एक दिन ये शबीह देखी थी
कुछ दिनो से करीबे – दिल है वो दिन
कुछ दिनो से तो बीतते हुए दिन
इसी एक दिन में ढलते जातें है
दिन गुजरते है अब तो यूं जैसे
उम्र इसी दिन का एक हिस्सा हैं
उम्र गुजरी – ये दिन नही गुजरा
जिस तरफ जाऊं – जिस तरफ देखूं
मुझसे ओझल भी – मेरे सामने भी
शक्ल एक – टीम के वर्क पे वही
शक्ल एक – दिल के चौखटे में वही !

काही दिवसांपासून, तो दिवस माझ्या हृदयामध्ये आहे.
जेव्हा अचानक, याच जागी, एक चेहरा
माझ्या डोळ्यामध्ये हसला होता
एका क्षणासाठी – तो एक चेहरा
काय माहीत काय होता, खरा सुद्धा, खोटा सुद्धा
कदाचित एक चूक – कदाचित एक ओळख
काही दिवसापासून तर, जाणूनबुजून, आता
हे समजू लागलो आहे, मी तर आहेच
ज्याच्यासाठी हा पसारा उभारला आहे
काही दिवसांपासून, आता मी दानशूर
या हरवलेपणाच्या शिव्या खातो
रोज, एक चेहेरा, या मार्गावर
माझी वाट बघत असतो
एका भिंतीवर लावलेला, दररोज सकाळी
टिकटिक आवाज करणारा, चेहरा अर्धी झाडे, एकाग्र
आता माझी वाट बघत आहे

मी वाटेवरून जातो – मला बघते
मी बघत नाही – ती बघते
तिच्या चेहऱ्याची घडण
निष्प्रभ ओठांच्या पाकळ्या
स्निग्ध उन्हामध्ये, मातीत रुतणारे पाय
प्रतीक्षा करणारा, उदास असलेला
हाच एक चेहरा, एका क्षणासाठी
काही वेगळाच होता, परंतु आता मला
माझी ही चूक विसरता येत नाही!
एक दिवस मी हे चित्र बघितले होते
काही दिवसांपासून हृदयाच्या जवळ तो दिवस आहे
काही दिवसांपासून सरत चालले आहेत दिवस
या एका दिवशी संपत आहे
दिवस तर आता असे जातात जसे
वय या एका दिवसाचा हिस्सा आहे
वय सरले – हा दिवस नाही सरला
जिकडे जाईल – जिकडे बघेल
माझ्याशीच आडपडदा – माझ्याच समोर
चेहरा एक – कामाच्या जागीही तोच
चेहरा एक – हृदयाच्या चौकटीतही तोच

हे गीत तर एक साधारण प्रेमगीत आहे. समजा तुम्हाला कोणा एकाचा चेहरा क्षणभरासाठी का होईना आवडला, एका क्षणासाठी का होईना एखाद्या चेहऱ्याचे सौंदर्य तुम्हाला मोहित करून गेले, एका क्षणासाठी कोणतातरी चेहरा तुमच्या नजरेत भरला, एक क्षणभर – जेव्हा विचारच येत नाहीत. – बंद होऊन जातात; एक क्षणभर जेव्हा मनामध्ये कोणतेही विचार (तरंग) येत नाहीत. एक क्षणभर – जेव्हा हृदयाचे दरवाजे खुले होतात; एक क्षणभर हा चेहरा, हे प्रतिबिंब तुमच्या हृदयामध्ये घर करते आणि बसते – मग तुम्ही ते विसरता विसरत नाही.

एक हाच चेहरा – एका क्षणासाठी
माहिती नाही काय होता – परंतु आता तर मला
माझी ही चूक विसरता येत नाही
एक दिवस हा चेहरा बघितला होता
काही दिवसांपासून माझ्या हृदयाजवळ तो दिवस आहे
काही दिवसांपासून दिवस तर सरत आहेत.

या एका दिवसांमध्ये मावळून जात आहे.
दिवस तर असे सरताहेत जसे
वय या दिवसांचा एक हिस्सा आहे
वय सरले – हा दिवस नाही सरला
जिकडे जाईन – जिकडे बघेन
माझ्याशी ही आडपडदा – माझ्याच समोर
चेहेरा एक – कामाच्या ठिकाणीही तोच
चेहेरा एक – हृदयाच्या चौकटीतही तोच !

परमेश्वराचे तर म्हणणेही काय आहे! एकदा जरी मागे–पुढे होऊन गेले. 'बिनु देखे बिनु अरस परस बिनु, नाम लिये का कोई' एकदा तरी क्षणभर का होईना, क्षणभरासाठी जरी दर्शन झाले तरी तुम्ही चकित होऊन जाल जन्मोन्‌जन्मापासून ओरडल्याने जे झाले नाही, ते होऊन जाते.

'चलन – चलन सबको कहत है,
ना जाने बैकुंठ कहा है ।
'जोजन परमिति परमनु जानै
बातनि ही बैकुंठ बखानै ।'

समजा तुम्ही पंडितांना विचारले, तर ते नकाशा काढून दाखवतात की वैकुंठ इथं आहे. इथून इथे जावे लागेल, इथून इथे जावे लागेल, इथे स्वर्ग आहे, इथे नरक आहे, इथे सात नरक आहेत, इथे सात स्वर्ग आहेत, सारा नकाशाच काढून दाखवतात. कुठेही गेले नाही, काहीही अनुभवलेले नाही. नकाशा उघडून समोर ठेवतात, सीमा सांगून टाकतात – की या या सीमा आहेत. आणि ह्या साऱ्या गप्पा आहेत.

'बातनि ही बैकुंठ बखानै'... कारण की वैकुंठ बाहेर नाहीये, कोणत्याही भूगोलाचा तो भाग नाही. म्हणूनच वैकुंठाचा कोणताही नकाशा असू शकत नाही. वैकुंठ ही आतमधील अवस्था आहे – अंतरदशा आहे. वैकुंठ म्हणजे आपल्या आतमध्ये मग्न होण्याचे नाव आहे.

मोक्ष बाहेर नाही. मोक्ष तुमचा स्वभाव आहे. त्याचा नकाशा असू शकत नाही. हे सारे नकाशे खोटे आहेत. 'पंडित वाद बदन्ते झूठा॥'

'जब लागे है बैकुंठ की आसा । तब लगि नहि हरिचरण निवासा ।'

आणि कबीर म्हणतात, पंडित हे सुद्धा तू समजून घे की जोपर्यंत तू वैकुंठाची आशा धरून बसला आहेस, तोपर्यंत तुला परमेश्वराचे दर्शन मिळणार नाही, कारण की ही आशाच अडथळा बनून जाईल.

प्रभूच्या चरणाची आस असणे ही एक गोष्ट आहे आणि वैकुंठाची आशा असणे

ही दुसरी गोष्ट आहे. ही तर मग सुखाचीच इच्छा झाली. इथे संपत्ती हवी आहे, तेथे सुद्धा धनच हवे आहे. इथे पदाची अपेक्षा करता, तेथेही पदाची अपेक्षा करता. इथे महालाची अपेक्षा करत होता, तेथे सुद्धा महालच हवा आहे. जे इथे मिळाले नाही ते सगळे तेथे असण्याची इच्छा आहे.

'जब लगि है बैकुंठ की आसा,
तब लगि नहिं हरिचरण निवासा ।'

जोपर्यंत तुम्ही अजून काही मागत आहात, तोपर्यंत परमेश्वर भेटणार नाही. परमेश्वर त्यालाच पावतो, जो म्हणतो, माझे सगळे हिरावून जाऊ देत, बस मला फक्त तुझीच ओढ आहे, तुझे चरण हवे आहे.

म्हणून भक्तांनी सांगितले, वैकुंठ सोडा, आम्हाला वैकुंठ नको आहे. मोक्ष, तुम्ही आपले ठेवा, आम्हाला नको. आम्हाला तुझ्या चरणाचे दास बनू देत. आम्हाला तुझ्या चरणाजवळ आसरा मिळाला तरी ते खूप आहे. अजून काय हवे – आणि अशा चरणाजवळ पडण्यामधेच मोक्ष आहे.

ज्यांनी मोक्षाची इच्छा केली, ते मोक्षापासून वंचित राहातील. कारण की मोक्षाचा अर्थच हा होता की, निर्वासनेमध्ये जे मिळते ते ! मोक्षाची वासनाच वासना आहे. मोक्ष तर तेव्हाच आहे जेव्हा कोणतीच वासना उरत नाही. मोक्ष वासनेचा अभाव आहे.

'कहै सुनै कैसे पतिअईये । जब लगि तहां आप नहिं जईये ।' कबीर अजून म्हणतात की, जोपर्यंत तू तेथे गेला नाहीस, 'कहै सुनै कैसे पतिअइये' – सांगण्याने – ऐकण्याने कुठे माहिती होते? आंधळ्याला लाख सांगितले की उजेड आहे, काय समजणार? आणि बहिऱ्याला लाख सांगितले की संगीत आहे, काय समजणार? 'कहै सुनै कैसे पतिअइये' काही समजणारच नाही. 'जब लगि तहा आप नहि जइये।' जोपर्यंत तेथे स्वत: पोहोचणार नाही, तोपर्यंत काहीही होणार नाही.

'कहै कबीर यहु कहिये काहि ।' कबीर म्हणतात, 'हे मी कुणाला सांगणार? हे मी कुणाला समजावू? पंडितांनी लोकांची मने विकृत करून टाकली आहेत.' 'कहै कबीर यहु कहिये काहि । साध संगित वैकुंठहि आहि।'

कबीर म्हणतात, शास्त्राची संगत नाही – चांगली संगत. शब्दांची व्यवस्था नाही – साधूसमुदाय तोच वैकुंठ आहे.

परमेश्वर तर दूर आहे. आम्हाला त्याचा कोणताही अनुभव नाही आणि कबीर म्हणतात, जोपर्यंत त्याचा अनुभव येत नाही, तोपर्यंत काहीही होणे शक्य नाही. मग आपण काय करायचे? आम्ही त्याच्याजवळ कसे जायचे? शास्त्राबरोबर जाऊ शकत नाही. रामनामाचा रेटा (जप) करूनही जाऊ शकत नाही. ती पोपटपंची होते. वाद–विवाद करून जाऊ शकत नाही. पुण्य केले तर अहंकार येतो. तप–तपश्चर्या केली

तरी अहंकार निर्माण होतो. मंदिर – मशिद सगळ्या माणसांचे बनलेले आहे. तर मग आम्ही करायचे काय? यावर कबीर मार्ग सांगतात.

कबीर म्हणतात, मार्ग आहे, मार्ग आहे. 'साध–संगती वैकुंठहि आहि.' साधूची संगत धरा. सद्गुरूची संगत धरा. शोधा. तुम्हाला जरूर कोणी एखादी व्यक्ती अशी मिळेल की, जिच्यामध्ये तुम्हाला पलीकडे गेल्याची एक झलक बघायला मिळेल. मग त्या व्यक्तीचा हात पकडून ठेवा, मग त्या व्यक्तीची सावली बनून जा आणि त्याला म्हणा.

सख्या रे

छाया दे

तापलेल्या मनाला

बघितल्या सारखे करू नको

आपल्याच मर्जीला मर्यादा घालू नको

मनाच्या या किनाऱ्यावर

किरणेही किरणेच आहेत

कुठपर्यंत सहन करू

लक्ष दे थोडे तरी

सावली – सावली की माझी

सख्या रे, सावली दे !

सावली ही पाहिजे

विरक्ती प्रकाश पडला आहे

अनुरक्ती प्रेमही हवे आहे !

सख्या रे छाया दे

पुन्हा एखाद्या साधूची एखाद्या सद्गुरूची संगत जोडा. मग त्याची सावली (छत्र) मागा. त्याला सांगा, फक्त जवळ बसू देत. त्याला सांगा. तुम्ही वर्षाव करा आणि माझा रिकामा घडा खाली तुमच्या जवळ राहू देत.

साधू तर वर्षाव करतच आहे. फक्त तुमचा रिकामा घडा घेऊन खाली बसून जा. चांगली संगत इथून तुम्हाला हळूहळू अनुभव मिळू लागेल.

तुम्हाला तर जाणून घेतले नाही, परंतु दुसऱ्या कुणीही जाणले आहे. तुम्ही बघितले, तुम्ही तर बागेत गेला नव्हता. दुसरे कोणी बागेत गेले होते. परंतु बागेमधून जेव्हा कोणी चक्कर मारून येते, तेव्हा त्याच्या कपड्यांना थोडा तरी सुगंध येतो. तुम्ही तर बागेत गेला नाहीत, परंतु दुसरा कोणी बागेमध्ये फिरून आला आहे – सकाळच्या ताज्या हवेमध्ये ! फुलांचा सुगंध त्याच्यावर पडला आहे. पक्ष्याचे गीत त्याच्या कानावर पडले आहे. गवतावर चालला आहे, जेथे रात्रभराच्या थंडीमुळे दव

पडले होते,– जेव्हा हा माणूस बागेमधून परत येतो, तेव्हा काही बाग बरोबर घेऊन येतो. समजा तुम्ही जर बारकाईने बघितले तर या माणसामध्ये थोडीशी हिरवळ दिसेल, फुलांचा थोडासा सुगंध मिळेल, थोडी प्रसन्नता जाणवेल. सकाळची प्रसन्नता त्याच्या डोळ्यामध्ये दिसेल. ही चांगली संगत. याच्याबरोबर रहा. त्याला बागेचा पत्ता माहिती आहे. कधी याच्या बरोबर राहायला लागला तर तुम्ही सुद्धा पोहोचाल.

साधूचा अर्थ आहे, जो परमेश्वरामध्ये होऊन येतो, किंवा परमेश्वरामध्ये जगायला लागतो. त्याच्या जवळ बसा. त्याचा एक हात परमेश्वरामध्ये आहे. त्याचा दुसरा हात तुम्ही पकडून घ्या. म्हणजे परमेश्वराशी तुम्ही अजून थेट जोडला गेला नाहीत. परंतु तरीही संपर्क झाला. हाच संपर्क वाढत वाढत एक दिवस परमेश्वराशी संबंध जोडण्यात होतो.

'मथुरा जावै द्वारिका, भावै जावै जगन्नाथ ।' पाहिजे तर मथुरा जा, हवे तर द्वारिका, किंवा हवे तर जगन्नाथ. 'साध–संगत हरि भजन बिन, कछु न आवै हाथ ।' चांगल्या संगतीशिवाय काहीसुद्धा हाती लागणार नाही. आणि चांगल्या संगतीमुळे परमेश्वराचे जे काही स्मरण होते ते पोपटपंची सारखे नसते. ते हरिभजन बनून जाते.

पंडिताकडून शिकले तर पोपटपंची. त्याच्या स्वतःच्या जवळच काही नाहीये, तो स्वतः सुद्धा त्या बागेत गेला नाही. साधूकडून शिकलात तर हरि–भजन. खूप फरक आहे. वर वर बघता ते एकसारखेच वाटेल.

'साध–संगति हरि–भजन बिन,
कछु न आवै हाथ ।'

प्रथम साधुची संगत धरा, मग तुमच्यामध्ये आपोआप भजन येऊ लागेल. हा रोग सांसर्गिक आहे. त्याचे तरंग (पडसाद) तुम्हाला सुद्धा जाणवतील (पकडून घेतील). त्याच्या लाटेवर तुम्ही सुद्धा डोलू लागाल. त्याची धुंदी (नशा) तुमच्या आतमध्ये दारूसारखी चढू लागेल. तुम्ही सुद्धा डोलू लागाल. तुम्ही सुद्धा मस्त (झिंगायला) होऊ लागाल. तुम्ही सुद्धा नाचू लागाल. 'साध – संगति हरि – भजन बिन, कछु न आवै हाथ ।'

मेरो संगी दोई जन एक वैष्णौ एक राम ।

यो है दाता मुक्ती का, वह सुमिरावै नाम ।

खूप मधुर वचन आहे हे – खूप मौल्यवानही. कबीर म्हणतात; 'मेरो संगी दोई जन ।' दोघांशी माझी दोस्ती आहे, फक्त दोघांशीच माझी चांगली संगत आहे. फक्त दोघांबरोबरच योग्यही आहे. 'एक वैष्णौ – एक राम'. एक तर राम आणि एक रामाला ज्यांनी अनुभवले आहे ते आहे वैष्णव ! वैष्णवाचा अर्थ होतो; विष्णूला ज्यांनी अनुभवले आहे. तेव्हा या जगामध्ये दोघेच चांगली साथ करणारे आहेत – एक म्हणजे सत्य आणि एक म्हणजे सत्य अनुभवणारा सद्गुरू!

मेरो संगी दोई जन, एक वैष्णौ एक राम ।
यो है दाता मुक्ती का, वो सुमिरावै नाम ।

रामामुळे तर मुक्ती मिळते. तो तर मुक्तीचे दान देणारा आहे. परंतु रामाला कोण आठवण देणार? 'वो सुमिरावै नाम'; ते जे वैष्णव आहे. ते ज्यांनी स्मरण ठेवले आहे. ते ज्यांनी जाणून घेतले आहे.

दोघेच मैत्री करण्यासारखे आहेत. आणि माहिती नाही तुम्ही अजून किती जणांशी मैत्री केली आहे, आणि या दोघांशीच करायची राहिली आहे. आणि प्रत्यक्षात तर रामाशी मैत्री नंतरच होईल. प्रथम मैत्री तर रामाच्या आवडत्याशी होईल. रामाच्या जवळ जायचे असेल तर हनुमानाला धरा. रामाच्या कोणत्याही आवडत्या माणसाला धरा. कृष्णाच्या जवळ जायचे असेल तर राधाच्या मागे लागा. कृष्णाच्या कोणत्याही आवडत्या व्यक्तिला पकडा.

'यो है दाता मुकति का, वो सुमिरावै नाम ।' तेव्हा प्रथम जो तुम्हाला त्याचे स्मरण देईल. आणि पंडितापासून सावध राहा. नाही तर पोपट बनून जाल, राम राम जपायला लागाल. ना त्याच्याजवळ राम होता, ना तुम्हाला मिळू शकेल. ज्यांना मिळाला आहे त्यांच्याकडून हरिभजन घ्या. मंत्र त्यांच्याकडून घ्या जे पोहोचले आहेत. त्यांच्याकडून दीक्षा घ्या. ज्यांनी सगळे मिळवले आहे. जो वैकुंठामध्ये राहतो आहे तोच तुम्हाला वैकुंठाची आठवण देऊ शकेल. आठवण देण्याचीही गरज पडणार नाही, तुम्ही त्याच्याजवळ बसून बसून हळू हळू त्याच्या स्मरणाने रममाण व्हाल.

'हरि सेती हरिजन बडे' – या वचनाची पक्की खुणगाठ मनात बांधून ठेवा. ते हिऱ्याच्या मापामध्ये जरी तोलले गेले तरी ते वजनाने भारीच होईल. 'हरि सेती हरिजन बडे।' कबीर म्हणतात हरीपेक्षा हरीचे भक्त मोठे आहेत. ज्यांना परमेश्वर पावला आहे ते हरीपेक्षाही मोठे आहेत. कारण काय? 'हरि सेती हरिजन बडे, समझि देखु मन मांहि'। कबीर म्हणतात, ही गोष्ट नीट समजून घ्या.

'कह कबीर जग हरि विषे, सो हरि हरिजन मांहि ।' सगळे जग हरीमध्ये आहे, अस्तित्व परमेश्वरामध्ये आहे. जग परमेश्वरामध्ये आहे आणि परमेश्वर जगामध्ये आहे. तेव्हा प्रत्यक्षात कोण मोठं? हे जग तर परमेश्वरामध्ये आहे. जसे काही परमेश्वराच्या हृदयामध्ये या जगासाठी धडधडतंय! त्याच्याशिवाय हे होऊ शकणार नाही. हे जग हरीच्या हृदयामध्ये बसले आहे. आणि परमेश्वर? तो तर भक्तांच्या हृदयात जाऊन बसला आहे. तर भक्त मोठा झाला. परमेश्वरापेक्षा मोठा झाला.

तुम्ही त्याच दिवशी भगवत्तेला प्राप्त होता, भगवतेपेक्षा ही वर जाऊन बसता – त्या दिवशी तुमच्या हृदयामध्ये राम विराजमान होतात. रामामध्ये सारे विश्व सामावले आहे – आणि राम त्याच्या भक्तांमध्ये सामावला आहे.

'हरि सेती हरिजन बडे
समझी देखु मन मांहि ।
कह कबीर जग हरि विषे,
सो हरिजन मांहि ।'

जसे हे विश्व (जग) हरीमध्ये सामावले आहे. तसेच हरी हरीच्या भक्तांमध्ये सामावला आहे. वैष्णवजन!

नरसी मेहतांचे वचन आहे – वैष्णवजन तो तेने कहिये, जे पीर पराई जाणे रे ।' त्याला म्हणतात वैष्णवजन, ज्याला दुसऱ्याचे दु:ख समजायला लागते. दुसऱ्यांचे दु:ख तुम्हाला तेव्हाच जाणवेल, जेव्हा रामाशी तुमचे मिलन होईल. तेव्हा तुम्हाला कळेल की सारे विश्व राम न मिळाल्याने तडफडत आहे. तेव्हा तुम्हाला समजेल की, तुमचा तर उत्सवाचा क्षण आला आहे, तुमचा तर महोत्सव आला आहे. आणि सारे जग दु:खामध्ये डुबले आहे. आणि विनाकारण ! खरं तर 'राम' सगळ्यांना मिळू शकतात. सगळ्यांना हक्क आहे, हा आपला स्वरूपसिद्ध अधिकार आहे. परंतु प्रथम आपल्या हृदयामध्ये डोकावून बघा, तरच रामाला प्रसन्न कराल. तेथेच राम बसले आहेत. आणि रामामध्ये सारे विश्व आहे.

असा हरिजनांचा मोठा महिमा कबिरांनी वर्णिला आहे. – साऱ्या संतांनी गायला आहे.

सारं–सूत्र त्यांच्याकडूनच शिका, जो सारं जाणतो, जो फक्त मानतो त्याच्याकडून नाही. त्याच्याजवळ बसा, जो परमेश्वराजवळ बसलेला आहे. ज्याच्याजवळ फक्त शब्द आहेत, त्याच्याजवळ नाही. त्याचा शोध घ्या की ज्याच्या प्रेमामध्ये बुडून जाऊ शकाल. ज्याच्या भाषेमध्ये नाही – ज्याच्या प्रेमामध्ये रंगून जाऊ शकाल. कोणा वैष्णवजनांचा शोध घ्या. कोणा हरिजनांचा शोध घ्या. त्याच्याच बरोबर बसून बसून हरी हरिभजनाचा गजर होईल.

साध–संगति हरिभजन बिन,
कछू न आवै हाथ ।
मथुरा जावै द्वारिका,
भावै जावै जगन्नाथ ।

कुठेही जा – जगन्नाथ, मथुरा, द्वारिका, काशी, कैलास, काबा, जेथे जायचे तेथे जा – काहीही हाती येणार नाही.

साध संगति हरिभजन बिन,
कुछ न आवै हाथ ।
मेरो संगी दोई जन,
एक वैष्णौ एक राम ।

यो है दाता मुकति का,
वो सुमिरावै नाम ॥
हरि सेती हरिजन बडे,
समझि देखु मन मांहि ।
कह कबीर जग हरि विषे,
सो हरि हरिजन मांहि ॥

पंडितापासून सावधान ! आणि समजा कुणी एखादा साधुजन मिळाला तर त्यासाठी वेडे होण्यास संकोच करू नका. कोणी एखादा हरीचा आवडता भेटला तर त्याच्यासाठी सारे पणाला लावा. मग जुगारीही बनून जा. या जुगारीपणाचे नाव दीक्षा आहे. आणि जो दीक्षित झाला तोच पोहोचू शकतो.

आज एवढेच !

◆

'कहै कबीर में पूरा पाया'मधून

१.	मी शून्य होत आहे आता काय करू!
२.	धर्मगुरूंसारखा व्यापक प्रभाव कबिरांचा का पडला नाही?
३.	दुःखापासून मुक्ती कशी मिळेल?
४.	माझ्यावर गुरुकृपा कधी होईल?

प्रवचन सहा

शून्यामध्ये उडी

पहिला प्रश्न : मी अगदी निरिच्छ होतो आहे, आता काय करू?

अरे बाबारे, आता काही केले तरी काही होऊ शकणार नाही. थोडा उशीर केलास. थोड्या वेळापूर्वी म्हणाला असतास तर काही तरी करता येऊ शकले असते. शून्य व्हायला लागलास, मग आता काहीही करता येणे शक्य नाही. करण्याची गरजही नाही कारण की शून्य तर पूर्णत्वाचे द्वार आहे.

तुम्ही शून्य असलात, तरच परमेश्वराचा तुमच्यामध्ये प्रवेश होऊ शकेल. तुम्ही स्वत:मध्येच रममाण आहात, हीच खरी अडचण आहे. परंतु खाली (रिकामे) होण्याची भीती वाटते. तुमचा प्रश्न अगदी सार्थ आहे, बरोबर आहे.

जेव्हा शून्यता येते, तेव्हा हृदय थरथरते, भीतीने घेरले जाते. कारण शून्यता अशीच असते. जसा मृत्यू, मृत्यूपेक्षाही अधिक. ज्ञानियांनी त्याला महामृत्यू म्हटले आहे. कारण की मृत्यू झाल्यावर तुमचे शरीरही (देह) मरते, परंतु शून्यतेमध्ये तुम्हीसुद्धा मरता. शून्यतेमध्ये अस्मिताही गळून पडते. कोणताही 'मी' पणा उरत नाही.

आणि तुम्ही विचारता की 'मी शून्य होऊ लागलो आहे, काय करू?' काही करण्याची गरजच नाही. शून्याला येऊ देत, स्वागत करा, सन्मान करा, तोरण बांधा, उत्सव साजरा करा. कारण की शून्यच सौभाग्य आहे. आणि यापेक्षा दुसरे सौभाग्य कोणते?

या जगामध्येच जे संपतात ते खरे भाग्यवान! परंतु मिटण्यामध्ये अडचणही येतेच. 'मिटणे' हा शब्दच काट्यासारखा वाटतो.

मिटता मिटता सुद्धा माणूस प्रयत्न करतो की वाचवावे स्वत:ला? शेवटच्या क्षणापर्यंत तुम्ही किनाऱ्याला धरून राहाल. आणि दुसऱ्या किनाऱ्याचे बोलावणे आले आहे. नाव तटावर उभी आहे. शीड पसरले आहे. शीड पसरवणे तेच तर ध्यान आहे. तेच तर समर्पण आहे. शीड उघडणे! तोच तर संन्यास आहे, शीड पसरवणे!

शिडामध्ये वारे भरले आहे, नौका पैलतीराला जाण्यासाठी तत्परतेने उभी आहे आणि तुम्ही किनाऱ्याला पकडून ठेवले आहे. आणि तुम्ही किनाऱ्याची साखळी सोडत नाहीये. तुम्ही ओरडून सांगत आहात की वाचवा किनारा सुटत चालला आहे. आणि आतापर्यंत हाच किनारा सुटावा म्हणून प्रयत्न केले होते. कारण की या किनाऱ्यावर नरकाशिवाय दुसरे काहीच मिळाले नव्हते.

तुम्ही अजून काय मिळवले आहे?

असण्याने काय मिळाले? असण्यासाठी धावणे याचेच नाव संसार आहे. धावून तर बघितले थकून नक्कीच गेलो, पण पोहोचलो कुठे? धुळीने माखून गेलो, मार्ग कुठे आहे? खूप खूप चाललो, पण दुरून कुठूनही उद्दिष्टाचे साधे दर्शनही होत नाही.

अजूनही थकला नाहीत? अजूनही शून्य होण्यासाठी घाबरता? झाल्यामुळे काहीही मिळाले नाही, आता जरा न होण्यासाठीही हिम्मत धरा. आता न होणेही शिका, न होणेही बघा. कारण की ज्यांनी मिळवले, त्या सगळ्यांनी हेच सांगितले की नाही झालात - तर मिळाले.

'शून्य' तर समाधी आहे. तुम्ही निश्चितपणे मिटून जाता. परंतु हा एक भाग आहे. जशी सकाळ होते, तशी रात्र तर संपतेच, परंतु तो एक हिस्सा आहे. सूर्य उगवतो आहे, सकाळ होते आहे, संपूर्ण आकाश प्रकाशाने व्यापून जाते. ढगांमध्ये नवीन रंग भरले जातात, पक्षी गीत गाऊ लागतात वृक्ष जागू लागतात, जिवंतपणा संचारू लागतो. हे सुद्धा बघणार की नाही? का रात्र संपते आहे हेच बघत राहाणार! रात्र संपू लागली आहे. रात्रीलाच कवटाळून बसणार का?

निश्चितच जेव्हा प्रकाश येतो, तेव्हा अंधार जाणारच! तुम्ही अंधार आहात, तुमचे परमेश्वराशी मिलन होऊ शकत नाही. तुमच्या न होण्यामध्येच मिलन आहे.

कधी अंधाराचे आणि प्रकाशाचे मिलन झाले आहे? तुम्ही संतांची वाणी खूप ऐकली आहे. सगळे संत सांगतात, परमेश्वर प्रकाश आहे. परंतु तुम्ही कधी याचा विचार केला आहे का की परमेश्वर जर प्रकाश आहे तर मी कोण आहे? निश्चितच तुम्ही अंधकार आहात. आणि प्रकाश येणार तर अंधार जाणारच! आणि अंधार जाणे हे शुभच आहे.

कबिरांनी म्हटले आहे की, शून्य होऊन जाण्यापेक्षा दुसरी कोणतीही घटना याशिवाय मोठी नाही. या दशेला सहज-शून्य-अवस्था म्हटले आहे.

एक खूप गोड शब्द आहे, संतांनी याचा खूप उपयोग केला आहे. दोन अर्थाने तो शब्द वापरला आहे, म्हणून तो शब्द गोड आहे. शब्द आहे 'खसम'! संस्कृतमध्ये 'खसम' चा एक अर्थ आहे, अरबीमध्ये दुसरा अर्थ आहे. संतांनी दोन्ही अर्थांचा एकत्रितपणे प्रयोग केला आहे आणि या शब्दाचा चमत्कार दाखविला आहे. अरबी भाषेमध्ये अर्थ होतो : पती (नवरा) आणि परमेश्वर पती आहे. परमेश्वर कृष्ण आहे, आणि भक्त त्याच्या गोपी आहेत. आणि अस्तित्व रास आहे.

परमात्मा परमेश्वर आहे, रक्षणकर्ता आहे, आवडता आहे, प्रियतम आहे. संतांनी या शब्दाचा उपयोग याही अर्थामध्ये करून चमत्कार दाखवून दिला आहे.

संस्कृतमध्ये याचा दुसरा अर्थ आहे. 'खसम'चा अर्थ होतो –ख–सम–आकाशासारखा शून्य, ख म्हणजे आकाश, म्हणून पक्ष्यांना 'खग' म्हणतात. खग म्हणजे ज्याची गती आकाशात आहे. 'ख' म्हणजे आकाश 'ग' म्हणजे गति. खसम - आकाशासारखा शून्य!

तेव्हा संस्कृतमध्ये 'खसम'चा अर्थ आहे, महाशून्य आणि अरबीमध्ये 'खसम' चा अर्थ आहे - खूप आवडता! भक्तांनी दोन्ही शब्दांचा बरोबर मेळ घातला

आहे. भक्तांनी म्हटले की दोन्हीही बरोबर आहेत. कारण की ते खूप प्रिय आकाशासारखे झाल्यावरच मिळते. संस्कृत अर्थानुसार 'खसम' होऊन जा, तर अरबी भाषेतील अर्थानुसार जे 'खसम' आहे, ते मिळून जाते.

तुम्ही घाबरता आहात. विचारता की, मी काय करू, शून्य होऊ लागलो आहे? घाबरू नका. या शून्यामध्ये उतरा. त्यामध्ये उतरून काही मिळाले तर मिळेल. ह्या शून्याच्या पायऱ्या उतरा!

भीती तर वाटेलच! भीती वाटत असली तरी उतरा. म्हणूनच मी म्हणतो सत्याचा शोध घेण्याची हिम्मत पाहिजे. असत्य सोडावे लागते, आणि याच साहसाची गरज आहे. अंधार सोडावा लागतो. देह सोडावा लागतो. मन सोडावे लागते. सारे काही सोडावे लागते.

जेव्हा सोडण्यासाठी काहीही उरत नाही, तेव्हा तुम्ही खाली (रिकाम्या) अवस्थेत राहाता, आणि त्याच क्षणी प्रियतम (पिया) अवतरतो. जेव्हा सोडण्यासाठी काही सुद्धा उरत नाही, तेव्हा त्या परम शून्य अवस्थेमध्ये मिलन होते.

तेव्हा घाबरू नका, दूर जाऊ नका. मोठ्या मुश्किलीने 'शून्य' होण्याचा क्षण प्राप्त होतो. याच क्षणाचा आपण नेहमी शोध घेत असतो.

आणि इथे हा क्षण रोज येतो. ज्यांना शून्याचा अनुभव येत नाही, ते विचारतात की शून्याचा अनुभव कसा मिळवता येईल? आणि जेव्हा व्हायला लागतो, तेव्हा ते येऊन सांगतात की आता हा अनुभव होऊ लागला आहे; आता थांबा. कारण की तुम्हाला हे स्पष्ट नाही की 'शून्या'चा अनुभव महासुख तर देईलच, पण त्या महासुखाच्या आधी खूप दुःखातून जावे लागते.

तुम्ही फक्त सुखाच्याच बद्दल ऐकता. तुम्ही ऐकले की समाधी म्हणजे महासुख आहे, त्यामुळे त्याविषयी मोह वाटू लागतो, वाटते की समाधी लागू देत. परंतु तुम्ही याचा विचार केला नाही की या महासुखासाठी किंमतही मोजावी लागते.

धर्म ही गोष्ट स्वस्त नाही, त्यासाठी काही किंमत मोजावी लागते.

किंमत मोजल्याशिवाय काहीसुद्धा मिळत नाही. काहीसुद्धा मिळू शकत नाही.

तेव्हा तुम्ही हे तर ऐकले की समाधीमध्ये खूप आनंद मिळतो - फुले उमलतात, हजारो कमळे उमलतात खूप सुगंध असेल, मोठे नृत्य असेल, मोठा उत्सव असेल, या सगळ्यामुळे मोह निर्माण झाला. तुम्ही हा विचार केला नाही की रस्त्यामध्ये खूप काटेही असतील. गुलाब तोडायला गेलात तर गुलाबाच्या झाडांमध्ये हजारो काटे असतील. आणि जेव्हा काटे टोचतील, तेव्हा तुम्ही ओरडाल. परंतु ह्या प्रवासाचा हा जरुरीचा भाग आहे.

थकाल, तुटाल, मिटाल किती तरी वेळा वाचाल. परत परत ठेचकाळाल पण या रस्त्याने जो कुणी जाईल, तो प्रत्यक्षात परत येत नाही, जास्तीत जास्त वेळ

अवेळ करू शकतो.

आता तुम्ही विचारता 'शून्य होऊ लागलो आहे'. आता वाटले तर तुम्ही वेळ अवेळ करू शकता. आणि अगदी घट्टपणे किनाऱ्याला पकडून बसाल, तर वेळ लागेल. परंतु आता परतून किनाऱ्यावर बसू शकणार नाही. जे व्हायला सुरुवात झाली आहे ते पूर्ण होणारच! किनाऱ्यावर तर बसूच शकणार नाही. कारण की किनाऱ्यावर बसून-बसून तर बघितले आहे. आणि या दु:खाला घाबरूनच शून्याच्या शोधाची सुरुवात केली होती. आणि आता 'शून्य' जवळ येत आहे.

लोण्याची चोरी करून तू कमी तर केले ओझे गवळणीचे

परंतु माझ्या शाम सांग

आता रिकाम्या घागरीचे काय होणार?

युगायुगापासून चालत आलेली आयुष्याची रवी

तेव्हा झळकलेला घड्यामधील स्निग्धपणा

मोठ्या कष्टाने जेव्हा

मटका भरू शकले तेव्हाच

एका दगडाने तुझ्या केली

परंतु माहिती नाही कोणत्या दिशेने येऊन

निमिषार्धात लुटली गेली

जन्माची संपूर्ण कमाई

बघ वेळ झाली प्रवेश करण्याची

रस्त्यावर बाहेर पडली प्रत्येक गवळण मडके घेउन

फक्त मीच माझ्या उंबरठ्यावर

घाबरून संकोचून अडखळलेली भांबावलेली

जवळ नाही आता दही काहीही

कशी तुझ्या गोकुळात जाऊ?

कशी इतक्या गवळिणींमध्ये

लाज राखू आपल्या घड्याची

नाही तर याला पुन्हा भरून दे

नाही तर याचे शंभर तुकडे करून टाक

निर्गुण जेव्हा झाले तेव्हा या सगुण

ढोंगीपणाचे काय होणार

लोणी चोरून तू

कमी तर केले ओझे गवळणींचे

परंतु माझ्या शाम सांग मला
रिकाम्या घागरीचे काय होणार?

घागरीशी आपले खूप मोठे नाते आहे, जुने नाते! घागरीला आपणच जाणले आहे. घागरीशीच आपली ओळख आहे. घागर हीच आपला अनुभव, आपले ज्ञान, आणि एक दिवस श्याम येतो आणि दगड मारून आपली घागर फोडून टाकतो. लोणी लुटून नेतो.

तेच जे तुम्ही आयुष्यभर घुसळून घुसळून जमा केले होते. घुसळून घुसळून जे एकत्र केले होते, मंथन करून करून जे एकत्र केले होते, तेच तर मन आहे, तेच तर लोणी आहे. एक दिवस श्याम ते लुटून नेतो, घडा फुटून जातो.

फुटलेला घडा मनाला खूप दुःख देतो. कारण की याच घड्याबरोबर तुम्ही एकरूप झाला होतात. यालाच समजला होतात की मी हाच आहे.

आता या घड्याला सोडा. या घड्याला विसरा. ज्या दिशेने हा दगड आला आहे त्या दिशेकडे नजर वळवा. ज्या दिशेकडून 'श्याम'ने हा दगड फेकला त्या दिशेकडे चला. भूतकाळाला सोडून द्या.

शून्य होऊन जात आहात याचा अर्थच हा की, भूतकाळ हातातून सुटून जात आहे. पण भूतकाळ हातामध्ये पकडून ठेवण्यातही काय अर्थ आहे? जे झाले ते झाले, जे गेले ते गेले. आता भविष्याकडे बघा.

त्या किनाऱ्याकडे नजर खिळून ठेवा. हा किनारा आता निरर्थक झाला आहे. खूप जगलो आता त्या किनाऱ्यावर जगू.

साहस हवे. अभियानाची हिंमत पाहिजे. दुस्साहस हवे. कारण की दूरचा किनारा स्पष्टपणे दिसत नाही.

हा किनारा एकदम सरळ आहे. जरी इथे दुःख मिळाले, तरीसुद्धा साफ- नीटनेटका आहे. परिचयाचा आहे. याच्यावरच राहिलो. याच्यावरच जगलो आहे. दुसरा किनारा तर दूर धुक्यामध्ये लपला आहे. आहे की नाही याचा– सुद्धा भरवसा नाही.

कोणी येते दुसऱ्या किनाऱ्यावरून आणि सांगते की मी जाऊन आलो. कोणी कबीर किंवा कोणी नानक विश्वास वाटतो, कारण शंका तर घेऊ शकत नाही. कारण की कबिरांना खोटे बोलण्याचे काय कारण? हा माणूस तर असा नाही की खोटे बोलेल. त्याच्या डोळ्यामध्ये प्रामाणिकपणा आहे. त्याच्या वचनांमध्ये बळ आहे. आणि त्याच्या आजूबाजूला सुगंध सुद्धा आहे. (तो सुगंध) कोणा दुसऱ्या जगाचा आहे, तो या जगाचा नाहीच मुळी! या किनाऱ्याचा तर अजिबात नाही. आणि

याच्याजवळ एक मस्ती आहे, जी कोणाच्याही जवळ नाही. सम्राट आहेत, श्रीमंत आहेत. त्यांच्याजवळ सुद्धा नाही जे या फकिराच्या जवळ आहे.

तेव्हा काहीतरी याच्याजवळ आहे. काही बघितले आहे, काही अलीकडे पलीकडे झाले आहे. कुठूनतरी जाऊन आला आहे. त्याच्या कपड्यांमध्ये सुगंध आहे – अपरिचित, आकर्षक, जादूभरी असलेला. हा काहीतरी पिऊन आला आहे हेही खरे आहे. त्याची मस्तीच सांगते. त्याचे मदभरी डोळे सांगतात. त्याची चाल सांगते. त्याचे रंग-ढंग काही वेगळेच आहे.

असा मनुष्य या किनाऱ्यावरचा तर नसेलच. या किनाऱ्यावर तर खूप आहे. परंतु हा कोणत्या तरी दुसऱ्या तटावरून प्रवास करून आला आहे. तेव्हा त्याच्या बोलण्यावर विश्वास वाटतो, श्रद्धा निर्माण होते.

परंतु दुसरा किनारा कुठे दिसत नाही. दुसरा किनारा दूर आहे म्हणून तर याला आपण भव-सागर म्हटले आहे. नदीसारखे नाही. की या किनाऱ्यावर उभे आहोत, दुसरा किनारा दिसतो आहे. सागर जसा आहे - भव-सागर!

हाच किनारा दिसतो, दुसरा किनारा तर नजरेस दिसतही नाही. दूर दूर पर्यंत तरंग आणि तरंग ! जेथपर्यंत मनुष्याची नजर पोहोचते तेथपर्यंत तरंगच तरंग आहेत. म्हणूनच तर आपलेपणाचे (आस्थेचे) इतके मूल्य आहे.

आस्थेचा काय अर्थ आहे? आस्थेचा एवढाच अर्थ आहे की या किनाऱ्यावर उभे राहून दुसरा किनारा दिसतच नाही. आता कोणाच्यातरी म्हणण्यावर विश्वास ठेवा, तरच हा प्रवास होऊ शकतो.

परंतु हा प्रवास करायलाच हवा. कारण की या किनाऱ्यावर काहीही मिळत नाही. खोदून खोदून वैतागलो, कोणताही खजिना हाती लागला नाही. मातीच माती - ढिग लागला मातीचा! सोन्याचा शोध करत राहिलो. सोन्याचे साधे दर्शनही झाले नाही. स्वप्नामध्ये सुद्धा झाले नाही.

हा किनारा तर शोधला, हा तट तर व्यर्थ ठरला अहंकाराचा प्रवास सार्थ झाला नाही. तेव्हा हे जे निरहंकारी संत आहेत, ते म्हणतात त्या किनाऱ्यावर चला – तेथे आनंद आहे. तेथे नेहमीच शाश्वताचा वास आहे. तेथे अमृताचा वर्षाव आहे. तेथे प्रकाशच प्रकाश आहे. तेथे अनहद्चा नाद चालू आहे. चला! श्रद्धेनेच जावे लागेल. म्हणूनच तर श्रद्धा कमजोरांच्या आयुष्यामध्ये नसते. कणखर माणसांच्या आयुष्यात असते.

सर्वसाधारणपणे लोक विचार करतात की श्रद्धाळू माणसे कमजोर असतात. चूक! शंभर टक्के चूक! श्रद्धाळू माणूसच शक्तिशाली मनुष्य असतो. अनोळख्या व्यक्तीवर विश्वास ठेवण्यासाठी, अपरिचित व्यक्तीवर भरवसा ठेवण्यासाठी खूप हिंमत असायला हवी. खूप हिंमत पाहिजे, मोठ्या जुगारीची हिंमत पाहिजे. आणि

पुढे चालायचे आहे. आणि जे माहिती झाले आहे ते सोडून द्यायचे आहे. जे ओळखले आहे ते सोडून द्यायचे आहे. ते सारे सुटून जातील. आणि जे कधी जाणले नाही ते जाणून घेण्यासाठी, त्याचा शोध घेण्यासाठी चालायचे आहे.

ती वेळ आता जवळ आली आहे. या किनाऱ्याची तुमची साखळी आता तुटत चालली आहे. आता स्वत:ला निरर्थक रोखू नका. चला श्रद्धा ठेवा.

या शून्याला श्रद्धेची जोड द्या. हिच शून्यता नाव बनेल. ही तुम्हाला पैलतीरावर पोहोचवेल. या शून्याच्या नावेने तर खूप जणांना पैलतीरी जाण्यास मदत केली आहे. ज्यांना कुणाला पलीकडे नेले आहे, त्यांना याच नावेने नेले आहे.

दुसरा प्रश्न : 'मै पूरा पाया' म्हणणारे कबीरसाहेब ज्यांचा एक पाय इस्लाममध्ये होता आणि दुसरा हिंदू धर्मामध्ये होता. धर्मगुरूंच्या रूपामध्ये ते इतके प्रभावी का झाले नाहीत, जितके व्हायला पाहिजे होते?

पहिली गोष्ट ! धर्मगुरू आणि सद्‌गुरू यामध्ये फरक करून घ्या. धर्मगुरू तर नेहमीच पोकळ असतो. जसे पोप धर्मगुरू आहेत. समजा पोपला धर्मगुरू म्हटले तर मग येशूला धर्मगुरू म्हणू नका. तो येशूचा अपमान होईल येशूसाठी काही वेगळ्या शब्दाचा उपयोग करू - सद्‌गुरू!

पुरीचे शंकराचार्य धर्मगुरू आहेत. परंतु आदि शंकराचार्यांना धर्मगुरू म्हणू नका. नाही तर भाषेमध्ये कोणताही अर्थ राहाणार नाही. आदि शंकराचार्य सद्‌गुरू आहेत.

कबीर सदगुरू आहेत - पहिली गोष्ट ते धर्मगुरू नाहीत. धर्मगुरू पूर्वापार चालत आलेल्या परंपरेचा एक भाग असतात. सद्‌गुरू एका नवीन परंपरेचा जन्मदाता असतो.

धर्मगुरूंचा जुन्या परंपरेचा एक दरारा असतो. त्यांचे दुकान जुने असते. ते कोणत्यातरी जुन्या दुकानाचे हकदार असतात त्यांची स्वत:ची कोणतीही खास संपत्ती नसली तरीही त्यांची बाजारात प्रतिष्ठा असते.

सद्‌गुरू आपल्या पायावर उभा असतो. अबक पासून सुरुवात करतो. त्याची कोणतीही जुनी प्रतिष्ठा नसते. म्हणून तर सद्‌गुरूला अवघड वाटते. त्याला सगळी कामे पुन्हा नव्या जोमाने मर्यादेपलीकडे जाऊन करावी लागतात. जसे की तुम्ही एक पैसासुद्धा न घेता बाजारामध्ये जाऊन उभे रहा आणि काम सुरू करा. तेव्हा ज्या काही अडचणी येतात, तशाच अडचणी सद्‌गुरूच्या आहेत.

तुमचे वडील मृत्यू पावले, आणि कोट्यवधी रुपये तुमच्यासाठी ठेवून गेले, मग तुम्ही दुकान सुरू करा प्रत्यक्षात तुम्हाला ती सुविधा होते. पित्याचा दरारा, दुकानाचे नाव, बाजारातील संबंध, ओळखणारे लोक, सारे काम व्यवस्थित चालले आहे, तुम्ही फक्त पित्याच्या जागी बसता. धर्मगुरू वारसा– हक्काने होतो. सद्‌गुरू

अनुभवाने होतो. बुद्ध सद्‌गुरू आहे, कृष्ण सद्‌गुरू आहे, ख्राईस्ट सद्‌गुरू आहे, कबीर सद्‌गुरू आहेत.

तेव्हा पहिला फरक समजून घ्या की ते धर्मगुरू नाहीत. आणि मजेची बाब ही आहे की, धर्मगुरूंजवळ धर्म नसतोच मुळी, फक्त मालकी असते. सद्‌गुरूंच्या जवळ धर्म असतो – मालकी नसते.

धर्मगुरूंच्याजवळ तर व्यवस्था असते, जमा झालेला संप्रदाय असतो, अनुयायी असतात. सदगुरूंच्या जवळ कोणी नसते, फक्त परमात्मा असतो, बस, परमेश्वराच्या संपत्तीवरच त्याला काम सुरू करावे लागते. एक म्हणजे अनुभवाची संपत्ती असते. त्याला ती शोधावी लागते. त्याला शिष्य शोधावे लागतात जे शिकण्यासाठी तत्पर आहेत, पात्र आहेत. ते शोधून काढावे लागतात आणि खरं तर शिष्य मिळणे इतके सोपे नाही, कारण की हे शिष्य कोणत्या न् कोणत्या तरी संप्रदायाचे भाग असतात.

आता तुम्ही इथे माझ्याजवळ जमा झालेले आहात. कोणी हिंदू आहे, कोणी यहुदी आहे, कोणी मुसलमान आहे, कोणी जैन आहे, कोणी बौद्ध आहे, कोणी शिख आहेत. तुम्ही कोणत्यातरी परंपरेशी जोडलेले आहात, कोणत्या परंपरेमध्ये जन्माला आला आहात. तुम्हाला तुमच्या परंपरेमधून बाहेर काढणे कठीण काम आहे. तुम्हालाही त्यातून बाहेर पडणे अवघड गोष्ट आहे. कारण की त्यामध्ये हजारपट स्वार्थ आहे.

एका सज्जनाने काही दिवसांपूर्वी येऊन म्हटले की, 'मी संन्यास घेऊ इच्छितो, परंतु मुलीचे लग्न होऊन जाऊ देत.' मी विचारले, 'मुलीच्या लग्नाचा आणि संन्यासाचा काय संबंध?'

त्यांनी सांगितले की संबंध वरून दिसणार नाही पण आतून आहे. मी संन्यासी झालो तर मुलीचे लग्न करणे मला खूप अवघड जाईल आणि पुन्हा आमच्या समाज-संप्रदायाचे लोक नाराज होतील. तेव्हा अजून सहा महिन्याची तर बाब आहे. कोणत्याही प्रकारे हे लग्न उरकले की मी निश्चिंत होईन. मग कसलीच भीती नाही.

तेव्हा अशी हजारो दडलेली भयं आहेत. मुलाचे लग्न करायचे आहे, मुलीचे लग्न करायचे आहे. कोणत्याही संप्रदायाच्या वर्तुळातून बाहेर पडा, संप्रदाय असा थोडाच माफ करतो. कष्ट देतो, शिक्षा देतो, अनेक प्रकारच्या समस्या उभ्या करतो. सामाजिक संबंधातून ज्या सुविधा मिळत होत्या, त्या सगळ्या बंद होतात. कालपर्यंत जे आपले होते ते परके होतात. आणि नाराजही! आणि तुम्हाला त्रास देतील कारण की कोणताही समाज हे सहन करू शकत नाही की त्यांच्या वर्तुळामधील कोणतीही व्यक्ती बाहेर पडते आहे. त्यांची संख्या कमी करून टाकते. त्यांची शक्ती कमी करून टाकते. त्यांची संपत्ती कमी होऊन जाते. त्यांचे बळ कमी होऊन जाते.

म्हणूनच ज्या झेंड्याच्या खाली तुम्ही उभे असता, त्या झेंड्याच्या खालून बाहेर

पडणे सोपे नाही.

म्हणून तुमच्या जीवनाच्या काही मर्यादा आहेत, अडचणी–समस्या आहेत. नोकरी गेली, सबंध तुटू देत, अडचणी निर्माण होऊ देत. घरामध्ये सुख–दुःख असतात. तेव्हा समाजाची मदत मिळते. ते सगळे मिळणे बंद होते.

या साऱ्या अडचणींचे कारण मनुष्य सद्‌गुरूंबरोबर जाऊ शकत नाही. त्याला धर्मगुरूंच्या बरोबरच उभे राहावे लागते.

कबीर अपूर्व होते. परंतु प्रत्यक्षात तुलसीदासांच्या बरोबर जितके लोक गेले, तितके कबीरदासांच्या बरोबर गेले नाही. तुलसीदास धर्मगुरू आहे; कबीर सद्‌गुरू आहे, दोघेही अनोखे आहेत.

जेथे जेथपर्यंत काव्याचा संबंध आहे, साहित्याचा संबंध आहे, तुलसीदास सुद्धा अनोखे आहेत जसे कबीरदास अनोखे आहेत. परंतु जेथपर्यंत अनुभवाच्या संपत्तीचा संबंध आहे तेथे तुलसीदास परंपरागत आहेत, कबीरदास क्रांतिकारी आहेत. तुलसीदास चाकोरीवरील फकीर आहे, कबीरदास विद्रोही आहेत. तुलसीदास बापजाद्यांच्या (संपत्तीवर) वारशावर उभे आहेत. कबीरदास आपल्या पायावर, आपल्याच पायावर, आपलीच मुळे पसरून उभे आहेत.

खरं तर प्रत्यक्षात तुलसीदासांना जास्त भक्त (प्रेमी) मिळतील. कारण की रामचरितमानस घराघरात पोहोचले आहे. कबीरदासांची वचने घराघरात पोहोचू शकली नाहीत. पण हेही आश्चर्य आहे की ज्याच्यापर्यंत पोहोचू शकले, इतक्या जणांपर्यंत का होईना पोहोचू शकले हेही काही कमी आश्चर्य नाही. कारण कबीरदासजींचे बोलणे म्हणजे मोठ्या आगीसारखे आहे.

तुलसीदास तर केवळ निखारा आहेत - विझलेला अंगार आहेत. कधीतरी अंगार राहाणार परंतु तुलसीदासांमध्ये अंगार नाही. ते परंपरागत, रूढीवादी पुरातन पंथांचे आहेत. जे शास्त्रामध्ये लिहिले आहे. त्याचप्रमाणे! थोडे सुद्धा बंड करण्याची भावना नाही.

कबीरदास वेदाच्या विरुद्ध बोलतात, कुराणाच्या विरुद्ध बोलतात, हिंदू पंडितांच्या विरुद्ध बोलतात, मुसलमान मौलवींच्या विरोधात बोलतात. आणि विरोधसुद्धा असा तसा नाही, औपचारिक नाही, शिष्टाचारपूर्ण नाही.

कबिरांचा प्रहार खूप सरळ साधा आणि सडेतोड! कबिरांना झेलणे सोपे काम नाही. काही विरळ हिम्मतवान लोकच ते झेलू शकतील. खरं तर कबीर जे बोलतात, तेच वेद आहेत, तेच कुराण आहे. कबीर आपले साक्षीदार स्वतःच आहेत. वेदांकडून साक्षी घेत नाही. ती साक्ष उधार होईल. खोटी ठरेल.

तेव्हा दुसरी गोष्ट समजून घ्या. समजा संत जर ठरलेल्या चाकोरीवर चालत असतील, तर त्याला जास्त शिष्य मिळतील. समजा संत जर चाकोरी बाहेर चालत

असतील तर स्वाभाविक आहे की काही दुर्लभ अभियानीच त्यांच्या बरोबर असतील. त्यांच्या बरोबर जाणे म्हणजे संकटाला सामोरे जाणेच होय. त्यांच्याबरोबर जाणेही भयानक आहे.

तरीही कबीरदासांसारखा अक्कडबाज संत झालाच नाही. मनुष्यजातीच्या इतिहासात झाला नाही. दोन गोष्टी सांगणारा - मरा किंवा जगा - चिंता नाही सरळ प्रहार ! तुकडे-तुकडे करून टाकणारा. कबिरांचा एक आघात जरी झेलला, तरी आयुष्यभर लक्षात ठेवाल. विसरू म्हणून विसरणार नाही. वाकाल पण बरोबर राहाल किंवा कायमचे नशीब उजळेल आणि पुन्हा कबिरांच्या सावलीला सुद्धा घाबराल.

सद्गुरू - आणि क्रांतिवादी - विद्रोही! आणि पुन्हा ही सुद्धा अडचण होती. जसे तुम्ही विचारता आहात की ज्यांचा एक पाय इस्लाममध्ये आणि एक पाय हिंदू धर्मामध्ये होता. तेव्हा असे वाटते की ज्यांचा दोन दोन धर्मामध्ये अड्डा होता तेव्हा अशा वेळेस त्यांना दोन्ही धर्मांमधून शिष्य मिळायला हवे होते. मिळाले सुद्धा! पण खूप थोडे. कारण? हिंदू म्हणाले हा मुसलमान आहे. आणि मुसलमानांनी सांगितले, हा हिंदू आहे. याच्यापासून सावध राहा.

मुसलमानांनी ही युक्ती लढवली की हा हिंदू आहे, यापासून सावधान राहा. हे काय सारखे राम राम चालवले आहे? हा तर हिंदूंचेच गोडवे गाणार, हा तर छिपा हिंदू आहे. हा तर प्रच्छन्न हिंदू आहे. ही तर हिंदूंची षड्यंत्र रचण्याची एक युक्ती आहे - की मुसलमानांच्या घरामध्ये जाऊन लोकांना भ्रष्ट करायचे? या कबिरापासून सावध राहा, हा हिंदूंचा गुप्तहेर आहे, असे मुसलमानांनी सांगितले.

आणि हिंदूंनी सांगितले की हा मनुष्य मुसलमान आहे. कोष्टी विणकराच्या घरी जन्माला आला आहे. त्याच्या बोलण्यामध्ये काही अर्थ नाही. त्याच्या रामनामाच्या जपामुळे त्याच्या बोलण्यामध्ये अडकू नका. हे राम-राम तर वरवरचे आहे. प्रत्यक्षात त्याच्या आतमध्ये रहिमच दडला आहे. हे केशव केशव म्हणणे वरवरचे आहे, आत 'करीम' दडला आहे. याच्यापासून सावध राहा, यापासून जरा जपूनच!

दोघांनी संशयाने बघितले.

असे माझ्याही अनुभवास आले आहे. कारण की मी जैन घरामध्ये जन्माला आलो, म्हणून जैन म्हणतात, सावधान! या माणसाने जैन धर्माला फसवले आहे, बंड केले आहे, हा मनुष्य जैनांचा दुश्मन आहे, जैनांचा शत्रू व्हायलाच पाहिजे नाहीतर येशूच्या संबंधी बोलणार, मोहम्मदाच्या संबंधी बोलणार? कृष्णाच्या संबंधी बोलणार? बुद्धाच्या संबंधी बोलणार? कबीर, दादू, नानक यांच्या संबंधी बोलणार. कोणताही जैन कधी बोलला आहे का? की हा तर जैन असूच शकणार नाही. हा मनुष्य फसवणारा आहे. हा मनुष्य लोकांना फसवत आहे. जैनांना भ्रष्ट करण्यासाठी आहे. तेव्हा जैनांनो, सावध राहा. आणि हिंदू प्रत्यक्षात सावध आहेत की हा जैन

आहे जरा जपूनच! आतून तर जैन आहे. वरून काहीही म्हणू देत वरवरती कबिराचे नाव घेऊ देत नाहीतर नानकाचे घेऊ देत, परंतु त्याचा यामागे मतलब तर हाच असणार की, एकदा जाळ्यामध्ये फसू देत, मग जैन बनवून घेऊ.

अशीच अवस्था होती. दोघांनीही संशयाने बघितले. मला तर अधिक समस्या होत्या! कारण की दोघांचाच प्रश्न नव्हता. मी तर यहुदींवर सुद्धा बोलतो आणि मुसलमानांवर सुद्धा बोलतो; बौद्धांवरसुद्धा बोलतो त्यामुळे अजूनच समस्या आहेत.

लोक आपले अज्ञान लपवण्यासाठी चारी बाजूने प्रयत्न करतात. त्यासाठी कोणताही बहाणा शोधतात. म्हणून तर तुम्ही विचारता ते ठीकच आहे की कबिरांचा जितका प्रभाव असायला हवा होता, तितका झाला नाही! परंतु कोणाचा झाला आणि कधी?

तुम्ही विचार करता की, बुद्धाचा जितका प्रभाव पडायला पाहिजे होता, तितका पडला? तुम्ही विचार करता की महावीरांचा जितका प्रभाव व्हायला पाहिजे होता, तितका झाला? लाओत्सेचा जितका प्रभाव व्हायला पाहिजे होता, तितका झाला? का झरतृष्टाचा झाला? कुणाचा झाला?

जितका प्रभाव व्हायला पाहिजे होता, समजा तितका झाला असता तर ही पृथ्वी काही वेगळीच झाली असती. स्वर्ग झाली असती. कुणाचाही प्रभाव पडला नाही.

हे लोक खूप प्रकाश घेऊन येतात परंतु आपण अंधाराचे प्रेमी! आपण आपले डोळे मिटून उभे राहातो. प्रकाश आपल्या दारावर येतो, तरीही आपण स्वीकार करत नाही, नकार देऊन टाकतो.

हे लोक अमृत घेऊन येतात, परंतु आपण मृत्यूला कवटाळून बसतो. आपण मृत्यूशी विवाह रचलेला आहे. आपण मृत्यूला दूर (घटस्फोट) करण्याची हिंमत सुद्धा करू शकत नाही.

हे लोक खूप मोठे सत्य सांगतात, पण असत्य आमचा स्वार्थ आहे, निहित स्वार्थ आहे. आपण सत्य काय आहे हे ऐकूनच आश्चर्यचकित होऊन जातो.

फ्रेड्रिक नीत्शेने म्हटले आहे की मनुष्यापासून त्याचे खोटेपण हिसकावून घेवू नका. कारण मनुष्य खोटेपणाशिवाय जगू शकत नाही. मनुष्य मरून जाईल. मनुष्य खोटेपणामुळे जिवंत आहे.

मनुष्यापासून त्याचे खोटेपण हिसकावू नका कारण की मनुष्य सत्य अधिक पेलू शकत नाही. सत्य कठोर आहे, कडवे आहे, मनुष्याला खोटेपणातील गोडवा हवा आहे. विष का असेना परंतु गोड हवे, तेही मनुष्य पिऊन टाकेल.

म्हणून मनुष्याने खोटेपणाचा आधार घेऊन कोणत्याही प्रकारे आपल्या स्वप्नांची दुनिया सजवली. तुमचे सत्याचे किरण येतात तेव्हा त्यांची सारी दुनिया हादरायला लागते. ते असेच आहे की जसे तुम्ही पत्त्याच्या पानांचा बंगला बनवलेला आहे,

अशावेळेस तुम्ही हवेच्या झोक्यालाही घाबरता. हवा येऊच नाही असे वाटते. नाही तरी किती कष्टाने बनवलेले असते ते घर आणि आत्ता पडेल की काय, क्षणात मातीमोल होईल की काय असे वाटते.

अशाच प्रकारे मनुष्याने न जाणो कितीतरी पत्त्यांचे बंगले बनवले आहेत. खोटेपणाच्या, न जाणो कितीतरी कागदी नावा सोडल्या आहेत. हवेचा झोत आला तर नाव उलटून जाईल, कागदाचे घर कोसळून जाईल.

तुम्ही वाऱ्याला घाबरू लागता. तुम्ही दारे-खिडक्या बंद करून घेता. तुम्ही आपापले आतील दरवाजे बंद करून बसता, मग कितीही गरम होऊ देत. किंवा कितीही घामाघूम होऊन जाऊ देत. बाहेर ताजी हवा प्रतिक्षा करते आहे, परंतु तुम्ही तरीही दरवाजा उघडत नाही.

हे असेच आहे. मनुष्याने खूप काही खोटे तयार करून ठेवले आहे. तुमचे आयुष्य खोट्या व्यतिरिक्त दुसरे काय आहे? कुणाला पत्नी मानून ठेवले आहे. मानलेली गोष्ट आहे. कोण कुणाचा पती आहे? कोण कुणाची पत्नी आहे. कुणाला मुलगा मानून ठेवले आहे. कुणाला पिता मानले आहे. कुणाला मित्र मानले आहे. कुणाला शत्रू मानले आहे. कुणाला आपले, कुणाला परके!

माहिती नाही पण तुम्ही किती खोट्या गोष्टी तयार केल्या आहेत. सगळे खोटे आहे. खोटेच खोटे आहे. सगळ्या मानलेल्या गोष्टी आहेत.

मृत्यू तुमची ही सारी पत्त्यांची घरे पाडून टाकेल. रोज पाडते, पण तरीसुद्धा तुम्हाला त्याचे आश्चर्य वाटत नाही. मृत्यू पाडून टाकतो, तेव्हा तुम्ही काहीसुद्धा करू शकत नाही. तुम्हाला करण्यासाठी काहीही उरत नाही. मृत्यू आला, तुम्ही पडता. मग तुम्हाला तुमच्या पडणाऱ्या पत्त्याच्या घरांची जरासुद्धा चिंता उरत नाही.

संत तेच काम करतात, जे मृत्यू करते! तुम्ही जिवंत असतांनाही तेच काम करतात. तुमच्या घरांना ते पाडायला लागतात. सांगू लागतात की, ही सारी मातीची घरे आहेत, त्यांना पाडा. त्यामध्ये काही ठेवले नाही. घरकोंबडेपणा करू नका. तुमचे खरे घर तेथे आहे - दूर पलीकडे! तुमचे साम्राज्य तेथे आहे इथे आकाशामध्ये नाही. या पृथ्वीतलावरचे तुम्ही निवासी नसून इथे तुम्ही प्रवासी आहात. इथे तुम्ही अनोळखी आहात. तुमचे प्रत्यक्षातले घर इथे नाहीये, याला धर्मशाळेपेक्षा अधिक काही समजू नका.

आणि जेव्हा खुद्द संतच सांगतात की, या दुनियेला धर्मशाळेपेक्षा अधिक काही समजू नका, तेव्हा पत्नी घाबरेल आणि मनात म्हणेल की पतीने यांचे म्हणणे ऐकू नये.

पत्नी घर आहे! पत्नी समजते की ती 'घरवाली' आहे. धर्मशाळा आहे? ते घर आहे. आणि पती घाबरतो की, सगळे नातेसंबंध हे कल्पनांचे खेळ आहेत, ही गोष्ट

पत्नी न ऐकू देत. हे जे सप्तपदीचे सात फेरे घेतले आहेत, हे सगळे कल्पनांचे जाळे आहे, हे मनाला समजावणे आहे. इथे कुणी आपले नाही, कोणी परके नाही. आपण एकटेच येतो, आणि एकटेच जातो. आपले कसे? परके कसे? ना कोणी बरोबर येईल, ना कोणी बरोबर जाईल.

बरोबर जाण्यासाठी कुणीही नाही. दूर तर एकटेच जाल, आलात तेव्हाही एकटेच होतात. मध्यंतरात दोन दिवसांची संगत आहे. हे नदीमध्ये नाव असण्यासारखे आहे. त्याला अधिक महत्त्व देऊ नका.

जेव्हा संत या गोष्टी सांगतात, तेव्हा तुम्ही घाबरायला लागता. तुमचा स्वार्थ डगमगू लागतो.

संत तुम्हाला अशा जागी जागे करतात की, जेथे तुम्ही मूर्च्छित होऊन झोपले आहात. कोणी संपत्तीच्या मागे धावतो आहे, त्याला सांगा की तू वेडा आहेस. संपत्तीमध्ये काय ठेवले आहे? सगळे तुकडे आहेत. तो नाराज होणार. तो म्हणेल माझा सगळा रस हिसकावून घेतो! माझ्या जीवनामध्ये तेवढाच रस आहे धन.....! धन एकत्रित जमा केले तर! माझी तेवढीच महत्त्वाकांक्षा आहे. तुम्ही त्याच्यावर पाणी फिरवत आहात. तुम्ही काय सांगत आहात? तुम्ही माझी स्वप्ने हिसकावत आहात. या स्वप्नांच्या आधारावर मी जगतो. स्वप्नेच राहिली नाहीत तर मी जगू कसे? स्वप्नांच्याशिवाय कसे जगणार? तुम्ही तुमची बडबड बंद करा. मला माझ्या मार्गाने जाऊद्यात.

कोणी एखादा मनुष्य पदाच्या मागे धावतो आहे. की आपण प्रधानमंत्री बनावे म्हणून आणि संत रस्त्यामध्ये भेटले तर ते म्हणतात की तू वेडा आहेस! अरे, 'परमपद' शोध. दिल्लीला जाण्याने काहीसुद्धा होणार नाही. एवढ्या शक्तीने तर परमेश्वरसुद्धा मिळेल. दिल्लीला पोहोचून तरी काय होणार आहे? परंतु जो दिल्लीला चालला आहे, तो म्हणेल, 'क्षमा करा, पण आता मधेच काही अडथळे उभे करू नका. तो ऐकले न ऐकल्यासारखे करेल. तो बहिऱ्यासारखे करेल. तो म्हणेल पुन्हा कधी तरी या. आता मला जाऊद्यात.'

तुम्ही बघता की दिल्लीमध्ये जेव्हा एखादा राजकीय नेता हारतो, पदावर राहात नाही, तेव्हा तो साधुसंतांच्याकडे जायला लागतो. जोपर्यंत पद असते, सत्ता असते, तोपर्यंत जात नाही. पदावर राहिला, तर काय गरज लागणार? तेव्हा तर स्वप्ने खरे वाटू लागतात. तेव्हा तर स्वप्ने अगदी यथार्थ वाटायला लागतात. जेव्हा स्वप्ने तुटतात, काळाने ती तुटली जातात, आमंत्रण न देताही वाऱ्याचा झोत आला आणि तुमच्या जीवनाच्या सगळ्या व्यवस्था उखडून टाकल्या जातात त्याच क्षणी मनुष्य साधुसंतांना शोधू लागतो. का? कारण की आता तो विचार करू लागतो. जीवनाची सगळी स्वप्ने व्यर्थ झाली, आता उन्हातान्हात धावण्यामध्ये कोणताही अर्थ उरलेला

नाही. इथे तर सगळा बाजारच उद्ध्वस्त झाला आहे. हे दुकानच नष्ट झालेले आहे. कदाचित संत सांगतात ते बरोबरच आहे की, त्या किनाऱ्याचा शोध घ्या. पण तो शोध हरण्याच्या समयी, दु:खामध्ये, पराजयामध्ये घ्या.

संतांचे बोल दु:ख देतात कारण की संत जसे आहे तसेच सांगतात आणि तुम्ही तसे बघणे पसंत करत नाही.

तुम्हाला हवे आहे तेच बघणे तुम्ही पसंत करता आणि संत जसे आहे तसेच सांगतात. या दोन्हींचा मेळ जुळत नाही. म्हणून तर बुद्धाला जितके लोक समजून घेऊ शकत होते, तितक्या लोकांनीच बुद्धाला समजून घेतले. मला विचारा – किती समजू शकत होते? समजा सगळ्या लोकांनी समजून घेण्याची तयारी दाखविली असती तरी एका माणसाला सुद्धा थांबण्याचे कारण नव्हते.

सूर्य उगवतो. किती लोक बघू शकतात. इतके की जितके लोक डोळे उघडून बघतील. यामध्ये असे थोडेच आहे की, सूर्य उगवला आहे, हे दहा माणसांनी बघितले तेव्हा आता अकरावा कसा बघणार! बारावा कसा बघणार! सूर्य उगवलेला दहा जणांनी बघितला.

सूर्याच्या प्रकाशाची क्षमता अनंत आहे. जितके लोक डोळे उघडतील, जितके जितके म्हणून लोक डोळे उघडतील ते सगळे बघतील. असे नाही की हजार लोकांनी बघितले, तेव्हा आता तुम्ही कसे बघणार? हजारो लोक तर बघून चुकले.

ना सूर्य देऊन टाकतो, ना बुद्ध देऊन टाकतो, ना कबीर देऊन टाकतात. ही क्षमता अनंत आहे. सत्य अनंत आहे. सत्याचा आनंद अनंत आहे. सत्याचा प्रकाश अनंत आहे. जो कुणी डोळे उघडेल तो बघेल आणि सारे काही तुमच्यावर अवलंबून आहे.

समजा सगळे लोक डोळे बंद करून पडून राहिले तर सूर्य उगवला आहे की नाही याचा कुणालाही पत्ता लागणार नाही असेच होते.

तुम्ही अंधाराच्या बरोबर खूप मोठे नाते जोडले आहे, मोठा स्वार्थ जोडला आहे. अंधाराबरोबर विवाह केला आहे, म्हणून तर जो कुणी प्रकाशाची बातमी आणतो, त्याच्यावर तुम्ही नाराज होता.

धर्मगुरूवर तुम्ही नाराज होत नाही, कारण की तो तुमच्यासारखाच आंधळा आहे. आणि तुमच्या सारखाच अंधारामध्ये राहातो. सद्‌गुरूवर तुम्ही नाराज होता. कारण सदगुरू म्हणजे तलवारीची धार, ती तुमची राख राख करून टाकते. सदगुरू म्हणजे मृत्यू आहे.

धर्मगुरूंच्यामुळे 'गुरू' शब्दाचा अपमान झाला आहे. धर्मगुरूच्या बरोबर जोडले गेल्याने 'गुरू' शब्दाची गुरुता संपली आहे आणि हळूहळू गुरू सारखा महिमा मिळवलेला 'गुरू' शब्द खूप विकृत बनला आहे.

काल मी एक कविता वाचत होतो. कवितेचे नाव आहे-

'गुरू-पूजा'!

पूर्वी सुद्धा होत होती
आज सुद्धा होत आहे
गुरू-पूजा
फक्त गुरू आणि पूजाचे अर्थ बदलले आहेत
तो 'मोठा गुरू आहे'
पूजेशिवाय मानणार नाही!

'गुरू'चा अर्थ जवळ जवळ गुंड झाला आहे.

म्हणतात ना मोठा गुरू आहे तो खूप मोठ्ठा गुरू आहे. आणि 'पूजा' म्हणजे मारणे!

पूर्वी सुद्धा होत होती
आज सुद्धा होते आहे
गुरू-पूजा
फक्त गुरू आणि पूजाचे अर्थ बदलले आहे
तो 'मोठा गुरू आहे'
पूजेशिवाय मानणार नाही!

धर्मगुरूंच्या बरोबर शब्दही विकृत झाले आहेत. कारण की धर्मगुरू पोकळ गुरू आहे, खोटा गुरू आहे.

खोटेपणा बरोबर गुरू शब्द जोडला गेला आहे म्हणूनच तो 'खराब' झाला आहे, घाणेरडा झाला आहे.

कबीर सद्‌गुरू आहेत. सद्‌गुरूचा अर्थ होतो...... ज्याने जाणले. केवळ जाणूनच घेतले नाही तर किंबहुना दुसऱ्याला जाणून घेण्यामध्ये सुद्धा जो समर्थ आहे तो! फक्त स्वार्थ बघितला असे नाही दुसऱ्याच्या नजरेमध्ये सुद्धा बघण्याची इच्छा धरतो. केवळ स्वत:च जगला नाही, परंतु दुसऱ्याच्या हृदयाला सुद्धा स्पर्श करू शकतो. की जे अंधारामध्ये झोपलेल्या अवस्थेमध्ये आहेत. त्यापैकी काही लोकांनी उठावे आणि प्रवासासाठी निघावे अशी इच्छा धरतो. प्रवास कठीण असेल, खडतर प्रवास होईल तरी सुद्धा! डोंगर चढावे लागतील तरी सुद्धा! तलवारीची धार असेल तरीसुद्धा!

'गुरू'चा अर्थ आहे, ज्याने स्वत: परमेश्वराची अनुभूती चाखली आहे आणि दुसऱ्याच्या मुखामध्ये सुद्धा अशी आतुर तहान निर्माण होऊ दे की तेसुद्धा परमेश्वराची अनुभूती चाखल्याशिवाय राहू शकणार नाही. उठावेच लागेल, चालावेच लागेल, मग हा प्रवास कितीही लांब पल्ल्याचा असो वा कितीही वाळवंटे पार करावी लागू देत.

'सद्‌गुरू' खूप महिमाशाली शब्द आहे. धर्मगुरू दोन कवडीचा आहे!

आणि पुन्हा एकदा सांगतो की सद्‌गुरूच्याजवळ धर्म आहे. आणि धर्मगुरूच्या जवळ ना कोणता धर्म आहे, आणि ना गुरुता आहे.

धर्मगुरू तर पुरोहित आहे, पाद्री आहे, मुल्ला आहे. धर्मगुरू हा एक व्यवसायाचा भाग आहे. धर्मगुरू तर या संसाराबरोबर जोडला गेला आहे. बाजाराबरोबर– व्यवसायाबरोबर जोडला गेला आहे.

धर्मगुरू तुम्हाला बदलवत नाही, तुम्हाला सावरतो. सद्‌गुरू तुम्हाला मोडून टाकतो, मारतो, काटतो. छिन्नी उचलून तुमचे निरीक्षण करतो, छानून टाकतो. हळू हळू हळू. एक अशी वेळ येते की जेव्हा तुम्हाला शुद्ध येते आणि येता–येता – तुम्ही शून्य होऊन जाता.

शून्यापर्यंत जो पोहोचवतो तो सद्‌गुरू! परंतु शून्यामध्ये किती लोक जाऊ इच्छितात! आणि म्हणूनच खूप मोठा प्रभाव दिसत नाही.

तिसरा प्रश्न : दु:खापासून मुक्ती कशी मिळेल?

दु:खाने तुम्हाला बांधले नाही, दु:खाला तुम्ही बांधले आहे. दु:ख म्हणजे अशी काही शृंखला नाही की, जी कोणा दुसऱ्याने तुमच्या हाताला बांधली आहे. दु:ख हा असा एक दागिना आहे की तुम्ही स्वत: आवडीने ल्यायला आहे. ही पहिली गोष्ट तुम्ही नीट समजून घ्या.

नेहमी आपण असेच म्हणतो की दु:खापासून कशी सुटका होईल, जसे काही दु:खानेच तुम्हाला बांधून ठेवले आहे. जसे काही कोणी दुसऱ्याने तुमच्यावर दु:ख लादले आहे! नाही पण असे मुळीच नाही.

तुम्ही दु:खाला पकडून ठेवले आहे. तुम्ही दु:ख सोडत नाही. आता बघितले ना! पहिला प्रश्न हाच होता की शून्य होऊन चाललो आहे, आता काय करू? घाबरले पण!

मनामध्ये दु:ख साठत असते; असे वाटते काही आहे! जवळ काही आहे.

दु:ख संपायला लागले की मनुष्य खूप घाबरतो. खूप घाबरतो. घाबरतो यासाठी की दु:खामुळे त्याच्या जीवनात काहीतरी आहे असे वाटते. काहीतरी करतोय असे वाटत राहाते. काहीतरी होतंय असे वाटत राहाते.

आणि दु:खामुळे अहंकारही शाबूत राहातो. ध्यानात ठेवा! अहंकार जोपासायचा असेल तर तो दु:खामध्येच जोपासला जातो. दु:ख खाद्य आहे – अहंकाराचे!

सुखी माणसाचा अहंकार हरवून जातो. अहंकार गमावल्याशिवाय सुखी होऊच शकत नाही. जोपर्यंत 'मी'चा आखूडपणा आहे, तोपर्यंत दु:ख आहे.

तुम्हीसुद्धा हे अनुभवले असेल! की जेव्हा मन प्रसन्न असते, तेव्हा अहंकार नसतो. जेव्हा तुम्ही उदास असता, तेव्हा अधिक अहंकारी होता.

म्हणून तर तुमचे तथाकथित तपस्वी, साधु-संन्यासी खूप उदास आणि लांब चेहरे करून राहातात. अहंकार जपण्यासाठी केलेली ती एक युक्ती आहे. जगाला ते हे सांगत राहातात की आम्ही खूप मोठे काम करत आहोत. तुम्ही सगळे पापी, आम्ही पुण्यवान! तुम्ही सारे नरकात कुजत आहात, आणि आम्ही स्वर्गामध्ये जात आहोत. आम्ही वैशिष्ट्यपूर्ण ! आम्ही पवित्र! आम्ही श्रेष्ठ!

तुम्ही बघितले असेल की, तुम्ही साधूंच्याजवळ गेलात तर ते तुमच्याकडे असे बघतात की जसे तुम्ही किडेमकोडे आहात. तुम्हाला काही मान, प्रतिष्ठा काही नाही. तुमचा सन्मान कसा होऊ शकेल? हा तुमचा अपमान आहे. परंतु हे साधु-संन्यासी समजा दुःखी झाले तर आश्चर्य नाही. हे दुःखी होतीलच!

जेव्हा आनंद होतो, तेव्हा तुम्ही विसरता की तुम्ही तुम्ही आहात. हसण्यामध्ये अहंकाराचा विसर पडतो. रडण्यामध्ये तो पुन्हा उमाळून येतो. हे निरीक्षणाने ओळखता येईल.

जेव्हा तुम्ही हसता, तेव्हा तुम्ही उरत नाही याचे निरीक्षण करा. जेव्हा तुम्ही अगदी खऱ्या अर्थी मनापासून हसता, तुमच्या शरीरातील कण न् कण हसण्याने भरून जातो. त्या क्षणी तुम्ही तुम्ही नसता, तुम्ही होऊच शकत नाही. कारण की होण्यासाठी जो तणाव असावा लागतो, तो तणावच नाही ना! हसण्यामध्ये कसला तणाव?

म्हणून तर मी म्हणतो ना की संन्यासी हसणारा पाहिजे, नाचणारा असला पाहिजे, प्रफुल्लित हवा तरच तो निरहंकारी असेल.

तुम्ही विचारले, दुःखापासून सूटका कशी होईल? समजा दुःखाला तुम्ही कवटाळले आहे. दुःखामुळे तुम्ही काही तरी फायदा घेत आहात. अहंकाराचा फायदा घेत आहात. दुःखामुळे तुम्ही अनुभव घेत आहात की, मी कुणीतरी खास आहे. बघा! किती दुःख झेलतो आहे.

दुःख तुम्हाला शहीद होण्याचा आनंद देतो, की बघा तुम्ही शहीद आहात, आणि सगळ्या जगाचा दुःखाचा भार घेऊन चालला आहे.

पती असा चालतो की, जसा पत्नीच्या दुःखाचा भार वाहत घेऊन चालला आहे. पत्नी दुःखामध्ये बसली आहे. कारण की ती बघते आहे की, ती पतीला सांभाळते आहे. नाहीतर ते (पती) कधीच भ्रष्ट होऊन गेले असते. मुलांना सांभाळते आहे. घराला सांभाळते आहे.

माझ्याशिवाय हे जग अस्ताव्यस्त होऊन जाईल हा अहंकार तुम्हाला दुःखी ठेवतो.

आणि पुन्हा दुःखाशी सामना करणे - शह देणे ह्याची सुद्धा एक मजा असते. परंतु लढण्यासाठी दुःख असायला पाहिजे. मनुष्य लढाईमध्ये (भांडणामध्ये) खूप

रस घेतो, कारण की लढाईमध्ये जिंकण्याची आशा असते.

आणि समजा दुःख नसले तर कशाशी लढणार? आणि लढणार नाही, तर जिंकणार कसे? आणि जिंकला नाहीत तर अहंकाराची प्रतिष्ठा कशी वाढेल? ही सगळी व्यवस्था समजून घ्या. एक दुःख संपते, तुम्ही दुसरे तयार करून घेता. तुमच्या जवळ हजार रुपये आहेत, तुम्ही म्हणता दहा हजार होऊ देत. बस् नंतर निश्चिंत होऊन जाईल. तुम्ही हे काय करता आहात?

तुमच्या जवळ हजार रुपये आहेत, तुम्ही त्याचा आनंद घेत नाही. तुम्ही नऊ हजाराचे दुःख निर्माण करता. तुम्ही म्हणता, दहा हजार रुपये होऊ देत. तुम्ही नऊ हजार रुपयांचे दुःख निर्माण केले, की दहा हजार रुपये होऊन जाऊ देत. आणि दहा हजार रुपये नाहीये! आहेत फक्त हजार तर 'नऊ हजार रुपये माझ्याजवळ नाहीत' हे दुःख तुम्ही निर्माण केले.

हजार रुपयांचे सुख तर घेतले नाही, पण नऊ हजार रुपयांचे दुःख निर्माण केले. आणि हे दुःख कुठेही नाही. फक्त तुमच्या कल्पनेमध्ये आहे, इच्छेमध्ये आहे, वासनेमध्ये आहे. आणि तुम्ही धावायला लागलात की दहा हजार रुपये कसे होतील. एक दिवस ते दहा हजार रुपये होतील सुद्धा, पण त्यादिवशी तुम्ही म्हणाल की लाख रुपयाशिवाय काही खरे नाही. वस्तूंचे भावही वाढले आहेत! आणि आयुष्य कुठून कसे चालले आहे.

आणि निश्चितच ज्या माणसाजवळ हजार रुपये होते, त्याची आकांक्षा जास्तीत जास्त दहा हजारापर्यंत जात होती हे तो जाणून होता. आणि याच्यापेक्षा अधिक अपेक्षा करणे हे मर्यादेपलीकडे जाणे होते.

गरिबांच्या इच्छाही गरीब असतात, हे लक्षात ठेवा. गरीब माणूस असा झाडाच्या खाली बसून सम्राट होण्याची स्वप्ने बघत नाही. ही गोष्ट इतकी चुकीची आहे, इतकी मूर्खपणाची वाटते की ही होणार नाही, काही रुपये, पैसे जवळ नाहीत आणि सम्राट होण्याची स्वप्ने बघण्यात काय अर्थ आहे!

गावातला भिकारी असाच विचार करतो की, मी या गावातला सगळ्यात श्रीमंत भिकारी कसा होईन? या गावात जास्तीत जास्त पन्नास शंभर भिकारी असतील, त्यांचा प्रमुख मी कसा होऊ? बस यापेक्षा त्याची अधिक अपेक्षा असणार नाही. इतकेच की मी सगळ्यात श्रीमंत भिकारी कसा होईन?

गरिबांच्या इच्छा सुद्धा गरीब असतात. आणि श्रीमंतांच्या इच्छा श्रीमंत असतात. ही तर खरी गमतीची बाब आहे.

गरिबाच्या जवळ जर हजार रुपये असतील तर तो दहा हजार रुपयांचा विचार करतो. आणि जेव्हा ते दहा हजार त्याच्याजवळ असतात तेव्हा तो स्वतःला श्रीमंत समजतो. आणि आता तो एक लाख रुपयांचा विचार करायला लागतो. आणि

नव्वद हजार रुपये नाहीत म्हणून दु:खी व्हायला लागतो. म्हणून श्रीमंत माणूस अधिकाधिक दु:खी होऊ लागला आहे. कारण की जशी जशी त्याची संपत्ती वाढते तसतशा त्याच्या इच्छा अधिक वाढत जातात. तो विचार करायला लागतो की जर दहा हजार कमावू शकतो तर एक लाख रुपये का नाही कमावू शकत? त्याला उत्तेजन मिळते. तो म्हणतो काही तरी करून दाखवू. असेच नाही सोडून देणार. हजार रुपये होते त्याचे दहा हजार केले. दसपट केले, तेव्हा दहापट करण्याची माझी क्षमता आहे. आता दहा हजार रुपये आहेत त्याचे एक लाख रुपये सहज होऊ शकतात. कारण की दसपट मी सहज करू शकतो.

परंतु हे कुठपर्यंत चालणार? जेव्हा लाख रुपये होतील, तेव्हा हा दहा लाख रुपयाबाबत विचार करायला लागेल. दररोज तुम्ही असे दु;खी होत जाल, रोज तुमचे दु:ख वाढत वाढत जाईल. एक दिवस तुमच्या असे लक्षात येईल की तुम्ही दु:खामध्ये अगदी बुडून गेला आहात, चारी बाजूने दु:खामध्ये पडला आहात. दु:खाच्या सागरामध्ये तुम्ही अगदी डुबून गेला आहात. याला तुम्हीच जबाबदार आहात. तुम्ही आपल्याच वासनांच्या, इच्छांच्या मुळे दु:ख निर्माण केले आहे.

दु:खापासून सुटका करून घ्यायची असेल तर फक्त दु:खापासून दूर व्हायचे असे नाही. तर आपल्या इच्छांना आकांक्षांना समजून घ्या आणि नंतर आपल्या वासनांवर नियंत्रण ठेवा.

सुख मिळवण्यासाठी उपाय आहे. जे आहे त्याचा आनंद घ्या. जे नाही त्याची चिंता करू नका. दु:खावर उपाय आहे, जे आहे त्याची काळजीच करू नका. जे नाही, त्याची चिंता करत बसा.

दु:खाचा अर्थ आहे, जे नाही त्याचीच काळजी करणे, जे आहे त्याला विसरून जाणे. जी पत्नी तुमच्या घरामध्ये आहे, तिची काळजी न घेता तिच्यामध्ये काय ठेवले आहे? म्हणून जी शेजाऱ्याची पत्नी आहे, ती किती सुंदर आहे हेच सारखे बघत बसणे.

इंग्रजीमध्ये एक म्हण आहे की दुसऱ्याच्या बागेतील हिरवळ अधिक हिरवीगार दिसते. लांबून तशी दिसते सुद्धा! दूरवरून दुसऱ्यांची हिरवळ अधिक हिरवीगार दिसते हे खरेच आहे. तुम्हाला आपली हिरवळ कधीच हिरवीगार दिसत नाही.

दुसऱ्यांचे घर नेहमी सुंदर भासते. दुसऱ्यांची गाडी सुंदर वाटते. दुसऱ्याची बायकोही सुंदर वाटते. यासारखे विचार आपले पुढे चालतच राहातात.

सुखाचे सूत्र आहे, जे तुमच्याजवळ आहे त्याच्यासाठी परमेश्वराचे आभार माना. जे आहे ते पुष्कळ आहे.

एका माणसाने आत्महत्या करण्याचा प्रयत्न केला. एका ऊंच डोंगरावर उभे राहून नदीमध्ये उडी मारण्यासाठी जात होता, तेथे एक फकीर ध्यान करत होता.

त्याने त्याला अडवले. त्या फकिराने त्याला अडवले आणि विचारले की माझे ऐक! एवढे काय झाले? तू एवढा मरायला का तयार झाला आहेस?

तो माणूस म्हणाला, ''माझ्याजवळ काही सुद्धा नाही. मी खूप प्रयत्न केले, हताश झालो आहे. परमेश्वर नाराज आहे. काही चांगले घडतच नाही. जिथे हात घालतो, ते सारे बिघडून जाते. सोन्याला स्पर्श केला माती होऊन जाते. ज्या दिशेला जातो त्या दिशेला अपयश येते. एक मर्यादा असते. या आयुष्याचा मला आता उबग आला आहे. माझ्याजवळ काहीच नाही. मला मरायचे आहे.''

तो फकीर म्हणाला, ''मरणाच्या पूर्वी एक काम तर करून जा. तू तर मरणार आहेसच, माझा थोडासा फायदा करून जा.'' तो म्हणाला, ''काय काम आहे.''

तो फकीर त्याला म्हणाला की, ''असे कर या गावाचा जो सम्राट आहे तो माझा मित्र आहे. तो एक प्रकारचा तऱ्हेवाईक माणूस आहे. एकदम लहरी आणि विक्षिप्त माणूस आहे. विचित्र गोष्टींचा संग्रह करण्याचा त्याला छंद आहे. मी तुझे डोळे त्याला विकून टाकतो. कमीत कमी एक लाख रुपये तरी मिळतील. मग नंतर तू मरून जा. तू नाहीतरी मरणारच आहेस आणि समजा त्याची लहर फिरली तर तो तुझे कान सुद्धा खरेदी करेल. तो इतका सनकी माणूस आहे की तो तुझे दात सुद्धा विकत घेईल. तो अशाच प्रकारची कामे करतो. तू फक्त माझ्याबरोबर चल.''

आता तो माणूस त्या फकिराला काहीच म्हणू शकत नव्हता. म्हणणार तरी काय? तो सांगून चुकला होता की माझ्याजवळ काही नाही आणि मी मरायला चाललेलो आहे. परंतु जसे हे त्याच्या लक्षात आले की डोळ्याचे एक लाख रुपये मिळू शकतात आणि मी गरीब नाही,

सम्राटाच्या घराजवळ येईपर्यंत त्याने ठरवून टाकले की डोळे वगैरे विकणे काही खरे नाही. मरणाचे तर तो विसरूनच गेला. फकीर आतमध्ये गेला. सम्राटाला तयार केले. त्या माणसाला बोलावले. सम्राट त्याला म्हणाला ''ठीक आहे, तुझे डोळे मी काढून घेतो, आणि तू एक लाख रुपये घेऊन टाक.''

तो माणूस म्हणाला, ''तू मला काय समजतोस? माझे डोळे मी विकू?'' सम्राट त्याला म्हणाला, ''पैसे समजा जास्त हवे असतील तर तसे सांग. दोन लाख तर दोन लाख देतो. जितके मागशील तितके देतो.''

दहा लाख रुपये हवेत, दहा लाख देतो कान सुद्धा विकत घेतो. दात सुद्धा खरेदी करतो. तुझे हात सुद्धा खरेदी करतो. पायसुद्धा खरेदी करतो नाही तरी तुला मरायचेच आहे ना!''

तो माणूस म्हणाला, ''पण मला विकायचेच नाही ना! कोणताही माणूस शुद्धीत आपले डोळे विकेल का?''

तो फकीर म्हणाला, ''अरे बाबा, तूच तर म्हणाला ना की तुझ्याजवळ काही

नाही म्हणून! तू तर मरायला निघाला होतास. मरताना तुझे डोळेही गेले असते, कानही गेले असते, हात गेले असते, पाय गेले असते - सारे काही गेले असते. आणि तू म्हणत होतास तुझ्याजवळ काही नाही म्हणून! आणि आता तर तुला डोळ्यांचे दहा लाख रुपये मिळत आहेत, फक्त डोळ्यांचे मिळत आहेत. अजून तुझे इतरही अवयव (सामान) विकून टाकू करोडो रुपये देईन.''

तो माणूस उभा राहिला आणि म्हणाला, ''तुम्ही लोक खुनी आहात. हे काही बोलणे झाले!''

तेव्हा तो फकीर म्हणाला, ''आता सांग मरणाबाबत तुझा काय विचार आहे?'' तो म्हणाला की, ''नाही मला आता मरायचे नाही. प्रथमच मला समजले की माझ्याजवळ डोळे आहेत, जे मी दहा लाख रुपयाला विकू शकत नाही. परंतु मी या डोळ्यांबाबत परमेश्वराचे कधीही आभार मानले नाही. मी सारखाच रडत राहिलो की माझ्याजवळ हे नाही, ते नाही, सारखी तक्रारच करत राहिलो. माझे आयुष्य म्हणजे तक्रारींची एक मोठी गाथा आहे. तुम्ही मला बरोबर धडा दिला.''

तो फकीर म्हणाला, ''म्हणूनच मी तुला इथे घेऊन आलो. आता तुझी मर्जी तुला काय करायचे ते कर.''

त्या दिवसापासून त्या माणसाचे आयुष्यच बदलले. तक्रारी संपल्या. प्रार्थनेला सुरुवात झाली. त्या दिवसापासून तो मंदिरात जाऊन परमेश्वराचे आभार मानायला लागला. ''परमेश्वरा, तुझी किती कृपा आहे तू मला डोळे दिलेस. जे मी दहा लाख रुपयांनाही विकू शकत नाही. दहा लाखच काय पण करोडो रुपयांतही विकू शकत नाही. तू मला इतके दिले आहेस की माझी एवढी लायकीसुद्धा नाही का तू मला एवढे दिलेस हे सुद्धा मला समजत नाही? तू आपल्या प्रेमापोटी दिले असणार. आनंदाने दिले असणार. तुझ्याजवळ खूप आहे म्हणून दिले असणार. मी आभारी आहे तुझा! मी तुझा खूप आभारी आहे. मला अजून काहीही नको आहे. जे दिले आहे ते काय कमी आहे.

आणि त्या दिवसापासून त्या माणसाचे आयुष्य बदलून गेले. त्या दिवसापासून तो दु:खी माणूस सुखी होऊन गेला.

तुम्ही जे आहे त्याचा स्वीकार करा. तुमच्या जवळ खूप आहे. कधीतरी शांतपणे विचार करा – किती रुपयांत डोळे विकाल!

हे आयुष्य मौल्यवान आहे. ते तुम्ही कोणत्याही किमतीमध्ये विकायला कसे तयार व्हाल आणि तरीसुद्धा तुम्ही या आयुष्याबद्दल परमेश्वराला कधी धन्यवादही दिले नाही.

हे जे पक्ष्यांचे गाणे तुम्ही ऐकता आहात, समजा तुमच्याजवळ हे कान नसते तर तुम्ही हे पक्ष्यांचे गाणे ऐकण्यासाठी किती पैसे देण्यास तयार झाला असता?

हे हिरवेगार वृक्ष.....! तुमच्याजवळ डोळे नसते तर, ही हिरवी वनश्री बघण्यासाठी किती पैसे दिले असते!

पण डोळे आहेत म्हणून तुम्ही कधी ही हिरवीगार झाडे बघितली? तुम्ही कधी फुले उमलताना बघितली? पक्ष्यांचे गाणे कधी मनापासून ऐकले? तुम्ही चंद्र-ताऱ्यांवर कधीतरी नजर टाकली का? परमेश्वराचा हा जो अखंड विस्तार आहे, त्याच्या चाललेल्या अनंत लिलांचा, त्या नादाचा कधी अनुभव घेतला आहे?

अंध असतात तर रडला असता, की हे परमेश्वरा तू मला प्रकाश का नाही दिलास? मी काय पाप केले आहे? तू मला वेगवेगळे रंग बघायला का नाही दिलेस? मी तुझ्या इंद्रधनुष्यांचे रंग बघण्यास उत्सुक आहे, मला तुझ्या सूर्याचे दर्शन घ्यायचे आहे. तू मला जरूर विचारशील की तू मला हे कष्ट का देतोस?

अंधाला विचारले तर तो असे म्हणतो. बहिऱ्याला विचारले तर तो रडतो आणि म्हणतो की, आम्हाला नाद-ध्वनी काय हे माहितीच नाही. आम्हाला संगीत माहिती नाही. आम्ही असे ऐकले आहे की संगीत ही एक खूप अपूर्व गोष्ट आहे. परंतु आम्हाला ते माहितीच नाही. संगीत ही काय चीज आहे याची आम्हाला कोणतीच जाणीव नाही.

मुक्याला विचारा. तो बोलू शकत नाही. किती रडतो, आतल्या आत तडफडतो आणि म्हणतो की मी बोलू शकलो असतो तर! मलाही काही सांगायचे आहे. मला सुद्धा एखादे गीत गावेसे वाटते. मला सुद्धा काही विचार प्रगट करायचे आहेत. मलाही काही रचायचे आहे. मला सुद्धा काही सांगायचे आहे. मी कुणाला एवढेही म्हणू शकत नाही की माझे तुझ्यावर प्रेम आहे. हे परमेश्वरा तू मला एवढे गरीब, दीनवाणे का बनवलेस? आणि तरीही तुम्ही अजून तुम्हाला मिळालेल्या वाणीबद्दल परमेश्वराला कधी धन्यवाद दिले नाही.

तुम्ही जरा विचार करणे सुरू करा की तुमच्याजवळ किती आहे आणि तुम्ही आश्चर्यचकीत व्हाल. तुमच्याजवळ इतके आहे की तुम्ही कितीही धन्यवाद दिले तरी ते कमी पडतील.

आणि हे सारे असेच मिळाले आहे. तुम्ही यासाठी आर्जवही केले नव्हते. ही भेट आहे. ही परमेश्वराची भेट आहे आणि या भेटीबाबत तुम्ही परमेश्वराचे कधी आभारही मानले नसतील.

आता तुम्ही विचारताय की दु:खापासून मुक्ती कशी मिळेल? दु:ख तुम्हीच निर्माण करत आहात जे नाही ते दूर करा, जे आहे ते बघा. जे नाही, त्याची चिंता का करायची? जे नाहीये ते नाही.

फूले आहेत जे काट्यांबरोबर शृंगार करतात.

आयुष्याबरोबर मी खेळतो आहे.

कारण की हे आयुष्य रंगीत धूप-छाँव आहे.

पहाटेचे किरण हे जगाचे सोनेरी रूप आहे.

शरीराच्या स्वप्नरूपी बनामध्ये प्राणरूपी पाखरू आहे.

श्वासरूपी काड्याने तो घरटे बनवतो पण त्यावरही मृत्युची छाया आहे म्हणूनच मी हंस समजून मृत्युचा स्वीकार करतो.

आणि विषसुद्धा अमृत म्हणून प्राशन करतो

माहिती आहे रस्त्यावर दोन दिवस राहातील ही फुले. आजपर्यंतच फक्त हवा सुद्धा अनुकूल आहे.

रात्रभर डोळ्यांत स्वप्ने आहेत

म्हणूनच प्रत्येक फूलाला गळ्यातला हार करतो

धुळीचा सुद्धा म्हणूनच मी सत्कार करतो

अशीच भावावस्था असायला हवी

फुले जी आहेत ती काट्याबरोबर शृंगार करतात

आयुष्याबरोबर मी खेळतो आहे

धुळीचा म्हणूनच मी सत्कार करतो.

धूळ सुद्धा अपूर्व आहे. कारण की मातीपासून आपण बनलो आहोत आणि उद्या मातीमध्येच मिसळून जाणार आहोत. माती (धूळ) आपली जन्मदात्री आहे तेव्हा मातीचे सुद्धा सत्कार स्वागत करायला हवे.

मृत्यू आहे म्हणून जीवन आहे. मृत्यू नसता तर जीवन असणेही शक्य नव्हते. म्हणून मृत्यूला सुद्धा धन्यवाद!

जरा विचार करा की, तुम्ही एकदा जन्माला आलात आणि तसेच राहिलात, आणि कधीही मरू शकणार नाहीत. कधी विचार केला आहे या गोष्टीचा?

तुम्हाला नेहमीसाठी राहावे लागेल, अनंत काळापर्यंत राहावे लागेल, तुम्ही काही केले तरी मरणार नाही, अशावेळेस तुम्ही घाबरून जाणार नाही? वैतागणार नाही? उबग येणार नाही! थकून नाही जाणार आणि आत्महत्येचा सुद्धा काही उपयोग होणार नाही, कारण विष प्याल, पण मरणार नाही. ऊंच डोंगरावरून पडाल पण मरणार नाही. गोळी माराल आणि गोळी लागेल पण मरणार नाही. कठीण होऊन जाईल. खूप कठीण होईल.

मृत्यू विश्रांती देतो. सत्तर ऐंशी वर्षानंतर थकून गेले असता. आयुष्य बघितले, जीवन ओळखले, जीवन जगलो, जाणलो मग आता विश्रांती पाहिजे. जसे दिवसभरानंतर रात्री झोप पाहिजे. तसेच जीवनभराच्या नंतर विश्रांती (मृत्यू) पाहिजे.

झोप हा छोटासा मृत्यू आहे आणि मृत्यू मोठी झोप आहे. जसे सकाळी तुम्ही उठता रात्री झोपल्यानंतर ताजेतवाने नवीन, पुन्हा जगण्यासाठी तयार. असेच

मृत्यूच्या नंतर तुम्ही उठाल. पुन्हा ताजे, पुन्हा नवीन. पुन्हा नवीन गर्भ, पुन्हा नवीन जीवन, पुन्हा नवीन चक्र सुरू होणार.

आयुष्याकडे नीट बघाल तर मृत्यूचा स्वीकार होईल.

इथे निश्चितच फुलेही आहेत आणि काटे सुद्धा आहेत. परंतु तुम्ही साऱ्या गोष्टी कशा बघता यावर अवलंबून आहे की तुम्ही काटेच काटे बघता की फुलेच फुले बघता. इथे दोन्ही आहे.

काही लोक काटेच मोजत बसतात. अशा लोकांना तुम्ही गुलाबाच्या झाडाजवळ घेऊन जा, ते लोक सगळ्या काट्यांची मोजणी करतील की किती काटे आहेत. हजारो काटे आहेत. काटे मोजता मोजता जखमी सुद्धा होतील. रक्तबंबाळ होऊन जातील, नाराजसुद्धा होतील आणि काट्यांबद्दल इतका संताप येईल, इतके दुश्मन वाटू लागतील, आणि संतापाने नजर इतकी अंध होऊन जाते की एखादे उमललेले फूल सुद्धा नजरेस पडणार नाही.

रामदासांच्या जीवनातली कथा आहे की रामदास रामायण लिहित आहेत. लोकांपर्यंत रामायणाची बातमी पोहोचण्यास सुरुवात व्हायला लागते. हनुमानालासुद्धा बातमी समजते की रामदास रामायण लिहित आहेत म्हणून! हनुमानाला उत्सुकता असते ते बघायला येतात की हजारो सालापूर्वी घडलेली ही कथा आत्ता लिहिण्यास बसला आहे, खरे लिहितो की खोटे !

हनुमान सुद्धा हैराण होतात कारण की ते सगळ्या गोष्टी खऱ्या सांगत आहेत. ते अशा पद्धतीने सांगताहेत की जसे सारे प्रत्यक्ष बघितले आहे. परंतु एका ठिकाणी जरा अडचण होती.

एका ठिकाणी रामदास म्हणतात की हनुमान लंकेला गेले, अशोक-वाटिकेमध्ये गेले आणि तेथे त्यांनी सगळीकडे पांढरी फुले उमललेली बघितली.

हनुमान उभे राहिले, विसरूनही गेले! मी हनुमान एकच तर आहे. खरं तर ते लपून बसले होते, कुणाला दिसू नये म्हणून. चादर वगैरे ओढून बसले होते. हनुमानजी आहे म्हणून कुणी पकडू नये इतकी खबरदारी घेतली होती.

विसरूनच गेले. चादर फेकून उभे राहिले. आणि म्हणाले की ही गोष्ट चुकीची आहे आणि इतर गोष्टी ठीक आहेत. मी हा हनुमान आहे. हे बरोबर करा. संशोधन करा. फुले पांढरी नव्हती. फुले लाल होती, लालसर होती.

रामदास म्हणाले, "बडबड बंद कर. आपली चादर पांघर आणि शांतपणे बैस. फुल पांढरे होते की लाल होते याचा निर्णय घेणे तुझे काम नाही. रामदासांनी लिहिले म्हणजे लिहिले. रामदास पुन्हा सुधारणा करत नाहीत.''

ही गोष्ट अत्यंत हट्टीपणाची झाली. हनुमान म्हणाले, "आता हद्द झाली. मी साक्षीदार आहे. मी स्वत: हनुमान! मी तेथे गेलो होतो. तुम्ही कधी गेला नव्हतात.

तुम्ही अशोकवाटिका कधी बघितली नाही. तुम्ही मला खोटे ठरवता. आणि स्वत:चेच म्हणणे...? तेच खरे ठरवता?''

रामदास म्हणाले, ''तुम्ही शांत बसा. ऐकायला आला आहात ऐका, नसेल ऐकायचे तर चालू लागा.''

जेव्हा ही गोष्ट खूप पुढे वाढत गेली तेव्हा हनुमानही एकदम रागावले. हनुमान म्हणाले, ''मग रामाच्याकडे जावे लागेल. तू चल.''

खांद्यावर बसवून रामाकडे घेऊन गेले. आणि म्हणाले की, रामच निर्णय करतील. खरं तर रामदास चांगला, भला माणूस आहे. हनुमान म्हणाले बाकी सगळे ठीक सांगतो, बाकीचे सगळे बरोबर लिहिले आहे. आणि याचे रामायण ऐकण्यामध्ये मलाही रस वाटतो. पुन्हा सगळ्या आठवणी ताज्या होत आहेत. पुन्हा सगळे नव्याने आठवते आहे. पुन्हा एकामागोमाग आठवणी आठवत आहेत. पुन्हा ती माणसे डोळ्यासमोर येताहेत. याची कथा अगदी जिवंत वाटते. परंतु हा हट्टी आहे, मी म्हणतो की फुले लाल होती.

राम म्हणाले, ''हनुमान तू या भानगडीत पडू नकोस. रामदास बरोबर सांगताहेत की फुले पांढरीच होती. तू या लफड्यात पडू नकोस. हे तुझे काम नाही.''

हनुमान म्हणाले, ''ही तर जबरदस्ती झाली. हा माणूस सुद्धा म्हणतो की हे तुझे काम नाही. तुम्ही सुद्धा म्हणता हे तुझे काम नाही. मग हे काम कुणाचे आहे? मी तेथे होतो. ना तुम्ही गेला होतात, ना हा माणूस गेला होता. चला सीतेला विचारूया. ती तेथे हजर होती. तीच एकमात्र साक्ष आहे.''

सीतेला विचारले गेले, सीता म्हणाली, ''हनुमान, तुम्ही या भानगडीत पडू नका. फुले पांढरीच होती. कारण की तुम्ही इतके क्रोधामध्ये होतात, तुमचे डोळे रागाने लाल झाले होते त्यामुळे तुम्हाला ते लाल दिसले. फुले पांढरीच होती. परंतु तुम्ही रागाने वेडे झाला होतात. तुमच्या रामाची सीता हिसकावून घेतली गेली होती. तुम्ही शुद्धीत नव्हतात. तुमचे डोके भडकलेले होते आणि डोळे रागाने लाल झाले होते. तुम्ही बदला घेण्यासाठी तयार झाला होतात. तुम्ही विध्वंस करण्यासाठी तत्पर झाला होतात. तुम्हाला बदला घ्यायचा होता. या सूडाने भरलेल्या डोळ्याला फुले पांढरी आहेत हे दिसले नाही. नाहीतरी फुले पांढरीच होती. रामदास बरोबर बोलत आहेत. रामसुद्धा बरोबर सांगताहेत. मी साक्ष आहे. मी तेथे होते. आणि तुम्ही थोड्यावेळासाठी तेथे होतात. मी कितीतरी महिने तेथे होते. फुले पांढरीच होती.''

तुमच्या नजरेवर अवलंबून आहे. समजा तुम्ही काटे मोजलेत, काट्यामुळे डोळे लालसर होऊन जातील, रक्तबंबाळ होऊन जातील. मग तुम्हाला फुले नजरेससुद्धा पडणार नाहीत.

समजा तुम्ही फुले मोजाल, तर हळूहळू तुमच्या लक्षात येईल की, काटे

फुलाचे शत्रू नसून रक्षकच आहेत. फुलांवर प्रेम करता करता काट्यांवरचे प्रेमही हळूहळू उमलायला लागेल.

रात्रही तुम्हाला आवडायला लागेल, जर दिवसावर प्रेम केले तर! प्रकाशावर प्रेम केले तर अंधारावरसुद्धा प्रेम करायला लागाल. आयुष्यावर मित्र म्हणून प्रेम केले तर मृत्युलाही मित्र समजाल. सारे काही तुमच्यावर अवलंबून आहे.

दुःखापासून सुटका करून घेण्यासाठी काहीही करायला नको फक्त हवी आहे, योग्य दृष्टी!

इथे सारे आहे. इथे परस्परांमध्ये सुद्धा मिलन होत आहे

इथे दुःखही आहे, सुखसुद्धा आहे.

तीन अवस्था असू शकतील माणसाच्या ! दुःखाची अवस्था

सुखाची अवस्था, आणि दोघांचा भूतकाळ!

पहिल्या अवस्थेला आम्ही नरक म्हणतो. दुसऱ्या अवस्थेला स्वर्ग म्हणतो. तिसऱ्या अवस्थेला मोक्ष म्हणतो.

जास्त लोक नरकामध्ये जगतात. असा विचार करू नका की नरक कुठे पाताळामध्ये आहे. नरक तुमच्या आतमध्ये आहे. तुमच्या जगण्याच्या पद्धतीमध्ये आहे. तुमच्या जगण्याची चुकीची पद्धत म्हणजे नरक! काटे निवडण्याची मोजण्याची सवय म्हणजे नरक! दुःखाला धरून ठेवण्याची सवय - नरक जे नाहीये, त्याला बघणे, आणि जे आहे, त्याला न बघणे, अशा तऱ्हेच्या विकृत मनोवृत्तीचे नाव आहे नरक!

जे आहे ते बघणे, जे नाहीये त्याची जरा पण चिंता न करणे. जे आहे त्यासाठी धन्यवाद! दयेचा - कृपेचा भाव! जे नाही त्यासाठी कोणतीही तक्रार नको. कोणतेही मागणे नको.

फुले मोजा, काट्यांची मोजणी करू नका.

स्वर्ग आणि नरक हे एकाच नाण्याचे दोन पैलू आहेत. एका बाजूला सुख आहे तर दुसऱ्या बाजूला दुःख आहे. कारण की एकाच झाडावर काटेही आहेत आणि काट्यांमध्ये फुले आहेत. हे खरे आहे की सगळीकडे काटेच काटे बघणारा माणूस जसा चुकीचा आहे तसेच एका ठराविक उंचीवरून बघितल्यास हेही खरे आहे की सारखी सुखाची अपेक्षा करणारा माणूस नक्कीच चुकीचा आहे. कारण की इथे दुःखही, सुखही आहे. दोन्हीपैकी एकाची निवड करणे नक्कीच चुकीचे आहे.

काही निवडायचेच नाही. एकदम तटस्थ राहायचे आहे. सुखसुद्धा बाहेर आहे, दुःखसुद्धा बाहेर आहे. दुःखही येते, तसेच सुखसुद्धा येते. दोन्हीही येतात आणि जातात. मी दोघांपेक्षा वेगळा, बाजूला, भिन्न पण साक्षी! आणि ही अवस्था परम आनंदाची हे नक्की!

या आपण आपल्या संबंधाविषयी पुन:विचार करू.

थोडासा संघर्ष

थोडेसे प्रेम करू.

कुणाला काय माहिती आम्ही वाईट आहोत.

का इतरांसारखेच आम्हीसुद्धा

विषम परिस्थितीमध्ये वाढलो

या मनावर असलेले नियंत्रण काढून टाकू

थोडे मौन धरू

थोडे शब्दांचे वार करू.

नेहमीच चांगल्याची अपेक्षा का करायची?

फुलांचीच का

काट्यांची वाट का नको?

या स्वप्नांशी आपण लपंडाव खेळू

थोडी इच्छांची पडझड

थोडी बरसात करू

नेहमी एकमेकांविषयीच का विचार करायचा

मनाच्या आतसुद्धा आहे ना!

थोडीशी हालचाल

या आसक्तीमधून विरक्तीमध्ये जाऊयात

थोडे क्षण उदास!

थोडासा उत्सव साजरा करू!

एकीकडे दु:खी राहाण्याची प्रवृत्ती, तर दुसरीकडे सुखी राहाण्याची प्रवृत्ती. परंतु ती तशी राहाण्याची पद्धतच चुकीची आहे. पहिल्यापेक्षा दुसरी अधिक चांगली. परंतु ती धरून ठेवण्याची पद्धत सुद्धा चुकीची आहे. तिसरी आहे ती न पकडण्याची क्षमता! काहीसुद्धा धरून न ठेवणे. काटे तर काटे. फुले तर फुले!

थोडी इच्छांची पडझड

थोडी बरसात करू

थोडे क्षण उदास

थोडा उत्सव साजरा करू.

दोन्हीही बरोबर आहे. रात्रही बरोबर, दिवसही बरोबर. उदासपण येईल, उदासपणही बरोबर आहे. आनंद होईल, तो सुद्धा बरोबर आहे.

हळू हळू दोन्हीही बरोबर - दोन्ही बरोबर - या भावावस्थेत जाता जाता हळूहळू तुमच्या असे लक्षात येईल की ह्या अवस्थेच्या पलीकडे तुम्ही गेला आहात. जसा

साप आपली कात टाकून बाहेर पडतो. संघर्षामधून बाहेर येता. तटस्थ होऊन गेलात. परमात्मा बनलात. हीच अवस्था साक्षीची, हीच अवस्था योगीची. आता तुमच्या जीवनामध्ये दोन उरले नाहीत, तर फक्त एकाचाच जन्म झाला आहे. अद्वैताचा जन्म झाला आहे.

परंतु प्रवास मात्र असा आहे की प्रथम दु:खाला दूर करा, सुखाच्या अवस्थेत या. नरक सोडा स्वर्गामध्ये या. पुन्हा स्वर्गसुद्धा सोडा.

प्रथम रोग दूर करा, प्रकृती चांगली करा. मग चांगले आरोग्यसुद्धा सोडा. आजारपण ही गेले, तर चांगल्या प्रकृतीची चिंता कशाला करायची? आता हे सुद्धा जाऊद्यात. तुम्ही दोन्हींच्याही पलीकडे होऊन जा.

प्रथम पापीपण सोडा, पुण्याचे काम करा. मग पुण्य करणेही सोडा आणि नंतर पाप-पुण्याच्या पलीकडे जा. प्रथम रागावणे सोडा, शांत व्हा. नंतर शांतपणा सुद्धा सोडा आणि रागाच्या पलीकडे जा.

ती तिसरी अवस्था लक्ष्य आहे. आणि तीच परम शांती आहे - आणि परमानंद आहे.

चौथा प्रश्न - प्रिय भगवान,

मला घेऊन जाण्यासाठी रथ कोणत्या दिवशी निघणार? ज्योत पेटवून मला कधी नेणार? कोणत्या तरी दिवशी धगधगते बाण घेऊन याल? धडधडणाऱ्या हृदयावर रेघ मारून निघून जाल. कोणत्या दिवशी तुमची ही आग मस्तकावर लावू? बाणांच्या पुढे प्राण उघडून ठेवू?

प्रश्न विचारला आहे आनंद मैत्रेय यांनी!

ही आकांक्षा सगळ्या संन्याशांची आहे. हा प्रश्न सगळ्यांचा प्रश्न आहे.

जे कुणी माझ्याशी खोल आंतरिक नात्याने जोडले गेले आहेत, त्या सगळ्यांना याच क्षणाची प्रतीक्षा आहे. ते क्षण आत्तासुद्धा येऊ शकतात, आज सुद्धा या क्षणी सुद्धा!

मी तर तयार आहे. पण ते झेलण्यासाठी तुम्हीच तयार नाही. हळू हळू तुम्ही तयार व्हावे, यासाठी प्रयत्न करतोय.

तुम्ही आपल्या कारागृहातून बाहेर या. नाहीतर कमीत कमी तुमच्या कारागृहाची दारे उघडा, की मी आतमध्ये येऊ शकेन.

कारागृहामध्ये तुम्ही आहात, दरवाजे बंद केलेले आहेत आणि गंमत ही आहे की दरवाजावर कुणी पहारेकरीसुद्धा नाही. तुम्हीच दरवाजे बंद करून कुलूप लावून आतमध्ये बसला आहात. घाबरून, अस्तित्वाला घाबरून बसला आहात. आतमध्ये सुरक्षित वाटतंय! बाहेर असुरक्षित आहे.

ही गोष्ट खरी आहे की बाहेर असुरक्षित आहे. परंतु असुरक्षिततेमध्येच जीवन

आहे. असुरक्षित भावनेला समग्र रूपामध्ये स्वीकार करून जगणे म्हणजेच संन्यास होय. म्हणजे आता आम्ही सुरक्षिततेमध्ये जगणार नाही. आता परमेश्वर जसा ठेवेल तसे जगणार! आता जशी त्याची मर्जी!

'जिहि विधि रखे-राम, तिहि विधि रहिए'. आता जे करून घेईल. ते करणार; करवून घेणार नाही तर नाही करणार! आपल्यावरचा भरवसा निसटून जाण्याची घटना आज सुद्धा होऊ शकते.

'निकलेगा रथ किस रोज पार कर मुझको?' रथ तर दाराशी येऊन थांबला आहे. रथ तर आत्ता निघण्यास तयार आहे.

'ले जाओगे कब ज्योति बाट कर मुझको?' मी तयार आहे. दररोज तुम्हाला हाक मारतो आहे की ऐका, तसा तर खूप उशीर झाला आहे. आता पेटवा.

'किस रोज लिए प्रज्वलित बाण आओगे?' मी येऊन थांबलो आहे. दारावर थाप मारतो आहे. तुम्ही ऐकत नाहीये. तुम्ही आतमध्ये 'आपला आरडाओरडा करत आहात. तुम्ही आतमध्ये इतकी वाद्ये लावून ठेवली आहेत की दारावर पडलेली हलकीशी थाप तुम्हाला ऐकू तरी कशी येणार?

तुम्ही आतमध्ये इतका बाजार मांडून ठेवला आहे, इतकी गर्दी तुमच्या आतमध्ये आहे... तुम्ही एकटे नाही आहात. तुम्ही तुमच्या आतमध्ये एक विश्व रचून (बनवून) ठेवले आहे. तेथे खूप संघर्ष आहे, खूप धूळ आहे, खूप उपद्रव आहे. खूप कलह आहे. तेथे प्रत्येक क्षणाला कलह चालू आहे. आणि त्या कलहामुळेच दारावर पडलेली थाप तुम्हाला ऐकायला आली नसेल.

कोणत्या तरी दिवशी तुम्ही प्रज्वलित बाण घेऊन याल?

हृदयावर रेघ ओढून निघून जाल.

परंतु तुम्ही तुमचे हृदय उघडतच नाही! माहिती नाही तुम्ही ते किती गुलदस्त्यात बंद करून ठेवले आहेत आणि तुमचा तो गुलदस्ता तोडलाही जाऊ शकतो, पण तो बलात्कार होईल आणि समजा जबरदस्तीने तुम्हाला स्वातंत्र्यही मिळेल, पण ते गुलामीचे दुसरे नाव असेल.

जबरदस्तीने स्वातंत्र्य मिळू शकत नाही. कारण की तो तर विरोधाभास आहे. स्वातंत्र्य निवडावे लागते. निवड करावी लागते.

फ्रान्समध्ये क्रांती झाली तेव्हा क्रांतिकारी लोकांनी तेथील तुरुंग तोडून टाकले. तुरुंग मोठा होता. त्यामध्ये खूप दिवसांपासून फ्रान्समधील सगळ्यात घोर-नीच अपराध केलेले अपराधी बंद करून ठेवले होते. जन्मभराची शिक्षा मिळालेले कैदी होते.

त्या कारागृहात – बेस्तिले हे त्या कारागृहाचे नाव होते – जे साखळदंड बांधले जात होते ते नेहमीसाठी बांधले जात असत. कारण की त्यामध्ये फक्त आजन्म -

ज्यांना मरेपर्यंत तेथेच राहावे लागणार आहे त्यांनाच फक्त पाठवले जात असे.

त्यामुळे जे साखळदंड बांधले जाई ते बांधलेलेच राहात असत. कुणाचेही साखळदंड कधी तोडले जात नसत. जेव्हा तो कैदी मरत असे तेव्हाच ते तोडले जात. जिवंतपणी कधीही तुटत नसे.

क्रांतिकारींनी तेथे जाऊन बेस्तिलेचा दरवाजा तोडून टाकला. लोकांचे साखळदंड तोडून टाकले. हजारो कैदी होते आणि त्यांना सांगितले की तुम्ही मुक्त झाला आहात. परंतु ते कैदी तयार नव्हते. बाहेर जाण्यास ते तयार नव्हते. ते एकदम आश्चर्यचकित झाले. त्यांचा तर विश्वासच बसला नाही कारण की तुरुंगामध्ये एक प्रकारच्या जीवनशैलीचा त्यांनी स्वीकार केला होता.

कुणी तीस वर्षापासून कैदेत होता. कुणी चाळीस वर्षापासून बंद होता. एक कैदी तर असा होता की तो पन्नास वर्षापासून तेथे होता. पन्नास वर्षे ज्याच्या हातामध्ये लोखंडाचे साखळ दंड आणि पायात बेड्या आहेत, आणि पन्नास वर्ष ज्याने आपल्या कारागृहाच्या कोठडीबाहेर पाऊल ठेवले नव्हते. पन्नास वर्षे ज्याने दररोज वेळेवर जेवण केले आहे. पन्नास वर्षे ज्याने फक्त एकाच पद्धतीने जीवन अनुभवले आहे, त्याचे साखळदंड तुम्ही एकदम तोडले आणि म्हणालात की, तू मुक्त झाला आहेस. तर तो बाहेर जाऊन जाणार कुठे?

त्याला तर आता आठवतही नाही. ज्यांना तो बाहेर सोडून आला होता, त्यांची नावेही त्याला आता आठवत नाहीत. ते जिवंत आहेत की नाही, याचीही त्याला खात्री नाही. ते याला ओळखतील, याचीही खात्री नाही. पन्नास वर्षापूर्वी तो जे काम करत होता, आज तो ते करू शकेल, याचीही खात्री नाही. ऐंशी वर्षाचा म्हातारा माणूस! आता त्याला भाकरी कोण देणार! त्याला कोण रोजगार देणार? कुठे जाणार? कोणत्या दिशेला जाणार? कुणाचा शोध घेणार? कोण त्याचा स्वीकार करणार?

ते म्हणाले, 'नाही - क्षमा करा आम्हाला बाहेर जायचे नाही. आणि आमचे साखळदंड तोडू नका.'

परंतु क्रांतिकारी जिद्दी होते. त्यांनी जबरदस्तीने धक्के मारून, हंटर मारून बाहेर हुसकावून लावले. चाबूक मारूनच. त्यांना तुरुंगात आणले गेले होते. आणि चाबूक मारूनच त्यांना बाहेर घालवले जात आहे. हे स्वातंत्र्य होऊ शकते?

संध्याकाळ होताच अर्धी माणसे परत आली. आणि ते म्हणाले की, 'आम्ही जाऊन जाऊन जाणार कुठे? आम्हाला कमीत कमी रात्री तरी आमच्या कोठडीमध्ये झोपू द्या.

अर्धी रात्र होताच अधिक लोक परत आले आणि ते म्हणाले की 'आम्हाला दुसरीकडे कुठेही झोप येत नाही, बाहेर खूप आरडाओरडा आहे. एक म्हातारा

म्हणाला की हातामध्ये साखळदंड असल्याशिवाय मी झोपू शकत नाही. पन्नास वर्षे हातामध्ये शृंखला आहे, पायामध्ये बेड्या आहेत, तेच माझे सोबती आहेत. मला खूप ओके-बोके वाटते. झोपण्याचा प्रयत्न केला पण झोप येत नाही. माझे साखळदंड मला परत द्या.'

जबरदस्तीने कुणाला स्वतंत्र करण्यात काही अर्थ नाही. आणि हे तर बाहेरचे स्वातंत्र्य आहे. आतमधील स्वातंत्र्य तर अजूनच कठीण गोष्ट आहे.

मी तर दारापाशी उभा आहे, की तुमचे हृदय फाडून बाहेर जाऊ. परंतु जबरदस्ती करू शकत नाही. बलात्कार होऊ शकत नाही. तुम्हालाच हळू हळू आपला बुरखा, आपले कवच काढून फेकावे लागेल. तुम्हाला हळूहळू आपले हृदय माझ्या समोर उघडावे लागेल

धडधडणाऱ्या हृदयावर रेघ मारून निघून जाल

कधीतरी तुमची आग मस्तकाला लावून घेऊ?

जो पर्यंत 'आग' आहे हे माहिती आहे तो पर्यंत कशी घेणार? आग कोणी डोक्यावर कशी घेईल? जेव्हा ही आग तुम्हाला गुलाबांच्या फुलासारखी भासायला लागेल, तेव्हा ....!

'बाणोंके आगे प्राण खोल धर दूंगा । ' बाण समजाल, तर ठेवू शकणार नाही. ज्या दिवशी हे बाण नसतील, औषध असेल तेच विष आहे. तेच औषध आहे.

जेव्हा तुम्ही घाबरता, तेव्हा ते विष वाटू लागते. जेव्हा तुम्ही ते स्वीकार करता तेव्हा ते औषध वाटायला लागते. त्याच दिवशी ही घटना घडेल.

परंतु अडचण कशी येते? अडचण येते, तुमच्या अस्मितेच्या भावनेमुळे!

मला तुफानामध्ये चालण्याची सवय आहे
तुम्ही माझे उद्दिष्ट सोपे करू नका!
फुले थांबवतात काटे मला चालवतात
वाळवंटातील डोंगर चढण्याची इच्छा बळकट करतात
खरे सांगतो अडचणी जेव्हा नसतात
माझे पाय तेव्हा चालण्यासही शरमतात
माझ्या बरोबर हवासुद्धा चालू लागते
तू रस्त्यावरील कणाकणाला तुफान बनव
मला तुफानाबरोबर चालण्याची सवय आहे
तू माझे ध्येय सोपे करू नको.
अंगार ओठावर धरून मी हसतो आहे
मी स्मशानातून जीवन बोलावून आणले आहे

मी लपंडाव खेळलो माझ्या नशिबाशी

शंभर वेळा मृत्युच्या गालाचे चुंबन घेऊन आलो

नाही मला दयेचा स्वीकार - आपला सुद्धा

तू माझ्यावर कोणतेही उपकार करू नको

मला तुफानामध्ये चालण्याची सवय आहे

तू माझे ध्येय सोपे करू नको

श्रमाच्या घामानेच वाट नेहमी शिंपते

गतीची मशाल अंधारामध्येच हसते

काट्यांसंगेच शृंगार पथिकाचा होतो

ध्येयाची भांग रक्तानेच सजते

पावलांना येते गती सालटे निघाल्याने

तू पावलागणिक जळता दगड धर

मी तुफानामध्ये चालण्याची आस धरतो

तू माझे ध्येय सोपे करू नको

मला तर तुझे ध्येय सहज सोपे करावेसे वाटते पण तू त्यासाठी तयार नाहीस.
तुझी अस्मिता सांगते

मला तुफानामध्ये चालण्याची सवय आहे

तू माझे ध्येय सोपे करू नको

मी दयेचा स्वीकार करत नाही, माझा सुद्धा

तू माझ्यावर कोणतेही उपकार करू नकोस

मला तुफानामध्ये चालण्याची सवय आहे

तुम्ही दुःखी आहात, संघर्ष चालू आहे, संघर्ष करत राहाणे हा तुमचा स्वभावधर्म बनला आहे. आणि इथे समर्पण पाहिजे, पण संघर्ष तुमची प्रकृती बनली आहे. तुमच्या इच्छेनेच तुम्ही हा संसार वाढवला आहे; आणि इथे समर्पण हवंय! तुमच्यामध्ये नेहमीच जिंकण्याची आकांक्षा आहे. आणि इथे पराजय होण्याची, पराजयाचा स्वीकार करण्याची क्षमता पाहिजे. तेव्हा आजच घटना घडून जाईल, आत्ता घटना घडून जाईल.

आणि जेव्हा कधी ही घटना घडेल, तेव्हा ती सहजपणे घडेल. त्याची कोणतीही घोषणा होणार नाही, कोणतीही भविष्यवाणी होणे शक्य नाही - केव्हा होईल? आत्ता सुद्धा होईल किंवा जन्मो न् जन्मे होणारही नाही. कधीही होऊ शकते, कारण की प्रत्येक (कोणत्याही) क्षणाला होण्याची शक्यता आहे. जेव्हा कधी मेळ बसेल, जेव्हा कधी राजी होतील, थोडी सुद्धा नकाराची भावना आतमध्ये शिल्लक राहिली नसेल, त्याक्षणी होऊन जाईल.

अशी अचानक भेट तुझ्याशी झाली

जसे मुशाफिराला

न मागता

न प्रार्थना करता

वाटेमध्ये अनमोल मोती मिळतात.

असेच मिळते सारे - प्रेम सुद्धा! अशीच मिळते प्रार्थना सुद्धा! प्रिय व्यक्तीसुद्धा - आणि परमप्रिय सुद्धा!

अशी अचानक भेट तुझ्याशी झाली

जसे मुशाफिराला

न मागता

न प्रार्थना करता

वाटेमध्ये अनमोल मोती मिळतात.

असेच मिळते सारे - प्रेम सुद्धा! असेच मिळते सारे - प्रार्थना सुद्धा!

प्रियाचे हे मिळणे सुद्धा असेच असते आणि परमप्रियाचे सुद्धा!

अशी अचानक भेट तुझ्याशी झाली

जसे मुशाफिराला

न मागता

न प्रार्थना करता

वाटेमध्ये अनमोल मोती मिळतात.

आणि क्षणिक निरोपाची जाणीव आहे.

जसे आयुष्यभर मेहनतीने

जमविलेले धन लुटारू लुटून घेते

जसे सनातनीला म्हातारपणी जाणीव होते

आयुष्यभराची तपश्चर्या व्यर्थ गेली

आणि भेटूनसुद्धा खूप वेळा विरह सहन करावा लागला. पहिल्यांदा तर हवेच्या लहरीप्रमाणे भेट होते; आणि निघून जाणे होते. एक प्रकाशाचा किरण येतो आणि निघून जातो. सुगंध असा तरंगत येतो, हवेमध्ये सळसळत येतो. तुम्ही पकडूही शकत नाही - आली आली - आणि गेली असे होते.

खूप वेळा प्रकाशाचे किरण येतील आणि जातील. हळूहळू तुम्ही त्याचे सूत्र पकडू शकाल. हळूहळू तुम्ही त्याला आपली शाश्वत संपदा बनवाल.

अशी अचानक भेट तुझ्याशी झाली

जसे मुशाफिराला

न मागता

न प्रार्थना करता

वाटेमध्ये अनमोल मोती मिळतात.

ना मागितले होते, ना प्रार्थना केली होती, ना कुणाचा आशीर्वाद होता. अचानक असेच होते. विनासायास!

असे का होते? कारण की जोपर्यंत तुम्ही प्रयास करता. तोपर्यंत तर तुमचा अहंकार असतो. 'मी' काहीतरी मिळवण्याचा प्रयत्न करतो, तेव्हा मी असाच राहातो.

तुम्ही प्रयत्न करून थकून जाता आणि एक दिवस तुम्ही नसता सुद्धा! एखाद्या भाग्याच्या क्षणी कोणतेही प्रयत्न नसतात, ना तुम्ही असता, सारे काही रिकामे असते, सगळीकडे शांतता असते - त्या क्षणी –

अशी अचानक भेट तुझ्याशी होते

जसे मुशाफिराला

न मागता

न प्रार्थना करता

वाटेमध्ये एक अनमोल मोती मिळतो

आणि तात्पुरत्या निरोपाची ही जाणीव आहे.

आणि विरहाच्या क्षणी असे वाटते की,

आणि तात्पुरत्या निरोपाची जाणीव आहे

जैसे

जशी कुण्या कंजुषाची आयुष्यभराची कमाई हासिले- मेहनती-जिंदगी; आयुष्यभर त्या कंजूष माणसाने जमविलेली संपत्ती 'राहजन छिन ले' - वाटमाऱ्या लुटून घेऊन जाईल!

'जसे तपस्वीला म्हातारपणी जाणीव होईल

आयुष्यभराची मेहनत व्यर्थ गेली.'

आणि जसे एखाद्या तपस्वीने आयुष्यभर तपश्चर्या केली आणि नंतर त्याला समजेल की,

जसे तपस्वीला म्हातारपणी जाणीव होईल

आयुष्यभराची मेहनत व्यर्थ गेली.'

आयुष्यभराची मेहनत वाया गेली. ज्यांनी आयुष्यभर उपवास केले, प्रार्थना केली, अनेक पूजा केल्या आणि त्याला नंतर वाटेल की अरे साऱ्या आयुष्याची मेहनत कवडीमोलाची होऊन गेली. किंवा जसे एखाद्या कंजूष माणसाने कष्ट करून पैसे जमवले आणि रस्त्यामध्ये गुंडांनी लुटून न्यावे.

परमेश्वर येतो, तेव्हा असे वाटते की न मागताच आला. आणि जातो तेव्हा असे

वाटते की सगळे काही लुटून नेले. तुम्ही पहिल्यापेक्षा अधिक दरिद्री होऊन जाल. कारण की प्रथम काहीच अनुभव नव्हता, त्यामुळे काही माहितीच नव्हते, तुलना सुद्धा करू शकत नव्हतो कारण की संपदा काय असते हे माहितीच नव्हते.

एकदा डोळ्यांना दिसायला लागले आणि पुन्हा अंधार दाट होऊन गेला, तर पहिल्यापेक्षा तो अंधार अधिक दाट वाटायला लागतो. तुम्ही खूप रडाल, खूप तडफडाल. सगळे लुटले गेले लुटेऱ्यांनी लुटून नेले.

एक तर तो विरह आहे, जो परमेश्वराला जाणण्यापूर्वी माणसामध्ये असतो. तो खूप खोल नसतो. खूप खोल असूही शकत नाही कारण की त्याला बघितलेही नसते, त्याचे सौंदर्यही माहिती नसते, त्याची झलकसुद्धा कधी बघितली नव्हती, तर आपण रडू शकतो, पण त्या रडण्यामध्ये किती गहनता असणार?

अनुभवच नाही, तर काय रडणार? कशासाठी रडत आहात? तो आहे की नाही याचीही खात्री नाही! कधी होता का? की फक्त कपोलकल्पित आहे?

पुन्हा अनुभव होतो आणि अनुभव, लक्षात ठेवा - अचानक - विनासायास!

परंतु याचा हा अर्थ नाही की तुम्ही काही प्रयत्नच करायचा नाही. तुम्ही प्रयत्न केले नाही, तर अनायासे सुद्धा होणार नाही. प्रयत्न करता करता, थकून जाऊन एक दिवस तुमच्या लक्षात येईल की, प्रयत्नांनी तर होतच नाहीये. जे काही करायला हवे होते ते सगळे तुम्ही करून चुकलात. ते करून तुम्ही शेवटची सीमा गाठवून दिली त्याच शेवटच्या सीमेवर विश्राम होतो आणि आता दुसरे काहीच करायला उरले नाही. तुम्ही शिथील होऊन बसता. विश्रामाची वेळ येते. या विश्रामामध्ये विनासायास –

जसे मुशाफिराला

न मागता

न प्रार्थना करता

वाटेमध्ये अनमोल मोती मिळतो.

परंतु हा मोती मिळतो आणि हरवतो. हा मोती पूर्णपणे मिळण्यापूर्वी खूप वेळा हातामध्ये येईल आणि सुटून जाईल.

परंतु तयारी तर तुम्हालाच करावी लागेल; दरवाजे तुम्हाला उघडे करून ठेवावे लागतील. भय तर तुम्हालाच सोडावे लागणार.

सद्गुरूच्या जवळ शिष्याने आपले भय सोडायला हवे. भय हे खूप मोठा अडथळा आहे. संकोच सोडायला हवा. संशय - संदेह अगदी स्वाभाविक गोष्टी आहेत त्या सुद्धा सोडायला पाहिजे. 'आस्थे'चा जन्म व्हायला पाहिजे. श्रद्धेचा उगम व्हायला पाहिजे.

ही घटना घडणार आहे. निश्चित घडेल. तुमच्याशिवाय घटना घडायला राजी

होणार नाही.

कुणाला सुद्धा जबरदस्तीने मुक्त केले जाऊ शकत नाही. कारण की जबरदस्ती आणि मुक्ती हे विरोधाभास आहेत. मोक्ष तर तुमच्या अनंत स्वीकारामुळे उत्पन्न होतो. तुम्ही स्वतंत्र होणार - आपल्या सहजतेने ओढूनताणून नाही.

ओढूनताणून मिळवलेले स्वातंत्र्य तसेच असेल जसे एखाद्या फुलाच्या कळीला जबरदस्तीने उमलवले जाते. तसे केले तरी पाकळ्या प्रथमपासूनच मृतवत होऊन जातील. फुलाचे आपोआप उमलणे किती चांगले आहे.

तेव्हा तू मला सूर्यच बनलेले राहू देत. मी आपल्या हातांनी तुझ्या कळीला शिवणार नाही. मला तू लांबून, प्रकाशासारखे, तुझ्यावरती पडू देत. तू माझ्यावर अवलंबून आहेस याची काळजीच करू नको - की माझ्यावर तुला अवलंबून राहायचे आहे.

आणि तू माझ्या हातांची वाट सुद्धा बघू नकोस की तो येऊन तुझ्या कळीला उमलवेल. ती दुश्मनी होईल. त्याने तुझे कल्याण होणार नाही.

सूर्याला प्रकाशासारखेच राहू देत. तुझी कळी उमलेल. ही इच्छा म्हणूनच निर्माण होते की कळीला उमलायचे आहे. म्हणून विचारले,

'निकलेगा रथ किस रोज पार कर मुझको' रथाचा अस्पष्ट आवाज ऐकू येऊ लागला म्हणून! दूरवरून आवाज ऐकू येत आहे, जसे आकाशामध्ये ढगांचा गडगडाट होतोय. खूप लांब - असा रथ कुठेतरी येत आहे, ते ऐकू येऊ लागले आहे. 'निकलेगा रथ किस रोज पार कर मुझको!' म्हणून विचारले आहे.

'ले जाओगे कब ज्योति बार कर मुझको' ज्योतीचा आभास कुठे कुठे होऊ लागला आहे. खूप हळू आहे. कदाचित प्रतिबिंबासारखे असेल. आकाशातील तारे दिसत नाहीत, पण तलावामध्ये पडलेल्या ताऱ्यांचे प्रतिबिंब मात्र दिसते.

'किस रोज लिये प्रज्वलित बाण आओगे?' आणि मी बाणासारखा टोचूही लागलो आहे, म्हणून आठवण येते आहे. आता वेदनाही सुरू व्हायला लागल्या आहेत. टोचणेही सुरू झाले आहे.

'खींचते हृदय पर रेख निकल जाओगे'. इच्छा जागी झाली आहे, बीज तर पेरले गेले आहे. वृक्षही होणार. फळे सुद्धा लागणार, फुलेही उमलणार.

'किस रोज तुम्हारी आग सीस पर लूंगा?' आज आग जशी लागते, तशी ती घेण्यास मनही तयार होते. यावरून तुमच्या लक्षात यायला लागले असेल की ही आग दिसते, पण ती आग नाहीये. फुलांची लाली आहे.

कधी कधी जंगलामध्ये बघितले आहे, ग्रीष्म ऋतूमध्ये पळसाची फुले जंगलामध्ये फुलतात, तेव्हा असे वाटते की साऱ्या जंगलाला आग लागली आहे. इंग्रजीमध्ये तर पळसाच्या फुलाला आगीचे फूल असेच म्हणतात. दुरून तर असेच दिसते की

सारे जंगल पेटून उठले आहे. जसे जसे जवळ जाल तसे तसे दिसेल की ती फुले आहेत, आग नाही.

किस रोज तुम्हारी आग सीस पर लूंगा?
बाणों के आगे प्राण खोल कर दूंगा ।

मनामध्ये इच्छा तर निर्माण होत आहे. इच्छा होते आहे की उघडून समोर ठेवू. कदाचित कुणी थांबवते आहे. - कोणतेतरी भय, एखादी जुनी सवय, काही संस्कार! परंतु किती वेळ थांबवू शकेल? कारण की आकांक्षा भविष्याची आहे आणि संस्कार भूतकाळाचे आहेत. संस्कार मृतवत आहे, आकांक्षा जिवंत आहेत. आकांक्षामध्ये आत्मा आहे, संस्कार केवळ वाटेवर पडलेली एक छोटीशी रेघ आहे, जिच्यावरून तुम्ही गेला आहात. म्हणूनच जेव्हा कधी आकांक्षा आणि अतीतमध्ये संघर्ष होईल, तेव्हा भूतकाळ (अतीत) हारतो, आकांक्षा हारत नाही. आकांक्षेबरोबर भविष्यकाळ आहे

तेव्हा तुमच्यामध्ये आकांक्षा तर निर्माण होत आहे. चांगली आकांक्षा निर्माण होत आहे. तिला खतपाणी घाला. तिचा सांभाळ करा. हे आत्ता छोटेस रोपटे आहे, त्याला आधार द्या. हे रोपटे वाढत जाईल. हे वाढेल.

तुला माझी पूर्ण साथ आहे. परंतु मी येऊन जबरदस्तीने तुझ्या पाकळ्यांना उमलवणार नाही. मी उमलवू शकत नाही.

उमलवू शकत नाही, कारण की तुझ्याबद्दल मला प्रेम आहे. नाहीतर स्वत:ची उमलवण्याची क्षमता नेहमीसाठी तू संपवून टाकशील.

माळी कोणतीही फुले स्वत:हून उमलवत नाही. पाणी देतो, खाद्य देतो, परंतु कोणतेही फूल हाताने उमलवत नाही. संधी देतो - रोपट्याला सुद्धा - की जेव्हा केव्हा वेळ येईल तेव्हा पिकेल, जेव्हा वसंत येईल, जेव्हा फुलाच्या आतमध्ये उमलण्याची क्षमता निर्माण होईल, तेव्हा फूल आपणहून उमलेल.

आपणहून उमलणे हा सहज योग आहे. कबिरांचे सारे वचन सहज - योगाचा मार्ग दाखवतात. सहजतेला समजलात तर कबिरांना समजलात.

आज एवढेच!

◆

'कहै कबीर मैं पूरा पाया'मधून

साधो, सब्द साधना कीजै ।
जेहि सब्द ते प्रगट भये सब, सोई सब्द गहि लीजै ।।
सब्द गुरु सब्द सुन सिख भये, सब्द सो बिदला बूझै ।।
सोई शिष्य सोई गुरु महातम, जेही अंतर गति सूझै ।।
सब्दै वेद पुरान कहत है, सब्दै सब ठहरावै ।
सब्दै सुर मुनि संत कहत है, सब्द भेद नहिं पावै ।।
सब्दै सुन सुन भेष धरत है, सब्द कहै अनुरागी ।
खट दरसन सब सब्द कहत है, सब्द कहै वैरागी ।।
सब्दै काया जग उतपानी, सब्दै केरी पसारा ।
कहै कबीर अहं सब्द होत है, भवन भेद है न्यारा ।।
कबीर सब्द सरीर में, बिन गुण बाजै तंत ।
बाहर भीतर भरि रहूया, तायै छूटि भरति ।।
सब्द सब्द बहु अंतरा, सार सब्द चित देय ।
जा सब्दै साहब मिलै, सोई सब्द गहि लेय ।।
सब्द बराबर धन नहिं, जो कोई जानै बोल
हीरा तो दामों मिलै, सब्दहिं मोल न तोल ।।
सीतल सब्द उचारिये । अहम आनिये नहिं ।
तेरा प्रीतम तुज्झमें, सत्रु भी तुझ माहिं ।।

प्रवचन सात

शब्दांची साधना करा

'साधो, सब्द साधना कीजै ।'

सगळ्यात प्रथम 'साधु' शब्दाचा अर्थ समजून घ्या. कबिरांची सारी वचने कुणाला तरी संबोधून केली गेली आहेत. लिहिलेले नाही, सांगितली गेली आहेत, कुणाला तरी सांगितली गेली आहेत, कुणाच्या तरी संदर्भामध्ये आहेत. अंधारामध्ये कोणत्याही दिशेला तीर मारलेला नाही. कोणी तरी समोर आहे, त्याला लक्षात घेऊन सांगितले गेले आहे.

कबिरांच्या वचनांमध्ये संवाद आहे. कबिरांच्या वचनांमध्ये संदर्भ आहे.

त्यातील काही वचने 'साधु' या शब्दापासून सुरू होतात. काही वचने 'संत' पासून सुरू होतात. काही वचने 'पंडित' (विद्वान-ब्राह्मण) या शब्दापासून, काही वचने मुल्ला-काजींपासून, काही वचने सुरू होतात 'संन्यासी' पासून आणि काही वचने सुरू होतात 'कबिरा' पासून, कबीर स्वतःच संबोधित करतात 'कबिरा' म्हणून!

हे सारी वचने समजून घेण्यासारखी आहेत. ब्राह्मण-विद्वान यांच्या विरोधात तर ते पहिल्यापासून आहेत. म्हणून त्यांनी जेथे ब्राह्मणांना- विद्वानांना संबोधून जे काही केले आहे, त्याचे खंडन करण्यास ते तयार आहेत. तेथे ते तलवार घेऊन उभे आहेत. त्या वचनांमध्ये ज्वाला आहे, क्रांती आहे, विध्वंस आहे. कारण की कबीर म्हणतात, शास्त्र समजल्याने सत्य समजतेच असे नाही. हो पण एखाद्याने सत्य समजून घेतले तर शास्त्र जरूर समजून घेतले जाऊ शकते.

कितीही वाचा, कितीही लिहा, काहीही हाती येणार नाही. शाईने कितीही हात काळे करा कुठेही पोहोचणार नाही. डोके भरून जाईल, शब्दाशब्दांनी डोके भरून जाईल. आणि असंख्य शब्दांच्या गर्दीमुळे, जो मूळ शब्द आहे, तोच ऐकू येणार नाही. हा विरोधाभास लक्षात घ्या.

मूळ शब्द तुम्हाला ऐकायला येतो जेव्हा तुमचे सगळे शब्द हरवतात. जेव्हा तुम्ही निःशब्द होता, तेव्हा ऐकू येतात. हा विरोधाभास वाटेल. परंतु निःशब्दतेमध्येच ऐकू येते.

शब्दापासून अर्थ – परमेश्वराचा स्वर, अस्तित्वाचा स्वर - हे जे एकत्रित प्राणांचे आंदोलन आहे ते ! परंतु आपण आपल्याच शब्दांनी भरून गेलो आहोत आणि तेथे शब्दांची खूप गर्दी झाली आहे, तेथे शब्द आणि सिद्धांतांचा खूप गोंधळ झाला आहे, तेथे कोण ऐकणार? कसे ऐकणार? अशा आरडाओरडीमध्ये परमेश्वराची हळुवार वाणी हरवून जाते.

हा जो आतमध्ये विणेचा हळुवार स्वर वाजतो आहे, तो ऐकू येणार नाही, कसा ऐकू येईल? हा जो नगारखाना आहे, ज्यामध्ये आम्ही अनेक विचित्र गोष्टी एकत्र

करून भरून ठेवल्या आहेत, हे जे आमचे मन आहे, त्यामध्ये शास्त्र आहे, सिद्धांत आहे, वाद-विवाद आहे, राजनीती आहे, धर्म आहे, अजून काय काय आहे माहीत नाही! पण ही जी कचरा-पट्टी आपण गोळा केली आहे, या कचरापट्टीमध्ये हिरा दबून गेला आहे.

त्यामुळे कबीर जेव्हा पंडितांविषयी बोलतात, तेव्हा समजून घ्या की ते तो विषय संपविण्यासाठी तयारच आहेत.

बनविण्यासाठी मिटवणे जरुरीचे आहे. निर्माण करण्यासाठी विध्वंसाची जरूर आहे. जुने घर पाडावे लागते, तेव्हाच नवीन घर बांधले जाते. जुने शरीर जाळले जाते, तेव्हाच नवीन जन्म मिळतो.

पंडितांचा-विद्वानांचा विषय आला की कबीर तलवार घेऊन उभे राहिलेच म्हणून समजा.

अशाच प्रकारे मुल्ला आणि काजी आहेत.

संन्यासी किंवा योगींबाबत कबीर बोलतात तेव्हा ते आदराने त्यांचा उल्लेख करतात. परंतु कबीर स्वत: संन्यासींबाबत फारसे अनुकूल नाहीत. तरीसुद्धा संन्यासी - योगी यांच्याबद्दल त्यांच्या मनामध्ये आदर आहे.

'संन्यासी'चा अर्थ आहे ज्याने सगळे सोडले, जो त्यागी बनला. परमहंस यांनी– घर-दार सोडले, घरदारच सोडले असे नाही तर वर्णव्यवस्था झिडकारली, समाज सोडला, सभ्यता (संस्कृती-भलेपणा) सोडली, संन्याससुद्धा सोडला. संन्यास ही एक परमअवस्था आहे.

गृहस्थीपासून माणूस संन्यस्त बनतो, त्यानंतर जो संन्यस्ताच्याही पलीकडे जातो, तो योगी होय!

'अवधू' (योगी) शब्द सुद्धा चांगला आहे. याचा अर्थ आहे, 'वधू जाके न होई, सो अवधू कहावे ।' ज्याला दुसऱ्याची जरूर राहिली नाही, 'वधू' म्हणजे दुसरा! कुणाला पत्नीची गरज आहे, कुणाला घराची गरज आहे, कुणाला दुकानाची गरज आहे, कुणाला मित्राची गरज आहे, कुणाला मुलाची, मुलीची, कोणती ना कोणतीतरी गरज आहेच.

कुणाला संपत्तीची तर कुणाला पदाची!

जोपर्यंत दुसऱ्या कशाची गरज आहे तो पर्यंत तुम्ही 'अवधू' योगी नाही. जो 'पर' दुसऱ्यापासून मुक्त झाला, ज्याला दुसऱ्याची गरज उरलेली नाही, जो एकटा पुरेसा आहे, आपल्यासाठी जो पुरेसा आहे, असे सगळे सोडून जो गेला आहे. संसारापासून एकदम विरक्त झाला आहे - पूर्णपणे ज्याने पाठ फिरवली आहे, तो आहे संन्यासी - योगी!

कबिरांच्या मनामध्ये संन्यासींबद्दल आदरभाव आहे. परंतु त्यांची जीवनपद्धती

त्यांना मान्य नाही. कारण की कबीर म्हणतात, कुठे जाण्याची कोणतीच गरज नाही, इथेही सगळे होऊ शकते. जे धावत जाऊन पळून जाऊन, जंगलामध्ये, पर्वतांमध्ये जाऊन करतात, ते इथे बाजारातसुद्धा होऊ शकते. इतक्या दूर जाण्याची काय गरज आहे? परमेश्वर लांब नसून जवळच आहे. परमेश्वर तुमच्या हृदयामध्येच विराजमान झाला आहे.

कबीर म्हणतात, संसार सोडणे, ही संसारामध्ये राहाण्यापेक्षा मोठी गोष्ट आहे. परंतु संसारामध्ये राहाणे आणि संसार सोडून राहाणे ही संसार सोडण्यापेक्षा सुद्धा मोठी गोष्ट आहे.

म्हणून कबीर म्हणतात, संन्याशांच्या वरची एक अवस्था आहे, आणि ती अवस्था आहे - पाण्यामध्ये जसे कमळ. संसारामध्ये राहूनसुद्धा संसारामध्ये स्वतःचे अस्तित्व नसणे. कबीर त्याबाबत पक्षपाती आहेत.

परंतु संन्यासींबाबत त्यांच्या मनात आदर आहे. ते म्हणतात, काही तरी केले, स्वतःला थोडे तरी बदलवले, 'दुसऱ्या' पासून मुक्त झाले. संसारापासून मुक्त झाले. परंतु कबीर म्हणतात की संसारापासून मुक्त होण्यापेक्षाही मोठी गोष्ट आहे ती, संसारामध्ये मुक्त होणे. ती कबिरांची संसार आणि परमात्मा यांच्यामधील तडजोड आहे, संसार आणि परमेश्वरामधील समन्वय आहे.

संसारीपेक्षा त्यागी अधिक चांगला आहे. परंतु त्यागीपेक्षा अधिक चांगला आहे जो संसारामध्ये राहून संन्यस्त आहे.

हीच माझी संन्यासाची धारणा आहे. तुम्ही जेथे असाल, तेथे, जसे असाल तसे, बरोबर त्याच अवस्थेमध्ये तुमच्या आतमध्ये परिवर्तन होऊन जाईल. कारण की परिवर्तन मनःस्थितीचे आहे, परिस्थितीचे नाही.

'अवधू' योगीचा अर्थ आहे परिस्थिती सोडून निघून गेला. आदर करण्यासारखे आहे; परंतु कबिरांची आपली धारणा तशी नाही.

म्हणून जेथे ते 'अवधूत' संन्यासींचा उल्लेख करतात, तेथे तुम्ही जरूर समजा की ते आदराने बोलत आहेत. त्यांचे खंडन करणार नाही. योगींच्या अवस्थेचा त्यांनी स्वीकार केला आहे, परंतु आपल्या शिष्यांना ते संन्यासी व्हा असे कधीच सांगत नाहीत. ते त्यांना त्यापेक्षा अधिक उंचावरती घेऊन जातात.

जेथे कबीर 'भाई' असा उल्लेख करतात, तेव्हा समजायचे की ते सामान्य जनतेला संबोधून सांगत आहेत. असे संबोधित करणेही प्रिय वाटते. जेव्हा कबीर बोलतात 'भाई', तेव्हा ते सामान्य जनतेला संबोधून असते. सर्वसाधारण लोकांनाच ते 'भाई' म्हणतात.

ज्यांना परमअवस्था प्राप्त झाली आहे त्यांना हे लक्षात आले आहे की, तुम्हालासुद्धा परमअवस्था प्राप्त होऊ शकते. आणि समजा तुम्हाला प्राप्त होत

नसेल तर तुम्हीच काही तरी अडचणी निर्माण करून ठेवल्या असतील.

ज्यांना परमअवस्था प्राप्त होते, ते हे सुद्धा बघतात की ही तुमचीसुद्धा प्रतिष्ठा आहे. तुम्ही एखाद्या बीजासारखे आहात, - दुसरी गोष्ट ही की तुमच्यामध्येही वसंत येऊ शकतो, बहर येऊ शकतो, फुले उमलू शकतात.

म्हणूनच कबीर जेव्हा सामान्य माणसांना संबोधून बोलतात, तेव्हा ते खूप प्रेमाने म्हणतात - 'भाई'.

सामान्य माणसाबद्दल त्यांना खूप सद्भाव, खूप प्रेम आणि खूप करुणा वाटते. त्यामुळे जे वचन 'भाई' पासून सुरू होते तेव्हा असे समजा की ते सामान्य लोकांसाठी आहे. सर्वसाधारण सरळ लोक, ना पंडित आहेत ना पुरोहित आहेत, ना काजी आहेत ना मुल्ला, सरळ-साधे लोक, जीवन जसे आहे, तसे जगत आहेत. परंतु आपल्याजवळ असलेल्या संपत्तीबाबत अपरिचित, अशांना ते 'भाई' म्हणतात. त्यांना म्हणतात की जे मला मिळाले आहे, ते तुला सुद्धा मिळू शकते. माझ्यामध्ये आणि तुझ्यामध्ये काही फरक नाही. आपण एकाच परमेश्वराची लेकरे आहोत; म्हणून 'भाई' आणि आपण एकाच संपत्तीचे मालक आहोत, म्हणून 'भाई'!

कधी कधी कबीर संबोधित करतात, जोगिया, जोगड्या, योगी - हे शब्द ते खूप तिरस्काराने वापरतात. 'जोगिया'चा अर्थ होतो, जो क्रियाकांडामध्ये अडकला आहे. जे मूळ आहे ते विसरला आणि जे नाही ते धरून बसला आहे. कोणी शीर्षासन करतो आहे, कोणी काट्यांवर झोपला आहे, कोणी (शरीराच्या) कसरती करत आहेत. या सगळ्याला ते 'योगिया', 'जोगिया' म्हणतात.

खरा योग तर ते विसरूनच गेले आहेत. खरा योग तर अंतर्यात्रा आहे. आणि हा शरीरामध्येच अडकून पडला आहे. दिसायला तर दिसतो अध्यात्मवादी परंतु पूर्णपणे शरीरवादी आहे. त्याची जगण्याची सारी प्रक्रिया शरीरामध्ये अडकली आहे. धौती करतो आहे, शरीराचे प्रक्षालन करतो आहे. उपवास करतो आहे. असे भोजन, तसे भोजन. अशा प्रकारे बसतो, तशा प्रकारे उभा राहातो. चोवीस तास गोंधळलेला आहे. वरवर बघता असे वाटते की आत्म्याचा शोध घेण्यामध्ये मग्न आहे, परंतु सारा शोध शरीराशी जोडलेला आहे असेच वाटते.

काल एका मित्राने प्रश्न विचारला. प्रश्न होता की आजारी व्यक्तीच्या आयुष्यामध्ये समाधी प्राप्त होऊ शकते का? बुद्ध पुरुषाला कॅन्सरसुद्धा होऊ शकतो, क्षयरोगही होऊ शकतो? प्रश्न विचारणाऱ्याने हे सुद्धा लिहिले होते की, जैन धर्म मानणारे म्हणतात की आमच्या महावीराचा देह बघा. किती सुंदर देह आहे. कसा निरोगी देह आहे. कधीसुद्धा रोग माहिती नाही.

कारण की जेव्हा ज्ञान प्राप्त होते, तेव्हा शरीराचे सुद्धा परिवर्तन होते.

जैन तर म्हणतात की महावीर मल-मूत्र सुद्धा विसर्जन करत नाहीत. कारण की

साधारण लोक मल-मूत्र विसर्जित करतात. देहाचे परिवर्तन झाले आहे.

जैन तर म्हणतात की महावीरांना घाम येत नाही. घाम तर साधारण लोकांना येतो. जैन तर असे म्हणतात की महावीरांच्या शरीरामधून एक प्रकारचा सुगंध येतो. घामाची तर गोष्टच दूर! दुर्गंधीचे तर नावच घेऊ नका.

जैन लोक तर असेही म्हणतात की महावीरांच्या शरीरामधून आता रक्त वाहात नाही; दूध वाहते आहे.

ज्याने हा प्रश्न विचारला त्यानेच पुन्हा विचारले की आत्म्याच्या बरोबर शरीरसुद्धा सर्वांगरूपाने बदलून जाते हे खरे आहे का?

नाही, ही गोष्ट खरी नाही.

रामकृष्णांना कॅन्सर झाला होता. महर्षि रमण यांना कॅन्सर झाला होता आणि तुम्हाला कुणी सांगितले की महावीरांना रोग झाले नव्हते! महावीर मरण्यापूर्वी सहा महिने वाईट पद्धतीने आजारी होते. आव झाल्याने ते त्रस्त होते. परंतु जैनशास्त्र ते लपवण्याचा प्रयत्न करतात. ते असे म्हणतात की तो महावीरांचा आजार नव्हताच. महावीरांचा एक शत्रू होता -गौसालक- त्याने महावीरांवर तेजोलेश्या फेकली, जादूटोणा केला. त्याने क्रोधामुळे महावीरांवर जो अग्नी फेकला - तेजोलेश्याचा - तो महावीरांनी पचवला. तो तर सगळेच पचवतात. त्यालाही त्यांनी पचवले. परंतु त्याच अग्नीमुळे त्यांच्या पोटाला आजार लागला आणि त्यांना जुलाब होऊ लागले. पोटात आव झाल्याचा आजार त्यांना लागला. त्यांच्या शरीरात आजार नव्हता.

या तर आख्यायिका आहेत. रामकृष्णांचा एक भक्त सांगतो की कुणाला तरी कॅन्सर होता, परमहंसांनी तो आपल्यावर घेतला. कोणा एका भक्ताचा कॅन्सर आपल्यावर घेतला. रमण यांचा भक्त असे सुद्धा म्हणू शकतो की साऱ्या जगाची दु;खे त्यांनी घेतली. जसे शंकराने विष प्यायले आणि नीळकंठ झाले. असाच रमण महर्षिंना गळ्याचा कॅन्सर झाला कारण की साऱ्या जगाचे दुःख त्यांनी आपल्यावर ओढून घेतले होते.

ही सगळी निरर्थक बडबड आहे. याला काहीही किंमत नाही परंतु एक गोष्ट मात्र स्पष्ट आहे की तथाकथित अध्यात्मवादी खूप देहवादी, भूतवादी, पदार्थवादी-वस्तुवादी आहेत.

खरं तर हे आहे की शरीर तर रोगाचे घर आहे. शरीर म्हणजे रोग. शरीर निरोगी राहाणे हा चमत्कार आहे. शरीर आजारी असणे हे स्वाभाविक आहे.

परंतु आपले लक्ष देहवादाकडे आहे. महावीरांना आत्मज्ञान प्राप्त झाले तर आपण लगेच त्याची लक्षणे शरीरामध्ये बघू लागतो - वाटते की शरीरामध्ये असायला पाहिजे. आणि मग मुर्खासारखे आपण म्हणतो की, रक्ताचे दूध बनले. समजा शरीरामध्ये दूध वाहू लागले तर शरीर सडून जाईल. कारण की दूध कधीही

दही बनेल. दुधामुळे माणूस जगूच शकणार नाही, रक्त आवश्यक आहे.

आणि शरीर, ज्यांना बुद्धत्व प्राप्त झाले आहे त्यांचे शरीर, सर्वसाधारण लोकांपेक्षा अधिक जीर्ण होऊन जाते. कारण की त्यांचा शरीराशी संपर्क सुटून जातो. देह आहे आणि नाही. शरीराचे सारे संबंध तुटून जातात. शरीराचे सारे पूल तुटून गेले, शरीराशी कोणते बंधन राहिले? आता शरीरामध्ये आपले प्राण टाकतच नाही. शरीर तर असेच झिजायला लागते. पूर्वकर्मांचे संस्कार आहे, तो पर्यंत शरीर चालेल आणि एक दिवशी संपेल.

म्हणून तर सद्गुरू किंवा बुद्धत्व प्राप्त झालेल्या व्यक्ती दुसऱ्यांदा जन्म घेत नाहीत. कारण की त्यांच्या शरीराला निर्माण करण्याची क्षमताच शांत झालेली असते. शरीराचा मोह सुटला की देह निर्माण करण्याची क्षमता सुद्धा संपून जाते.

परमज्ञानाच्या अवस्थेनंतर तर तुम्ही घरात राहातच नाही, तुम्ही पडक्या भागात – भग्नावशेषामध्ये – राहाता कारण की मालक उदास होऊन गेला, तटस्थ झाला, गूढ होऊन गेला, मग घराची काळजी कोण करणार? आणि घर तर आज नाही उद्या पडणार आहे. घर पडणे सुरू होते.

परंतु आपली पकड खूप शारीरिक आहे. आपण तर महावीरांचे असे चित्र रंगवतो की महावीर जणू दारासिंग आहेत. काहीतरी शुद्धावस्थेत बोला.

समजा हे खरे आहे की, महावीरांचा देह परमज्ञान प्राप्त झाल्यामुळे सर्वार्थाने निरोगी झाला तर मग जे लोक सर्वांगीण निरोगी आहेत त्यांना परमज्ञान प्राप्त होईल? असे असेल तर जंगलामधील प्राण्यांनासुद्धा सहजपणे बुद्धत्व प्राप्त होईल.

'योगी'मध्ये सुद्धा अशीच धारणा आहे की कोणत्याही प्रकारे शरीर निरोगी ठेवा, व्यायाम करा आणि आयुष्य वाढवा. तुम्हाला एखादा योगी भेटला दिसायला चाळीस-पंचेचाळीस वर्षाचा दिसतो. आणि म्हणेल की माझे वय दीडशे वर्षे आहे तर तुम्ही आश्चर्यचकित व्हाल. तेव्हा तुम्ही मान्य करता की, हा कुणी तरी महान योगी दिसतोय.

तुमचे लक्ष शरीराकडे अधिक जाते. तुमची विचार करण्याची पद्धत भौतिकवादी आहे. कबीर त्याला म्हणतात – जोगिया! गप्पा अध्यात्माच्या मारतो, परंतु त्याची पकड शरीरावर आहे. गप्पा तर खूप मोठ्या उंचावरून करतो पण राहातो मात्र एकदम खालच्या तळावर. शरीरामध्येच अडकून पडला आहे.

सगळे जैनमुनी जवळ जवळ जोगिया बनून गेले आहेत. सदैव शरीराच्याच चिंतेमध्ये असतात. असे खाणे, असे पिणे, असे नाही खायचे, असे नाही प्यायचे. आज उपास. बस एवढेच!

हे आणि ते सारखे हेच चालू राहाते. जसे दुसरे करण्यासारखे काही नाहीच! ध्यान लावण्यासाठी वेळच मिळत नाही. या सगळ्या भानगडींपासून (गोरखधंदा)

वेळ मिळेल तर 'ध्यान' लावले जाईल ना!

माहिती आहे 'गोरखधंदा' शब्द गोरखनाथापासून आला. कारण की गोरखनाथांच्या शिष्यांनी 'गोरखधंदा' सुरू केला होता. बस त्यांचे काम हेच होते की, हे खा, ते प्या. या प्रकारे बैठक घाला, अशा प्रकारे कान भरा इतक्या गोष्टी! सगळ्या शरीर केंद्रित! सगळे त्याला 'गोरखधंदा' म्हणू लागले.

जेव्हा एखादा माणूस कारण नसताना आपल्याच कामासाठी धावपळ करत असेल तर आपण म्हणतो काय गोरखधंद्यात पडला आहे? या गोरखधंदा शब्दामागे 'गोरखनाथ' जोडले गेलेले आहेत याचा आपल्याला थांगपत्ताही नाही.

'जोगिया'चा अर्थ होतो! निघाले होते आत्मा शोधायला, अडकले गेले शरीरामध्ये! निघाले होते यात्रा करायला, नकाशामध्येच अडकून गेले. नकाशा बघण्यामध्येच बसून राहिले. विचार केला होता, परलोकी जाऊ पण याच लोकांची शुद्धी करण्यामध्ये मग्न झाले आणि इथेच संपून गेले.

कबीर जेव्हा 'जोगिया' असा उल्लेख करतात तेव्हा समजून घ्या की ते थट्टा-मस्करी करत आहेत, ते टिंगल करताहेत.

कधी कधी कबीर 'साधु' म्हणतात - आणि कधी कधी 'संत'. जेव्हा कबीर साधु किंवा संत असे संबोधितात तेव्हा ते त्यांच्या शिष्यांना उद्देशून असते.

'साधु'चा अर्थ आहे जो संत होण्यासाठी निघाला आहे आणि 'संत'चा अर्थ आहे जो पोहोचला. ते आपल्या अशा पोहोचलेल्या शिष्याला उद्देशून बोलतात, तेव्हा ते संत असा उल्लेख करतात आणि आपल्या नवीन शिष्यांना, जे प्रशिक्षण घेत आहेत ज्यांनी आत्ता आत्ता कुठे प्रवासाला सुरुवात केली आहे, त्यासाठी बाहेर पडले आहेत, त्यांच्यासाठी ते 'साधु' असा उल्लेख करतात.

आणि कधी कधी कबीर असेच आपल्या स्वत:ला उद्देशून काही बोलतात. कबीर जेव्हा स्वत:ला संबोधून काही व्यक्त करतात, त्या वेळेस ते खूप अदभुत बोलतात. तेव्हा ते असे म्हणतात की, ही गोष्ट एका बुद्धाने दुसऱ्या बुद्धाला सांगण्यासारखी आहे. ही गोष्ट दुसऱ्या कुणाला सांगितली जाऊ शकत नाही आणि आता कोणताही बुद्ध अस्तित्वात नाही म्हणून कबीर कबिरांनाच सांगून टाकतात.

कबीर स्वत:ला काय संबोधतात यावर खूप काही अवलंबून असणार आहे.

'साधो, सब्द साधना कीजै ।

साधूंना संबोधित करत आहेत.

तीन शब्द – साधक, साधू, संत.

साधकाचा अर्थ आहे – ज्यांनी नुकतेच चालणे सुरू केले आहे. जे आत्ता बाराखडी शिकत आहेत. बोबडे बोलायला लागला आहे, चालताना पडतो आहे, भटकत आहे. दोन पावले नीट चालतो, तर एक पाऊल चुकीचे पडते. ज्याच्याकडून

अजूनही चुका होत आहेत, जो आत्ताच या संसारामध्ये आला आहे.

परमेश्वराची हाक तर आली आहे, पण अजून धाडस झाले नाही. एक दिवस प्रार्थना करतो, एक दिवस विसरून जातो. दोन दिवस सत्संग करण्यासाठी सद्गुरूजवळ बसतो, तिसऱ्या दिवशी डुलकी घेऊ लागतो. दोन-चार दिवस सगळे मोठ्या उत्साहाने चाललेले असते, पण नंतर थकून जातो आणि म्हणतो काय जमीन आहे! आणि पुन्हा आपल्या पूर्वीच्या सवयीमध्ये अडकतो.

साधक – काही काही किरणे उतरायला सुरुवात झाली आहे. परंतु किरण अजून इतके दाट नाहीत की जीवन पूर्ण बदलून टाकतील. हा पण बदलाचे शिंतोडे यायला लागले आहेत, थोडीशी भुरभुरही सुरू झाली आहे.

'साधु'चा अर्थ आहे : अचल झाला आहे. आता भटकत नाही. आता चुकाही होत नाहीत. आता साधना सुद्धा सरळ-सोपी झाली आहे; अखंड झाली आहे. आता पावसाची भुरभुरसुद्धा नाही, मेघमल्हार गात आहेत. आणि खूप पाऊसही होत आहे पाऊस जोरात पडतो आहे; भिजून जात आहे. आनंदाने न्हाऊन निघाले आहे.

परंतु अजूनही प्रवासाच्या मध्यभागी आहे. तेथे पोहोचलेलो नाही. तेथे पोहोचल्यानंतर अजून कुठे पोहोचणे उरतच नाही. अजून चालतो आहे. अजून शोध चालू आहे. शोध व्यवस्थित झाला आहे. साधकासारखे नाही. तारतम्य आले आहे. दिशा मिळाली आहे. मार्ग सरळ होत आहे. कुठे जायचे, कसे जायचे - सगळे स्पष्ट झाले आहे. आणि दूरवरून दिसणारा ध्येयाचा चमकणारा ताराही दिसतो आहे. आता भटकण्याचा काही उपयोग नाही. परंतु अजून पोहोचायचे आहे. सकाळच्या सूर्य किरणामध्ये सोन्यासारखे चमकणारे हिमाच्छादित गौरी-शंकराचे शिखर दिसू लागले आहे, जवळ आहे असे वाटते, हे साधु, अजून ते दूर आहे. प्रवास अजून करायचा आहे. आणि गौरी-शंकरावर जो विराजमान झाला आहे तो संत आहे की ज्ञानी! हे तीन शब्द. 'साधु' मध्यभागी आहे. साधक-साधु-संत!

हे वचन 'साधु'साठी उच्चारित केले आहे. तेव्हा 'साधु'चा अर्थ नीटपणे लक्षात घ्या.

साधुचा शब्दश: अर्थ होतो : सरळ, साधा, विनम्र, विनीत, निष्कपट, श्रद्धाळू, श्रद्धेने परिपूर्ण भरलेला अर्थातच साधु! ज्याने बौद्धिक फसवेगिरी, तर्क करणे, कपटीपणा आणि चालबाजपणा, कूटनीती आणि राजनीती, सारे काही सोडून दिले आहे. जो लहान मुलासारखा राहू लागला आहे. गुरूचा हात असा पकडला आहे की, जसा लहान मुलगा आपल्या वडिलांचा हात पकडतो. असा बनतो तो साधु!

साधकाला समजून घ्यावे लागते : चूक करू नका. साधकाला वारंवार समजून सांगावे लागते की चूक करू नको. साधुला समजावे लागते की हे तुम्ही बरोबर कसे करा. साधकाला सांगावे लागते की चुकीपासून कसा बचाव कर, आणि साधुला

सांगावे लागते बरोबर कसे कर.

साधकाला वारंवार मार्गावर आणावे लागते. कारण की तो भटकत जातो. आणि साधुला....! कुठेही भटकत नाही, परंतु योग्य मार्गावर - वेग कसा वाढेल, ज्या दिशेकडे वाटचाल चालू आहे, त्या दिशेकडे लवकर कसा जाईल, धीमेपण न राहो, कटकट न राहो, म्हणजे एक दिवस संतत्व प्राप्त होईल आणि सिद्धावस्था मिळेल.

'साधो, सब्द साधना कीजै.'

शब्दाचा अर्थ होतो - तोच जो बायबलमध्ये आहे. बायबल म्हणते : सगळ्यात प्रथम 'शब्द' होता. विश्वाच्या सुरुवातीपासून 'शब्द' आहे. याच 'शब्दापासून' सगळे निर्माण झाले. त्याच शब्दाची सारी निर्मिती आहे.

शब्दांचा इथे अर्थ होतो! तुम्ही उच्चारलेले शब्द नाही, मनुष्याने उच्चारलेले शब्द नाही, ओठांनी जे शब्द बोलले जातात ते नाही. परंतु तुम्ही जेथे शांत होता आणि तेव्हा जो अनाहत नाद ऐकू येतो तो!

जेव्हा तुम्ही एकदम शांत होऊन जाल, तुम्ही आपल्या आतमध्ये जेव्हा एक संगीत ऐकाल, ज्या संगीताची निर्मिती तुमची नाही, जे तुम्ही वाजवत नाही. म्हणून त्याला अनाहत ('ॐ'चा ध्वनी) म्हणतात.

'आहत'चा अर्थ होता : वाजवलेले. तुम्ही विणेच्या तारा छेडल्या, तर आहत नाद निर्माण होतो. तुमचे दोन ओठ एकमेकांना मिळाले, तर आहत नाद निर्माण होतो. तुमच्या कंठामध्ये काही हालचाल झाली, कंठाच्या यंत्रांनी काही उच्चार केला तर आहत नाद निर्माण होतो.

जसे आपण दोन हात एकमेकांवर मारले तर टाळीचा आवाज येतो. एका हाताची तर टाळी वाजत नाही, दोन हातांनी टाळी वाजते. हा आहत नाद!

म्हणून झेन फकीर म्हणतात: अशा ठिकाणाचा शोध घ्या जेथे एका हाताने टाळी वाजते. जेव्हा त्याचा शोध घ्याल, तेव्हा तुम्हाला समजेल की 'शब्द' काय आहे. एका हाताची टाळी अनाहत या अनाहत नादाला शब्द म्हणतात. इथे तुम्ही केलेले काही नसते. तुम्ही जेव्हा नसता, तेव्हाच होते. तुम्ही जेव्हा एकदम शांत होऊन जाता, तेव्हा अचानक तुमच्या चेतनेमध्ये एक नाद उत्पन्न होतो. तुम्ही फक्त साक्षी होता, तुम्ही त्याचे कर्ता होत नाही.

एक तर तो शब्द आहे, जो मनुष्य बोलतो – मनुष्याने उच्चारलेला शब्द! आणि एक शब्द आहे, ज्यामध्ये मनुष्य उच्चारला जातो, ज्यामधून मनुष्य शब्द येतो, त्या मूळ शब्दाला आपण म्हणतो – मूळ ध्वनी !

भौतिकशास्त्र सुद्धा या गोष्टीशी थोडेसे सहमत आहे. समजा तुम्ही भौतिकशास्त्र वाचले तर ते जाणणारे लोक म्हणतील : सारे जग विजेपासून बनले आहे. आणि

सगळे संत नेहमीच म्हणत आले आहेत की सारे जग ध्वनीपासून बनले आहे.

वरवर बघता या दोन्ही गोष्टी विरोधाभास दाखवणाऱ्या आहेत, परंतु अजून थोडे खोल जाल, तर प्रतिकूलता कमी होऊन जाईल आणि सरळ समन्वय होईल.

मग भौतिकशास्त्राला विचारा : ध्वनी कसा तयार झाला? तो म्हणतो : ध्वनीसुद्धा विजेचे एक परिवर्तन आहे. ध्वनीसुद्धा वीज-ऊर्जेचा एक तरंग आहे.

आणि सगळ्या संतांनी म्हटले आहे की, सारे विश्व ध्वनीपासून बनले आहे. त्यांना समजा विचारले की वीज काय आहे, तेव्हा ते म्हणतात की तो ध्वनीचाच तीव्र आघात आहे.

तुम्ही ही कहाणी ऐकली असेल की तानसेनसारखा संगीतज्ञ दीपक राग गात असे तेव्हा विझलेला दिवा पुन्हा तेवू लागे. हा इशारा त्याच बाजूला आहे. हा इशारा या गोष्टीवर आहे की ध्वनीचा आघात जर अधिक तीव्रतेने केला तर अग्नी निर्माण होतो, वीज तयार होऊन जाते.

तेव्हा तुमच्या हे लक्षात आले असेल की भौतिकशास्त्र हीच गोष्ट आपल्या पद्धतीने सांगते, जी गोष्ट संतांनी दुसऱ्या पद्धतीने सांगितली होती.

संत म्हणतात : ध्वनी सगळ्या गोष्टींचे मूळ आहे आणि भौतिकशास्त्र म्हणते वीज साऱ्या गोष्टींचे मूळ आहे. परंतु दोघांचेही या गोष्टीवर एकमत आहे की वीज आणि ध्वनी हे एकमेकांचे तरंग आहेत. हे तुमच्या बघण्यावर अवलंबून आहे. कोणी ग्लास अर्धा भरलेला बघतात; कोणी ग्लास अर्धा रिकामा बघतात. परंतु हा एकच ग्लास आहे. अर्धा रिकामा आहे असे म्हटले तरी तोच आहे. अर्धा भरलेला आहे असे म्हटले तरी तोच आहे.

ध्वनी आणि वीज ही एकाच घटनेची दोन नावे आहेत. परंतु हे दोघेही वेगवेगळे शब्द का म्हणतात? कारण की दोघांच्याही शोधाचे मार्ग वेगवेगळे आहेत.

वैज्ञानिकांनी शोधले आहे, डोळ्यांच्या माध्यमाद्वारे ! आणि संतांनी जाणले आहे कानांच्या द्वारे! कारण की डोळे तर फक्त बाहेरचे बघतात. डोळे आतमधील शोध घेत नाहीत. कानाचे एक वैशिष्ट्य आहे. ते बाहेरचेही ऐकतात आणि आतमधीलही ऐकतात.

डोळे तर बाहेरचे बघतात. बंद करून घेतले तरी सुद्धा ते बाहेरचे बघतात. चित्रे दिसतात, स्वप्ने दिसतात. परंतु त्या सगळ्या बाहेरच्या प्रतिमा आहेत. बघण्यासारखे काहीच उरले नाही, तर डोळ्यांचे कामच संपते; डोळे शांत होऊन जातात.

रात्री तुम्ही जेव्हा झोपता...... कुणाला कधी झोपलेल्या अवस्थेत बघितले आहे? झोपेमध्ये त्या माणसाच्या डोळ्यांमध्ये खूप बदल होत राहातात, हे बघून तुम्ही आश्चर्यचकित व्हाल. कधी कधी डोळे खूप वेगामध्ये पापणीच्या आतमध्येच चालायला लागतात. तुम्ही बाहेरून सुद्धा बघू शकता की तुमचे डोळे आतमध्ये खूप

जोरात चालत आहेत आणि कधी कधी डोळे थांबतात; त्यांचे धावणे थांबते.

शास्त्रज्ञांनी याचा शोध लावला तेव्हा त्यांच्या असे लक्षात आले की झोपेमध्ये माणसाचे डोळे जेव्हा वेगाने धावताना दिसतात, तेव्हा ते स्वप्ने बघत असतात. तेव्हा डोळे सुद्धा तसेच धावायला लागतात जसे प्रत्यक्षामध्ये गोष्टी बघताना जसे धावतात. कारण की जसे बघणे सुरू होते तसे डोळे अधिक गतिमान व्हायला लागतात.

माणूस स्वप्ने बघतो की तो झोपला आहे, हे तुम्ही बाहेर असूनही सांगू शकता. फक्त बाहेरून पाहू शकता! जर पापण्यांच्या आतमध्ये डोळ्याची बाहुली चालते आहे, सरकते आहे, हालते आहे, इकडे-तिकडे जात आहे असे असेल तर त्याचे डोळे स्वप्ने बघत आहे असे समजा. जेव्हा बाहुली थांबते, थोडीशीसुद्धा हालत नाही, तेव्हा स्वप्ने बघणे संपले आहे. डोळ्यांचे काम संपले आहे असे समजा.

कान मात्र विलक्षण आहेत. बाहेरचे सारे आवाज बंद होऊ देत तुम्ही बाहेरून कान एकदम बंद करून टाका. तेव्हा तुमच्या असे लक्षात येईल की आतमध्ये नवीन ध्वनी निर्माण होत आहे, जो तुम्ही कधीच ऐकला नसेल. तो ध्वनी नेहमीचा होता परंतु तुम्हाला बाहेरच्या आवाजामध्ये तो ऐकू येत नव्हता.

संतांनी सत्य समजून घेतले ते कानाच्या माध्यमाद्वारे! वैज्ञानिकांनी सत्य शोधून काढले ते डोळ्याच्या माध्यमाद्वारे! हे सुद्धा तुम्ही लक्षात ठेवा की चीनमध्ये लाओ-त्सेला मानणाऱ्या शिष्यांचे-लोकांचे असे म्हणणे आहे की डोळे हे पुरुषांचे प्रतीक आहे आणि कान हे स्त्रीचे प्रतीक आहे.

कान ग्राहक आहेत, तर डोळे आक्रमक! म्हणून तर आपल्याकडे 'लुच्चा' शब्दासारखे शब्द आहेत. 'लुच्चा' शब्दाचा अर्थ आहे - एखाद्यावर डोळ्याने हल्ला करणे.

'लुच्चा' शब्द येतो - डोळ्यापासून, लोचन म्हणजे डोळे. लुच्चा आपण अशा माणसाला म्हणतो, जो एखाद्याला डोळे फाडून बघतो. जो एखाद्यावर डोळ्याने हल्ला करतो, त्याला 'लुच्चा' म्हणतात. आणि 'लुच्चा'चे एक रूप आहे, आलोचक (पाहाणारा)! 'आलोचक'चा अर्थही तोच होतो जो डोळे फाडून फाडून बघतो, 'आलोचन' करतो. तो सुद्धा डोळ्यापासूनच येतो – आलोचक (पाहाणारा)!

डोळे पुरुषवाची आहेत, आक्रमक आहेत, हिंसात्मक आहेत. तुम्ही बघितलंय का की म्हणूनच राजकारणी माणसे डोळ्यावर काळा चष्मा चढवतात. डोळ्यांना लपवण्याची ती सगळ्यात चांगली युक्ती आहे. राजगोपालाचारीसारखे लोक. समोरच्या माणसाला तुमचे डोळे दिसले नाही, तर तुमच्या मनात काय आहे, याचा थांगपत्ता लागत नाही. तुमचा विचार काय आहे हे कळत नाही.

मुत्सद्दी आपले डोळे लपवून ठेवतात, कारण की डोळ्यामधून सगळ्या गोष्टी

स्पष्ट होतात. बोलतात काही एक आणि डोळे सांगतात दुसरेच! बोलतात काही वेगळे, म्हणतात : आपल्याला बघून खूप प्रसन्न वाटले. परंतु समजा त्यांच्या डोळ्याकडे बारकाईने बघितले तर लक्षात येते की काही प्रसन्न वगैरे वाटलेले नसते, डोळ्यामध्ये प्रसन्नतेची जरासुद्धा झलक नसते. डोळ्यातून कोणतीही गोष्ट लक्षात येऊ नये म्हणून डोळे झाकून ठेवलेले असतात.

डोळे आक्रमक आहेत आणि बातमी पुरवतात. कानामुळे कोणतीही बातमी मिळत नाही. तुम्ही कानाजवळ जाऊन कितीही बघा, कोणतीही बातमी मिळू शकत नाही. म्हणूनच कोणताही राजकारणी कान झाकून घेत नाही. झाकण्याची कोणतीही गरज नाही. कानापासून काही वाचता तर येत नाही. कान ग्राहक आहेत, ते घेतात!

कान 'स्त्री' सारखे आहेत. डोळे पुरुषासारखे आहेत. कानांनी कधीही कुणावर आक्रमण केले नाही आणि कानांनी कधीही कुणाला जखमी केले नाही. तुम्ही कधी ऐकलंय कानांनी कुणावर हल्ला केल्याचे! डोळे दररोज करतात.

डोळ्यांच्या संदर्भात एक नियम आहे की कोणा एका व्यक्तीला मर्यादेच्या पलीकडे बघायचे नाही. रस्त्याने तुम्ही जात आहात, तेव्हा एका व्यक्तीकडे एक सेकंद फार फार तर दोन सेकंद तुम्ही त्या व्यक्तीकडे बघू शकता, त्याला कोणतीही अडचण नाही.

वैज्ञानिक म्हणतात, तीन सेकंद शेवटची मर्यादा आहे. तीन सेकंदापेक्षा तुम्ही एका व्यक्तीकडे अधिक बघितले तर तो त्या व्यक्तीच्या जीवनामध्ये हस्तक्षेप ठरतो. इतक्या दूरपर्यंत सभ्यता असल्याने स्त्रियांनी नजर झुकवण्याची कला अवगत केली होती. ते नंतर लाजण्याचे लक्षण बनून गेले. डोळ्यांमध्ये आक्रमण होऊ शकते, म्हणूनच स्त्रिया नजर झुकवू लागल्या. नजरही वर होणार नाही आणि नाही कुणाचे आक्रमण होणार. म्हणूनच तर जेव्हा तुम्हाला अपराध्यासारखे वाटते, तेव्हा तुम्ही नजर खाली झुकवता. ती नजर तुमच्या दु;खी होण्याचे प्रतीक आहे.

उर्मट मनुष्य नजर झुकवत नाही, तो उर्मटपणे बघतो, फाडून फाडून बघतो. त्याच्या नजरेमध्ये अहंकाराचा दर्प असतो.

विज्ञानाचा सगळा शोध डोळ्याच्या माध्यमाद्वारे झाला आहे म्हणून तर विज्ञान आक्रमक आणि हिंसक आहे. म्हणून विज्ञानाचा शेवटचा परिणाम युद्ध आहे.

धर्माचा सगळा शोध कानापासून झाला आहे, अनाहत (ॐ) नाद ऐकण्याने! 'साधो, सब्द साधना कीजै!'

परमेश्वराला बघणे कमी आहे, परमेश्वराला ऐकणे अधिक आहे. परमेश्वराला प्राप्त करण्याचा ढंग तोच असेल, जो संगीत गुणगुणण्याने होतो. जो संगीतामध्ये बुडून जाण्याने होतो.

माझ्याकडे येऊन खूप लोक म्हणतात की, 'आपल्या आश्रमामध्ये खूप संगीत,

नृत्य असते. परंतु इतर आश्रमामध्ये हे बघायला मिळत नाही.' जे हे विचारतात त्यांना 'शब्द' काय आहे हे माहीत नसते.

ज्या आश्रमामध्ये संगीत नाही, नृत्य नाही, त्या आश्रमामध्ये 'शब्द'ची साधना होत नाही. त्या आश्रमामध्ये लोक उदास बसले आहेत, उत्सव होत नाहीये.

परमात्म्यापासून डोळे खूप दूर आहेत. कान खूप जवळ आहे.

'शब्द' साधनेचा अर्थ होतो, तुम्ही निःशब्द होऊन जा. तुमच्या मनाचे तरंग शून्य होऊ देत. एक घडी (वेळ) अशी येईल की, जेथे तुम्ही तर आहात, परंतु एकसुद्धा शब्द आतमध्ये नाही.

आणि एक आपण आहोत की सारा कचरा भरत असतो. लोक वर्तमानपत्र वाचतात.

सकाळपासून रात्रीपर्यंत लोक वर्तमानपत्रच वाचत राहातात.

जा, जा मला झोप आली आहे, झोपू दे मला.
दिवस संपून जातो शब्दांचा पाठलाग करण्यात
आणि जेव्हा रात्री थकून भागून झोपतो
तुम्ही येता वर्तमानपत्र घेऊन
तुम्हाला आता आठवत नाही.
कालच्या वर्तमानपत्रात सुद्धा होत्या या साऱ्या बातम्या.
परंतु वर्षानुवर्षे याच बातम्या धडाधड
प्रत्येक वर्तमानपत्रामध्ये छापल्या जातात. वाचल्या जातात.
उद्याच्या बातम्यासुद्धा हाती असतील तर ऐकवून टाक आता!
नंतर कुठेही जाऊन मरा तुम्ही सुद्धा, मला झोपू द्या.
सकाळी पुन्हा मला शब्दांच्या जंजाळातून निघावे लागेल.
सकाळपासून रात्रीपर्यंत माणूस शब्दांच्या मागे धावत असतो. कोणी सन्मानाच्या मागे धावत असतो. काय मिळणार? काही शब्द मिळतील. आणि काय मिळणार? शाबासकी मिळेल?

कोणी एखादा शिव्यांनी वैतागलेला आहे; मारायला निघाला आहे. काय झाले? काही शब्द खटकले. तुमचे आयुष्य शिव्या आणि प्रशंसा यांच्यामध्येच लटकते आहे. तुमच्या जीवनाचा लंबक शिव्या आणि प्रशंसेच्या मध्येच डोलतो आहे. शिव्या न मिळो आणि प्रशंसा मिळो; जी काही प्रशंसा मिळाली आहे, ती तशीच राहो, नष्ट न होवो. शिव्या ज्या मिळाल्या, त्या नष्ट होऊ देत. फेकल्या जाऊ देत, तुकडे होऊ देत.

जा-जा, मला झोप आली आहे, झोपू देत मला

दिवस सरतो शब्दांच्या मागे लागत.

शब्दांच्या मागे लागून लागून तर दिवस संपून जातो. आता रात्रसुद्धा झाली आहे.

आणि जेव्हा रात्री थकून भागून झोपतो
तुम्ही येता वर्तमानपत्र घेऊन
तुम्हाला आता आठवत नाही
कालच्या वर्तमानपत्रात सुद्धा या साऱ्या बातम्या होत्या

आणि तुम्ही दररोज वर्तमानपत्रात काय वाचता? तेच तेच असते. झोपलेला माणूस नवीन काम तर काही करत नाही. तेच भांडण, तोच संघर्ष, तेच राजकारण, त्याच उखाळ्या-पाखाळ्या, एकमेकांविषयी तेच हिंसक वागणे, प्रतिहिंसा, सूड!

मनुष्य दुसरे काही करतच नाही. नवीन बातमी कधी वाचलीय तुम्ही? वर्तमानपत्रामध्ये काही मौल्यवान मिळाले आहे? तुम्ही कधी याचा विचार केला आहे की वर्तमानपत्र नाही वाचलं तर काही बिघडलंय का?

सकाळी उठून जे कुराण वाचायचे, गीता वाचायचे, बायबल वाचायचे, ते लोक भले आणि अधिक चांगले होते. काही नवीन होते, काही मौलिक होते. आता तर अशी परिस्थिती आहे की जो माणूस वर्तमानपत्र वाचतो, तो गीता वाचणाऱ्याला म्हणतो की काय रोज तीच गीता वाचतोस? आता गोष्ट उलटी आहे. वर्तमानपत्र वाचणारा माणूस तेथल्या तेथेच आहे. गीता रोज तीच ती नाही. कारण की गीतेमध्ये इतके अर्थ आहेत – अर्थावर वर अर्थ आहेत. गहनतेमध्ये गहनता आहे. उंचीवर उंची आहे. तुम्ही जसे जसे बदलत जाल तसे तसे नवनवीन अर्थ गीतेमध्ये वाचायला मिळतात.

गीता वर्तमानपत्र नाही. गीता म्हणजे बाहेरच्या जगाची बातमी नाही. गीता तर अनंताकडे नेणारा इशारा आहे. तुमची नजर जसजशी वर यायला लागेल, तसे तसे तुम्हाला समजेल, अजून प्रकट होईल, अजून प्रकट व्हायला लागेल.

जे गीता, कुराण किंवा बायबल वाचत होते ते लोक चांगले होते. धम्मपद वाचत होते किंवा लाओत्सेचे पुस्तक वाचत होते. कारण की त्या एक एक शब्दांमध्ये खोल अर्थ होता. तुम्ही जितके त्यामध्ये बुडून जाल, जितकी हिम्मत धराल, तितके अधिक मोती घेऊन याल. तुमच्यावर अवलंबून होते आणि असे काही नव्हते की शब्द निसटून जात होते. उद्यासुद्धा वाचले असते, परवासुद्धा वाचले असते, म्हणूनच पाठाची वाचनाची सुरुवात झाली.

पाठाचा अर्थ हा होत नाही की तेच तेच पुस्तक दररोज वाचले जात आहे. पुस्तक तेच आहे, परंतु नवीन चेतनेने ते वाचले तर ते पुस्तक नवीन अर्थ देते. वर्तमानपत्रामध्ये अर्थ नाही. वर्तमानपत्रे निरुपयोगी निष्फळ आहेत.

कालच्या वर्तमानपत्रामध्येही होत्या या साऱ्या बातम्या
परंतु वर्षांपासून याच बातम्या धडाधड
प्रत्येक वर्तमानपत्रामध्ये छापली जाते – वाचली जाते – उद्याच्या बातम्याही हाती असतील तर ऐकवून टाका आता!

तुम्ही तुमच्या समजदारीचा उपयोग आता! करा, तर तुम्ही उद्याचा पेपर आजच तयार करू शकाल. मोरारजीभाई देसाई उद्या काय म्हणतील, हे तुम्ही आज नाही सांगू शकत! चरणसिंग उद्या काय करतील हे तुम्ही आज नाही सांगू शकत?

मोरारजीभाई देसाई काही नवीन तर करणार नाहीत. चरणसिंगांकडून नवीन तर काही घडणार नाही. जे होत आहे तेच होणार. जे काल सांगितले होते तेच पुन्हा उद्या सांगितले जाईल. पुन्हा पुन्हा सांगितले जाईल.

लोक आंधळे आहेत, लोक बुद्धिवान आहेत, रोज वर्तमानपत्रे वाचताहेत. आणि दररोज सकाळी वाट बघताहेत की वर्तमानपत्र अजून आले नाही? जसे की काही नवीनच गोष्ट येणार आहे.

या शब्दांच्या गर्दीमध्ये तुमचा जो आतील शब्द आहे; तो हरवला आहे. हे बाकीचे शब्द गेले तर शब्दांची साधना होईल.

समजा शब्दच वाचायचे असतील तर, असे काही वाचा की जे नि:शब्दतेमधून आले असतील.

राजधानींमधून आलेले शब्द वाचत बसू नका. कारण की राजधान्या मूर्ख आहेत. राजधानीमध्ये बसलेले लोक विक्षिप्त आहेत. समजा वाचायचेच असतील, तर असे शब्द वाचा जे त्यांच्या हृदयापासून आले असतील, जेथे सारे शब्द हरवले होते. तेव्हा त्या शब्दांपासून तुम्हाला काहीतरी आधार मिळेल, दिलासा मिळेल, दिशा मिळेल.

ज्यांना दिशा मिळाली आहे, त्यांचे थोडे थोडे शब्द सुद्धा तुमच्या उपयोगी पडतील. कधी कधी ते अडचणीचे सुद्धा वाटतील. म्हणून पंडित बनू नका. साधूच राहा. म्हणूनच ज्ञानी बनू नका, सरळ साधे मन असलेले बालकच बना. शास्त्र वाचा, आनंद लुटा. त्यामध्ये खूप मोठा मधुर-रस आहे. परंतु तेथेच थांबू नका. कारण की शेवटी ते सुद्धा शब्द आहेत. सत्यापर्यंत जायचे आहे. आणि सत्य तुमच्या आतमध्ये आहे, आणि कबीर म्हणतात: सत्य ध्वनीसारखे, संगीतासारखे तुमच्या आतमध्ये आहेच.

'साधो सब्द साधना कीजै।
जेहि सब्द ते प्रगट भये सब, सोई सब्द गहि लिजै।।'

ज्या मूळ नादामधून-ध्वनीमधून आपण सगळे आलो आहोत, त्या मूळ ध्वनीमध्ये तुम्ही उतरून जा. त्यामधूनच शिडी लावा.

जेहि-सब्द से प्रगट भये सब,
सोइ सब्द गहि लीजै ।
सब्द गुरू सब्द सुन सिख भये,
सब्द सो विरला बूझै ।

शब्दच गुरू आहे. तुमच्या आतमध्ये जो शांत ध्वनी जन्मत:च आहे ते मौन प्रतीक्षा करते आहे, तोच गुरू आहे, तोच सद्गुरू आहे. बाहेरचा गुरू तर त्याची फक्त आठवण देतो. बाहेरचा गुरू तर तुम्हाला पुन्हा पुन्हा तेथेच फेकतो, तुमच्याच आतमध्ये फेकतो. जो गुरू तुम्हाला बाहेर अडकवून ठेवतो, तो गुरू नाही, दुश्मन आहे. जो गुरू तुमच्यामध्ये तुम्हाला फेकून देतो,तोच खरा गुरू आहे. जो म्हणतो : मला सोड आणि आपल्या आतमध्ये प्रवेश कर. मला धरू नकोस. मला धरून थांबू नकोस. कारण की मी सुद्धा बाहेर आहे. आतमध्ये फक्त कसा प्रवेश करायचा हे इतकेच माझ्याकडून शिकून घे, नंतर आपल्या आतमध्ये तू निघून जा. मग सारे विसरून जा. या विसरण्यामध्ये गुरूसुद्धा सामील आहे. संसारही विसरून जाईल, गुरूला सुद्धा विसरेल, धर्मसुद्धा विसरून जाईल. सगळे विसरून जाईल. पूर्ण विस्मृती होऊन जाईल. जेव्हा बाहेरची पूर्ण विस्मृती होऊन जाईल तेव्हा आतील आठवण यायला लागते.

या दोन्ही गोष्टी बरोबर होऊ शकत नाहीत. तुमची ऊर्जा बाहेरच गुंतली आहे, तर आतमधील आठवण कशी येणार! बाहेरची सारी ऊर्जा जेव्हा मुक्त होऊन जाते, तेव्हा काय आठवण करणार? आठवणीसाठी काहीही उरत नाही, तेव्हा स्वत:ची (स्वयं) आठवण करणार. शोधण्यासाठी दुसरे काही उरत नाही तेव्हा माणूस स्वत:ला शोधू लागतो. खोदण्यासाठी जेव्हा दुसरे काही उरत नाही तेव्हा माणूस स्वत:चा खजिना खोदायला लागतो.

'सबद गुरू सबद सुन सिख भये...।' शब्दच गुरू आहे आणि ज्याने 'शब्द' ऐकला, तोच शिष्य! तोच 'सिक्ख!' (नानकांच्या शिष्यांना सिक्ख म्हटले जाते).

नानकांच्या शिष्यांचे नाव 'सिक्ख' पडले आहे, कारण की पंजाबीमध्ये शिष्याचे रूप 'सिक्ख' होते. 'सिक्ख'चा अर्थ आहे शिष्य! जो त्याच्याजवळ बसण्यास तयार आहे, ज्याने आतमधील मूळ ध्वनी ऐकला आहे.

'सब्द जो विरला बूझै ।' आणि कोणी एखादाच विरळा या शब्दाला विझवू शकेल. परंतु तोच विझवू शकतो, जो या आतमधील प्रवासामध्ये चालत राहिल.

मी ऐकले आहे की त्या काळी आग्र्याचे कवी नजीर अकबराबादी गरिबांच्यामध्ये मिसळून जात असत. ही गोष्ट नवाब हैदराबाद यांना समजली, तेव्हा त्यांनी लगेच आपला माणूस त्यांना हैदराबादला घेऊन येण्यासाठी पाठवला. तो माणूस जेव्हा आग्र्याला पोहोचला आणि नजीरला भेटला, तेव्हा नजीर म्हणाला, मियाँ, हैदराबादवरून

आपल्याला ताजमहाल दिसेल? हे काय बोलणे झाले! कुठे हैदराबाद? कुठे आग्रा?

आणि नजीर म्हणाला की, 'मी येऊ शकतो, पण तेथून ताजमहाल दिसणार की नाही?' तो माणूस म्हणाला 'हो, हो का नाही दिसणार? तुम्ही चला तर.'

तो तर त्याला कोणत्याही परिस्थितीमध्ये घेऊन जाण्यासाठी आला होता. आणि जेव्हा तो निघाला होता, तेव्हा नवाब हैदराबाद म्हणाले होते की, 'मी ऐकले आहे नजीर ताजमहालासाठी वेडा आहे. तो नक्की म्हणेल आणि ताजमहालाचा मुद्दा आणून अडचण करेल. तेथे त्याच्याजवळ दुसरे काहीही नाहीये. उपाशी मरत असेल. त्याला वाचवण्यासाठी इकडे आणणे जरुरीचे आहे परंतु तो ताजमहालाची गोष्ट मधे आणेल तेव्हा तू चिंता करू नको म्हणायचे की ठीक आहे. सगळे होईल. तो काहीही म्हणेल त्याला हो म्हण. पण कोणत्याही प्रकारे त्याला घेऊन ये.

तेव्हाच्या काळी रेल्वे-मोटारी नव्हत्या. नजीरला हत्तीवर बसून प्रवास सुरू केला गेला. निघण्याचा दिवस आला, तेव्हा नजीर हत्तींवर तोंड उलटे करून बसला. तो माणूस जरा हैराण झाला म्हणाला, की ऐकले होते कवी लहरी आणि सनकी असतात. पण हा मामला काय आहे? परंतु तो गप्प बसला. कोणत्याही परिस्थितीत येतोय ना, बस ठीक आहे. उलटे बसायचे बस उलटे का होईना बस? पण चल.

हत्ती चालत होता. नजीर एकटक ताजमहालाकडे बघत होता. हत्ती जसा जसा पुढे जाऊ लागला, तसा ताजमहाल नजरेपासून अंधुक होऊ लागला. जेव्हा ताजमहाल दिसणे एकदम बंद झाले, तेव्हा नजीर चिडून त्या महावताला म्हणाला 'मियाँ, थांबव तुझ्या हत्तीला जर इतक्या जवळून सुद्धा ताजमहाल दिसेनासा झाला आहे तर हैदराबादवरून काय दिसणार?'

नवाबाच्या माणसाने त्याला खूप समजावून सांगितले, परंतु ताजमहालावर प्रेम करणारा सौंदर्यप्रेमी नजीर मानायला तयार नव्हता. तो हत्तीवरून उतरला आणि पायी चालत चालत आग्र्याला परत गेला.

बागबगीचेचा पूजक आहे, फुलेच प्रिय नाहीत
काट्यांवर सुद्धा निर्वाह करतो मी!

ज्यांचे बगीचावर प्रेम असते, फुलांवर प्रेम असते - 'गुलशन परस्त हूं, गुल ही नही अजीज ।' त्यांना फुलेच प्रिय नसतात, ते काट्यांवर सुद्धा निर्वाह करतात.

बागबगीचाचा पूजक आहे, फुलेच प्रिय नाहीत
काट्यांवरसुद्धा निर्वाह करतो मी!

परत आला, उपाशी राहिला, आधारहीन राहिला, परंतु तो ताजमहाल सोडून गेला नाही.

अंतर्यात्रा अशीच आहे. बाहेरचा कोलाहाल सोडून तुम्ही जसे जसे आतमध्ये जायला लागाल, तसा तसा आतमधील ताजमहाल तुम्हाला दिसायला लागेल. जसे

जसे तुम्ही बाहेरच्या दिशेने जायला लागाल, तसतसा आतमधील ताजमहाल दिसणे बंद होऊन जाईल.

आतमध्ये खूप सौंदर्य आहे, पण तुम्ही खूप दूर राहिला आहात. तुम्ही आपल्याच हाताने खूप दूर गेला आहात. आणि ज्याने एकदा आतमधील संगीत ऐकले आहे, त्याला कुणी कितीही लाख सांगितले, तो गरिबीत राहील. तो उपाशी राहणे पसंत करेल, तो तहानलेला राहील, तो फकिर बनेल, परंतु त्या आतमधील ताजमहालाला सोडून तो जाणार नाही, कारण की तीच खरी परमसंपदा आहे.

सब्द गुरू सब्द सुन सिख भये, सब्द सो बिदला बुझै । सोई शिष्य सोई गुरू महातम, जेहि अंतर गति सुझै ।

ही अंतरामध्ये जाण्याची जी गोष्ट आहे, ज्याला ते सुचेल - तोच शिष्य आहे आणि तोच एक दिवस गुरू बनून जाईल आणि शिष्य आणि गुरूच्यामध्ये जी घटना घडते, ते दुसरे काहीच नसून– अंतर–गति आहे.

'जेहि अंतर–गति सूझै, सब्दै वेद पुरान कहत है सब्दै सब ठहरावै ।'

आणि सगळ्या कुराणांनी, पुराणांनी, वेदांनी, उपनिषदांनी शब्दाचाच मुद्दा मांडला आहे. शब्द – जो नि:शब्दतेत ऐकला जातो. पूर्णत्वाबाबतही बोलले आहे. पूर्ण – जो शून्यात उतरला आहे. परमेश्वराबाबत बोलले आहे. परंतु परमेश्वर – जो तुमच्या मिटण्यानंतर येतो. तुमच्या राखेमध्ये जो फुले उमलवतो.

'सब्दै वेद पुरान कहत है, सब्दै सब ठहरावै ।'

आणि शब्दामध्ये जो थांबला, त्याचे सारे थांबून जाते. त्यालाच भगवान कृष्णाने स्थितप्रज्ञ म्हटले आहे, त्यालाच म्हटले आहे. पोहोचला – नि:स्तब्ध, निस्तरंग, ज्योत आता तेवत आहे, कोणत्याही हवेचा झोत ज्योतीला हलवू शकत नाही.

'सब्दै सब ठहरावै ।

सब्दै सुर मुनि संत कहत है, सब्द भेद वहि पावै ।

सगळे संत त्याचेच गुणगान गात आहेत –

त्याच शून्याचे, त्याच नि:शब्दतेचे, त्याच नि:शब्दतेमध्ये संगीत ऐकले गेले आहे, सारे मुनी त्याचेच गीत गात आहेत.

'सब्द भेद नहि पावै' तरीसुद्धा कितीही म्हणा, त्याचा भेद उलगडत नाही. कितीही समजावा,ते अनुभवानेच समजायला लागते. समजून सांगितल्याने लक्षात येत नाही.

तुम्ही स्वत:हून जाणून घेतलंत तरच समजाल. माझ्या सांगण्याने काहीच होणार नाही. माझ्या सांगण्याने इतकेच होईल की तुमची उत्सुकता वाढेल. शोधण्यास सुरुवात कराल. जिज्ञासा वाढेल.

साधक बना. साधक बनता बनता साधू बनून जाल. इतके होऊ शकते. परंतु त्या शब्दाचे काय स्वरूप आहे? त्याचे स्पष्टीकरण करू शकत नाही. त्याची कोणतीही व्याख्या होऊ शकत नाही, कोणतीही परिभाषा होऊ शकत नाही.

'सब्द भेद नहिं पावै.' त्याच्यामधील रहस्य कुणाला कधी कळले नाही. त्याचे रहस्य आत्यंतिक-सार्वकालिक आहे. त्यामध्ये लोक उतरले आहेत. त्याची चव घेतली आहे. ते प्यायलेही आहे. परंतु पुन्हा मुक्याचा गुळ झाला. पुन्हा परत सुद्धा आले. आणि तुम्ही त्यांना विचाराल तर त्यांची बोलती बंद झाली आहे.

सगळे बुद्ध पुरुष गप्प आहेत असे नाही की ते बोलत नाहीत. बोलतात, पण त्या शब्दाबाबत काहीच बोलत नाहीत. त्या शब्दापर्यंत कसे पोहोचले याबाबत ते बोलतात. रीत सांगतात, मार्ग सांगतात. परंतु जाल तरच समजाल. उधार जाणणे होऊ शकत नाही, स्वतःलाच जाणून घ्यावे लागेल.

'सब्दे सुन सुन भेष धरत है...।' या शब्दाला ऐकल्यामुळेच या दुनियेमध्ये लोक संन्यस्त होऊ लागले आहेत. ज्यांना थोडीशी जरी कुणकुण लागते ते आपला वेश बदलून टाकतात. संसारीचा वेश काढून संन्यासी होतात.

'सब्दै सुन सुन भेष धरत है, सब्दै कहै अनुरागी ।' त्या शब्दाला ऐकून कोणी भक्त होऊन जातो; परमेश्वराचा प्रेमी होऊन जातो.

'खट-दरसन सब सब्द कहत है ।' आणि सगळे दर्शन त्याच शब्दाकडे संकेत देतात.

'सब्द कहै बैरागी ।' प्रेमी सुद्धा तेच सांगतात. भक्त सुद्धा तेच सांगतात, त्यागी सुद्धा तेच सांगतात. बैरागी सुद्धा तेच सांगतात. वेगळवेगळ्या दिशांमधून लोक येतात, परंतु ज्याच्यावरती पोहोचतात तो सागर एकच आहे. तो स्रोत एक आहे.

'सब्दै काया जग उतपानी, सब्दै केरि पसारा ।' शब्दापासून साऱ्या जगाची निर्मिती झाली आहे. सगळी अभिव्यक्ती शब्दाची आहे. पक्ष्यांचा गुंजणारा स्वर, ही वृक्षांमधील वाहणारी हवेची सळसळ, हा झऱ्यांचा आवाज, हे सारे – हे आकाश, ही पृथ्वी, हे तारे, हा सूर्य, ही माणसे तुम्ही ही सारी त्या एकाचीच अभिव्यक्ती आहे. या एका स्रोतामध्येच हे सारे तरंग उठले आहेत.

'सब्दै काया जग उतपानी सब्दै केरि पसारा ।

कहै कबीर जहं सब्द होत है, भवन भेद है न्यारा।

कबीर म्हणतात उतरून जा त्या भवनामध्ये, जेथे शब्द राहातो आहे. तेच मंदिर आहे. मनुष्याने बांधलेल्या मंदिरापासून मुक्त व्हा. परमेश्वराने बनवलेल्या मंदिरामध्ये चला.

'कहै कबीर जहं शब्द होत है, भवन भेद है न्यारा ।' ही खूप अनोखी अनुभूती आहे - अद्वितीय, अतुलनीय, वेगळी !

या जगातला असा कोणताही अनुभव नाही की त्याच्याशी याची तुलना केली जाऊ शकेल. नाही तर कोणत्या स्वादामध्ये असा स्वाद नाही, ना कुणाच्या भोगामध्ये असा भोग आहे, नाही कुणाच्या सौंदर्यामध्ये अशी झलक आहे. ना कुणाच्या संगीतामध्ये अशी शांती आहे. या जगामध्ये काही सुद्धा नाहीये, ज्याच्याशी त्याची तुलना केली जाऊ शकते. ती अतुलनीय आहे, आगळी आहे. जा आणि जाणून घ्या.

'कबीर सद सरीर में, बिन गुण वाजै तंत ।' आणि तो शब्द तुमच्यामध्ये लपला आहे. कुठे दुसरीकडे गेला नाही. ना काशीला, ना काबा, कुठेही जाणार नाही.

'कबीर सबद शरीर में ।' तो तुमच्यामध्येच वसला आहे. तो तुमच्या कणाकणामध्ये भिनला आहे. तो तुमच्या हृदयाच्या प्रत्येक धडकन्मध्ये आहे. त्याची तर धडकन् होते आहे. त्याचेच तर रोमांच उठले आहेत.

'कबीर सबद सरीर में, बिन गुण बाजै तंत ।' जसे वीणेमध्ये संगीत झोपलेले असते. नाही छेडली तर वाजतच नाही. छेडली तर वाजायला लागते. परंतु ही आतील वीणा तर अधिकच अद्भुत आहे – 'बिन गुण बाजै तंत ।' तेथे कोणतीही वीणा नाही, कोणतीही तार नाही. फक्त संगीत आहे. अनाहत - ॐ चा नाद आहे.

आतमध्ये जाल, तर वीणाही नसेल आणि वीणा वाजवणारा सुद्धा नसेल. कोणी वाजवणारा नसेल तसेच कोणतेही वाद्यसुद्धा नसेल. परंतु तेथे अपूर्व संगीत आहे. तेथे शाश्वत संगीत आहे. ज्याचा कोणताही प्रारंभ नाही ना कोणताही अंत आहे. असे संगीत ज्याने ऐकले, त्याने परमेश्वराला ऐकले.

मुहम्मदाने एक दिवस हेच संगीत ऐकले होते, ज्या दिवशी कुराण त्याला प्राप्त झाले. घाबरला होता. भीती वाटली होती. वेद ऋषींनी हेच संगीत ऐकले होते. म्हणून तर वेदांना आपण अपौरुषेय म्हणतो. अपौरुषेयचा अर्थ आहे : मनुष्याने वेद रचलेले नाही. त्या अपूर्व संगीतामधून निर्माण झाले आहे. ते मानवाचे कृत्य नाही. मानवाचे हस्ताक्षर त्यावर नाही.

नीटपणे समजून घ्या, जगामध्ये जेव्हासुद्धा कोणतीही महत्त्वाची गोष्ट सांगितली जाते तेव्हा तेथूनच येते. बाकी सगळा कचरा आहे. बाकी सगळा गाळ आहे.

जेव्हा कधी सत्य ऐकू येईल किंवा कुठेही सौंदर्य दृष्टीस पडेल तेव्हा समजून घ्या की ते तेथूनच आले आहे. जेव्हा तुम्ही एखाद्या सुंदर स्त्रीला रस्त्यावरून जाताना बघता तेव्हा ते सौंदर्य तेथूनच आलेले असते. जेव्हा तुम्ही एखाद्या छोट्या मुलाला हसताना बघता, तेव्हा ते हास्य तेथूनच आलेले असते. सारे काही तेथूनच येते. आणि तो जितका खोल असतो, तितक्या खोलातून तो आलेला असतो.

तेव्हा वेद असेल की कुराण, बायबल असेल किंवा गीता, सगळे तेथूनच येते. ते तुमच्यामध्येच पडलेले आहे, म्हणूनच सांगतो गीतेमध्ये काय शोधता? जेथून

गीता आली आहे, तेथे का नाही जात? ज्या चैतन्यपूर्णतेत कृष्ण बोलतात, तुम्ही त्या चैतन्यामध्ये का नाही उतरत? ज्या चैतन्यपूर्ण भावनेने येशू बोलतात, त्या भावनेमध्ये तुम्ही का नाही उतरत?

'कबीर सबद सरीर में, बिन गुण बाजै तंत ।'

ना तर कोणतीही वीणा आहे, ना कोणी वाजवणारा आहे. ना वीणा आहे, ना विणाकार आहे. परंतु स्वर अनोखा येत आहे. 'अनहद् बाजत बासुरी' ती बासरी वाजत आहे. वाजवणारा सुद्धा नाही. आणि बासरी सुद्धा नाही.

'बाहर भीतर भरि रह्या, तायै छूटि भरति ।' आणि तुमचा भ्रम तेव्हाच सुटेल जेव्हा तुम्ही बाहेर आतमध्ये वाजणाऱ्या संगीतामध्ये बुडून जाल, एकरूप होऊन जाल. नाही तर तुमचा भ्रम तुटणार नाही. त्या संगीताचा आघातच तुम्हाला जागे ठेवेल. त्या संगीताच्या आघातामुळे तुमचा भ्रम, तुमचा अंधकार, तुमचे आंधळेपण, तुमचे अज्ञान तुटून जाईल.

बाहर-भीतर भरि रह्या, ताथै छूटि भरति ।।

सब्द- सब्द बहु अंतरा, सार सब्द चित्त देय ।

आणि शब्दाशब्दामध्येसुद्धा खूप अंतर आहे. वर्तमानपत्रामध्ये सुद्धा शब्द आहेत, कुराणामध्ये सुद्धा शब्द आहेत. परंतु शब्दाशब्दामध्ये अंतर आहे.

'सब्द सब्द बहु अंतरा, सार सब्द चित्त देय ।'

काय भेद आहे? जो त्या आतमधील शुन्यापासून येतो, त्यामध्ये थोडा थोडा शुन्याचा वास आहे. जे वरवर तुम्ही व्यवस्थित केले आहे, त्याची कोणतीही किंमत नाही.

इंग्रजीमध्ये एक महाकवी होऊन गेला. कूलरिज त्याचे नाव! त्याच्या मृत्युनंतर त्याच्या घरामध्ये खूप अर्धवट लिहिलेल्या कविता मिळाल्या. ज्या त्यांनी कधीच पूर्ण केल्या नव्हत्या. त्यांच्या मित्रांना ते माहिती होते. ते नेहमीच म्हणत असत की तुम्ही नुसत्या अर्धवट कविता लिहित आहात त्या पूर्ण का नाही करत? आणि कूलरिज म्हणत "पूर्ण करणारा मी कोण आहे? जितकी लेखणीतून उतरते तितकी लिहून काढतो. त्याच्या पुढे नाही सूचत तर नाही सूचत. जेव्हा सूचेल तेव्हा पूर्ण लिहून टाकेन. नाही सूचली तर अशीच अधुरी राहिल. मी कोण? समजून घ्या.

कूलरिज हे सांगतो की जेव्हा माझ्या आतमध्ये कविता येते, मी काहीही न करता, तेव्हा मी ती फक्त लिहून काढतो. मी फक्त लिहिणारा आहे. रचणारा नाही, निर्माता नाही. परमेश्वर गातो, कधी कधी दोनच ओळी गायल्या जातात, तर दोनच ओळी लिहून काढतो.

काही कविता तर अशा आहेत की ज्यामध्ये दोनच ओळी कमी आहेत. कूलरिज म्हणाला की कधी कधी मीही असा विचार केला होता की या हजारो कविता गोळा

झाल्या आहेत, त्या पूर्ण करून टाकू. कधी कधी मी त्या पूर्ण करण्याचाही प्रयत्न केला आणि मी माझ्या दोन ओळी त्याला जोडल्या. परंतु माझ्या असे लक्षात आले की त्या जोडलेल्या दोन ओळी एकदमच विसंगत आहेत. आपोआप आलेल्या ज्या ओळी आहेत त्याची चवच निराळी आहे. ज्या ओळींचा जोड मी दिला आहे तो एकदम कोमेजलेला आहे.

असे समजा की जसा एखाद्या माणसाचा एक पाय तुटला आहे आणि त्याला लाकडाचा पाय लावला आहे. आणि लाकडाचा पाय कुणाला धोका देऊ देत. कदाचित रात्री, अंधारामध्ये चालताना कुणाच्या लक्षात सुद्धा येणार नाही. आणि कदाचित एखाद्या भांडणाच्या क्षणी उपयोगी पडू शकेल.

मी ऐकले आहे. एक पाद्री आफ्रिकेला गेला – मनुष्य भक्षी लोकांच्या कबिल्यामध्ये ईसाचा संदेश देण्यासाठी गेला. त्याला पकडले. भट्टी पेटवली गेली. कढई चढवली गेली. त्याला भाजून खायची तयारी होऊ लागली. बँड–बाजा वाजू लागला.

जेव्हा सगळी तयारी पूर्ण झाली आणि त्याला भट्टीकडे घेऊन जाऊ लागले, तेव्हा तो त्या कबिल्याच्या प्रधानाला म्हणाला की, 'तुम्ही जरा प्रथम माझी चव तर बघा.' तो म्हणाला 'म्हणजे?' तेव्हा त्याने लगेच आपल्या खिशामधून चाकू बाहेर काढला आणि पायाचा एक तुकडा कापून त्याला दिला.

त्या कबिलाच्या प्रधानाने तोंडामध्ये ठेवला, चाखला आणि एकदम थुंकून टाकला आणि इतर लोकांना म्हणाला की, 'बंद करा हा माणूस खाण्यासाठी योग्य नाही आहे.' त्याचा पाय तर लाकडाचा बनवलेला होता. पाय कापलेला होता आणि लाकडाचा पाय लावलेला होता. लाकूड कापून दिले होते त्याने. तो तर वाचला.

लाकडाचा पाय सुद्धा कधी कधी उपयोगी पडू शकतो. पण तुम्हाला आतमध्ये याची जाणीव असेल की, शेवटी लाकडाचा पाय तो लाकडाचाच पाय आहे ना? तुम्ही कदाचित दुसऱ्याला धोका द्याल पण स्वतःला धोका देणार नाही.

कूलरिज म्हणाला की मी माझ्या ओळी जोडून दुसऱ्यांना त्या ऐकवल्या सुद्धा, तेव्हा ती त्यांची फसवणूकच झाली ना! मी स्वतःला कसे फसवू! मला तर स्पष्टपणे जाणवतंय की कुठे त्या स्वच्छ ओळी ज्या आतमधून आल्या होत्या आणि कुठे माझ्या घाणेरड्या नाल्यामधील ओळी ज्या मी त्याला जोडल्या होत्या. कुठे ते अपूर्व जिवंत शब्द आणि कुठे ते माझे मृतवत् शब्द! कुठे तो झरा आणि मी हे दगड ठेवून दिले. यामुळे सौंदर्य कमी झाले, वाढले नाही. ते म्हणाले : 'मी पुन्हा प्रयत्न केला नाही.'

अशी घटना रविंद्रनाथांच्या आयुष्यामध्ये घडली. त्यांनी गीतांजली लिहिली आणि त्याचा इंग्रजीमध्ये अनुवाद केला. इंग्रजी परकी भाषा, तेव्हा त्यांनी विचार

केला चला, कुणाला तरी विचारूयात.

तेव्हा सी. एफ. एन्ड्रूज यांना त्यांनी सांगितले की आपण जरा हे बघून घ्या. मी केलेला अनुवाद बरोबर आहे किंवा नाही.

सी. एफ्. एन्ड्रूज भाषेचे अभ्यासक होते. त्यांनी दोन चार जागी शब्द बदलले. त्यांनी सांगितले की व्याकरणाच्या दृष्टीने हे शब्द बरोबर नाही, त्यामुळे चार जागी त्यांनी शब्द बदलले आणि म्हणाले आता बरोबर आहे.

त्यानंतर रविंद्रनाथ लंडनला गेले आणि तेथे एका समारंभामध्ये त्यांनी गीतांजली वाचन केले. ते खूप हैराण झाले. इंग्रजीचा एक महाकवी यीटस् उभा राहिला आणि तो म्हणाला की, 'बाकी सगळे बरोबर आहे, पण तीन-चार ठिकाणी असे वाटते की, कुणी तरी तेथे दुसरे शब्द ठेवले आहे. सगळ्या ठिकाणी प्रवाह ओघवता आहे पण तीन-चार ठिकाणी असे वाटते की, सगळे उद्ध्वस्त झाले आहे.

रविंद्रनाथ आश्चर्यचकित झाले. तीन-चार ठिकाणी! त्यांनी विचारले! कोणते? त्यांनी दोन तीन उदाहरणे सांगितली. आणि ते तेच शब्द होते जे सी. एफ. एन्ड्रूज यांनी जोडले होते. रविंद्रनाथ म्हणाले, 'मला क्षमा करा, चूक माझी आहे. आणि सी. एफ. एन्ड्रूज यांची काहीही चूक नाही.'

यीटस् यांनी हे सुद्धा विचारले की, 'तुमचे शब्द कोणते होते? जे तुम्ही प्रथम लिहिले होते?' रविंद्रनाथांनी सांगितले, त्यावर ते म्हणाले की, भाषेच्या दृष्टीने ते चुकीचे होते, पण काव्याच्या अनुषंगाने ते बरोबर होते. व्याकरणाच्या दृष्टीने ते बरोबर नाही, पण त्यामध्ये लय आहे, तारतम्य आहे. शब्दांच्या मागे-पुढे करण्याने संगीत बेसूर होत नाही. तुम्ही जुनेच शब्द ठेवा. भाषेला जाऊ देत खड्ड्यामध्ये, पण काव्याला वाचवा.

आणि रविंद्रनाथांनी आपले पूर्वीचेच शब्द ठेवले. भाषेची चूक तशीच राहिली, पण काव्यामधील चूक दुरुस्त झाली.

तेव्हा असा एक शब्द असतो जो तुमच्या आतून येतो. आणि असा एक शब्द ज्याचा तुम्ही बाहेरून वापर करून घेता. बाहेरून ज्या शब्दाचा वापर केला आहे त्यापासून सावध राहा. तो व्यर्थ आहे. जो आतमधून आला आहे, तो खूप मौल्यवान आहे.

जो शब्द प्रेमभावनेतून येतो तो खूप मौल्यवान असतो. जो शब्द शांत-शून्यातून वर येतो तो खूप किमती असतो. प्रेमामधून आलेला शब्द सांभाळून ठेवा. शून्यातून आलेला शब्द सांभाळून ठेवा. करुणेमधून आलेला शब्द सांभाळा, परंतु क्रोधामधून आलेला शब्द लगेच फेकून द्या, त्याला सांभाळू नका. तो शब्द म्हणजे विष आहे.

जेथे प्रेमाचे शब्द येतात, जेथे हृदयापासून शब्द येतात. जेथे अंतरमन बोलते, त्याला तर बोलू द्या. संभाषण बंद होऊ देऊ नका. 'प्रेमामध्ये चाललेल्या गोष्टी संपूच नये.

गुफ्तगू बंद न हो बात से बात चले
सुबह तक साये-मुलाकात चले ।

आणि संध्याकाळी सुरू झालेली भेट रात्रभर चालली तरीसुद्धा काही हरकत नाही.

सुबह तक साये-मुलाकात चले
हमपे हसती हुई ये तारों भरी रात चले

सत्संग असेल तर शब्द सार्थ आहे. प्रेम आहे तर शब्द सार्थ आहे. आतील संगीताला आणताय तर शब्द सार्थ आहे. आतमधील थोडीशी धून जरी आली तरी शब्द सार्थ आहे.

'हो, जो अल्फाज के हाथों में हैं संगे दुश्नाय ।' समजा की शब्दांच्या हातामध्ये शिव्यांचे दगडसुद्धा आहे.

'हो, जो अल्फाज के हाथों में है संगे-दुश्नाय तन्ज छलकायें तो छलका करे जहर के जाम ।। आणि आम्हाला हे सुद्धा माहिती आहे की शब्दांमध्ये विषसुद्धा असू शकते.

'तीखी नजरें हों, तुर्श अबरूए खमदार रहे ।' आणि हे सुद्धा आम्हाला माहीत आहे की शब्द खूप नाराजही असू शकतात. आणि शब्दांमध्ये खूप तीक्ष्ण नजरही असू शकते. शब्दांमध्ये खूप वेदनाही असू शकतात. हे सगळे आम्हाला माहिती आहे.

'बन पडे जैसे भी दिल सीनों मे बेदार रहे' परंतु काही झालेतरी हृदय (दिल) जिवंत ठेवा. हृदयाला जागृत ठेवायचे आहे. शब्दांचा उपयोग करायचा आहे.

शब्दांमध्ये धोका आहे, दऱ्या आहेत, खड्डे आहेत, परंतु त्याच खड्ड्यांमधून जाणारी एक छोटीशी वाट सुद्धा आहे, मार्ग आहे.

'बेबसी हर्फ की जंजीर ब-पा कर न सके'

लक्षात ठेवा शब्दांची शृंखला पायाला बांधू शकणार नाही.

'बेबसी हर्फ की जंजीर- ब-पा कर न सके।

कोई कातिल हो मगर कत्ले नवा कर न सके ।'

एवढेच लक्षामध्ये ठेवा की, आतमधील आवाज शब्दांच्या शृंखलेमध्ये दबून जाणार नाही. आतमधील आवाज शब्दांच्या फाशीमध्ये मरणार नाही.

'बेबसी हर्फ की जंजीर - ब-पा कर न सकें' बस, इतकेच लक्षात ठेवा की शब्द शृंखला न बनो.

हिंदू, मुसलमान, इसाई शब्दांना न बनवू देत. शब्दापासून मुक्ती मिळू दे.

'कोई कातिल हो मगर कत्ले – नवा कर न सके'

आणि आतमधील आवाजाची शब्द हत्या न करू देत.

'सुबह तक ढलके कोई हर्फे वफा आएगा ।' प्रतीक्षा करा, सकाळी उजाडताच प्रेमाचे शब्द येतील.

गुफ्तगू बंद न हो

बात से बात चले

सुबह तक साये मुलाकात चले

हमपे हसती हुई तारों भरी रात चले

सुबह तक ढलके कोई हर्फे वफा आएगा ।

समजा हे प्रेमाचे गुपित, ह्या प्रेमाच्या गोष्टी, हा सत्संग चालत राहिला, तर आज नाही उद्या, संध्याकाळी नाही तर सकाळपर्यंत, तारुण्यात नाही तर म्हातारपणात, म्हातारपणात सुद्धा कधी न कधी ही गोष्ट चालतच राहिली तर तो शब्द सुद्धा येईल जो प्रेमाने येतो. तो शब्द सुद्धा येणार जो मनापासून येतो.

'इश्क आएगा बसद जिशे-पा आएगा ।' एक वेळा नाही शंभर वेळा येणार.

गुफ्तगू बंद न हो

सुबह तक शामे-मुलाकात चले

हमपे हसती हुई ये तारो भरी रात चले

नजर झुक जाएंगी, दिल धडकेंगे, लब कापेंगे

खामुशी बोसा-ए-लब बनके महक जाएगी ।

आणि शब्द जेव्हा ओठावर येईल, तेव्हा ओठावर चुंबन बनून पसरेल.

'सिर्फ गुंचो के चटखने की सदा आएगी ।' या घटकेला फक्त फुलांच्या उमलण्याचाच आवाज ऐकू येईल. जेव्हा तुम्ही आपल्या आतमध्ये जाल तेव्हा तुम्हाला नेहमीच आपली कळी उमलण्याचा आवाज येईल. तुम्ही आपलीच कळी उमलण्याचा आवाज ऐकला.

तुम्ही कमळाला उमलताना बघितले आहे? तुम्ही कमळाला उमलताना ऐकले आहे? ऐकायचे असले तरी ऐकू शकणार नाही. कारण आवाज खूप हळू असेल. परंतु जेव्हा आतमधील कमळ उमलते, तेव्हा तुम्ही ऐकू शकता. आणि कोणी ऐकू शकेल किंवा न ऐकू शकेल, तुम्ही निश्चित ऐकू शकाल

सिर्फ गुंचो के चटखने की सदा आएगी

और फिर हर्फ-ओ-नवा की जरूरत न होगी ।

आणि मग शब्दांच्या अक्षरांची कोणतीच गरज राहाणार नाही. एकदा आतमधील कमळाच्या उमलण्याचा आवाज ऐकू येऊ देत. बस्! एकदा फक्त तो नि:शब्द मधील शब्द ऐकायला मिळू देत.

और फिर हर्फ ओ-नवा की जरूरत न होगी ।

चश्म-ओ-आबरू के इशारोंमे मुहब्बत होगी ।

नंतर फक्त डोळे आणि भुवयांच्या इशाऱ्यामध्ये प्रेम होऊन जाते.

'नफरत उठा जाएगी, मेहमान मुरव्वत होगी ।' मग आपणहून एक संकोच निर्माण होतो. 'मेहमान मुरव्वत होगी' आपणहून एक संकोच निर्माण होतो. 'मेहमान मुरव्वत होगी' मग पुन्हा शीळ येते, शिष्टाचार येतो, दया येते, जी आपणहून येते. तुम्ही आणता म्हणून नाही, तुमच्या प्रयत्नामुळे नाही.

हाथ में हाथ लिए सारा जहां साथ लिए ।

तोहफा-ए-दर्द लिए प्यार की सौगात लिए ॥

प्रभू प्रेमाचे दु:ख किंवा प्रेमाचे दु:ख आणि प्रेमाच्या दु:खाचा उपहार हातात घेऊन 'रेंगजारोसे अदावत के गुजर जाएंगे ।' शत्रुत्व, घृणा-वैमनस्यांच्या वाळवंटाने आम्हाला जे घेरून ठेवले आहे, ... 'रेंगजारो से अदावत के गुजर जाएंगे ।' या वाळवंटामधूनही आम्ही निघून जाऊ.

'खून के दरियाओं से हम पार उतर जाएंगे ।'

शत्रुता, युद्ध, अशांति यामधून तरून जाऊ.

गुफ्तगू बंद न हो

बात से बात चले

सुबह तक सामे-मुलाकात चले

हमपे हसती हुई ये तारों भरी रात चले।

शब्द और शब्द में भेद है. 'सब्द सब्द बहु अंतरा ।'

सार धरून ठेवा, व्यर्थ सोडून द्या. आणि तुमची अवस्था उलटी आहे; तुम्ही व्यर्थ पकडून ठेवता आणि सार सोडून देता. समजा कुणी कुणाची निंदा करत असेल तर तुम्ही अगदी तल्लीनतेने ऐकता, तुम्हाला तेव्हा जांभई वगैरे काही येत नाही.

कुणाची निंदा ऐकताना जांभई आल्याचे बघितले आहे? येतच नाही. परंतु समजा कुठे सत्संग चालला असेल तर लगेच जांभई यायला लागते. कुठे शिवी-गाळ चालली असेल तर तुम्ही लगेच सावध होता, तुमचे मन उत्साही बनते, तुमचा आत्मा एकदम जागृत होतो.

दोन माणसे रस्त्यामध्ये भांडत असतील; अगदी चाकू-सुरे काढून तयार असतील, अशा वेळेस तुम्ही स्वत:ची हजार कामे सोडून, सायकल थांबवून तेथेच उभे राहाता, आणि आता बघूच काय चाललंय ते! तुम्हाला जगण्यामध्ये लगेच रस निर्माण होतो.

तुम्ही व्यर्थ खूप लक्षपूर्वक बघता, आणि व्यर्थ खूप लक्षपूर्वक ऐकता.

तुम्ही बघितलंय लोक आपआपले ट्रान्झिस्टर रेडिओ कानाला लावून ऐकत असतात! सत्संग चालू आहे! कुठे कचरा विखरून पडून न जाओ, म्हणून कानाला लावून बसतात की थेट कानामध्येच पडेल. आयुष्याच्या शेवटी तुम्ही कचरापट्टीचे

ढिग बनलात तर त्यात फारसे आश्चर्य करण्यासारखे काही नाही. आणि कोणताही म्युनिसिपालटीचा कचरावाला येऊन तुमचा कचराही घेऊन जात नाही. तो वाढतच जातो, वाढतच जातो.

'सब्द सब्द बहु अंतरा, सार सब्द चित देय ।' तेच सार आहे जे तुम्हाला स्वत:ची ओळख करून देईल. अशाच शब्दांकडे लक्ष द्या, बाकी शब्दांचा विचार करू नका. कोणी निंदा करायला लागले तर सांगा की क्षमा करा, तुम्ही तुमचे तोंड निरर्थक कशाला खराब करता, माझे कान खराब करता.

कोणी परमेश्वराचे भजन गात असेल, तर मनापासून ऐका. कोणी उत्तेजित करत असेल, भडकवत असेल, जळवत असेल, कोणी राजकारणी येऊन भडकवत असेल, तर त्याचीही क्षमा मागून म्हणा की, अरे बाबा, तुझ्या मार्गाने तू जा. कुठेही दुसरीकडे जा. मला सोडून दे. आम्ही असेही भडकलेलो आहोत, अजून भडकावू नको. संतापाने आधीच जळत आहोत अजून जाळू नकोस. तुम्ही आपली ही आग कुठे दुसरीकडे घेऊन जा. परंतु तुम्ही अगदी उत्साहाने सगळे ऐकता.

जेव्हा राजकीय नेता गावात येतो तेव्हा बघता ना की लोक कसे धावत तेथे पोहोचतात. खूप गर्दी एकत्र जमा होते. तेथे नक्कीच कचरा आहे पण तरीही गर्दी तेथे जमा होते. तुम्ही अगदी उत्सुकतेने तेथे पोहोचता, जसे काही तेथून खूप मौल्यवान गोष्टी घेऊन येणार आहात. वेडेपणाची हद्द आहे, पण आहे. आणि सावध होऊन तुम्हाला लक्ष द्यावे लागेल नाहीतर तुम्ही सुद्धा या प्रवाहाराबरोबर वाहात जाल.

सब्द सब्द बहु अंतरा, सार सब्द चित देय।
जा सब्दै साहब मिलै, सोई सब्द गहि लेय।।

ज्यांना परमेश्वर भेटतो, तसे शब्दांना पकडून ठेवा. बाकी सगळे सोडून द्या ही परीक्षा होईल.

'सब्द बराबर धन नही, जो कोई जानै बोल।' शब्द म्हणजे संपत्ती असते. परंतु 'जो कोई जानै बोल । हीरा तो दामों मिलै, सब ही मोल न तोल।'

समजा कुणी सद्गुरू मिळेल, सद्वचन मिळेल, कोणतेही वचन, जे तुमच्या प्राणांचे घाव भरून टाकतील, कोणतेही वचन जे तुमच्या प्राणाला झोपेपासून मुक्त करेल. असे वचन जे तुम्हाला स्वप्न आणि भ्रम यापासून दूर ठेवेल आणि तुम्हाला सत्याची जाणीव देईल.

हीरा तो दामों मिलै, सब्दहि मोल न तोल ।।
सीतल सब्द उचारिये, अहम आनिये नाहिं ।

जे शब्द शांतता आणि शीतलतेपासून येतात असेच शब्द ऐका. क्रोध, शत्रुत्व, हिंसा आणि तिरस्कारांचे शब्द नाही, युद्ध आणि विषाने भरलेले शब्द ऐकू नका.

शीतलतेपासून येणारे शब्द ऐका. आणि असेच शब्द बोला जे शीतलतेपासून येतात. जेव्हा मनामध्ये संताप भरलेला असेल तेव्हा गप्प बसा. त्यावेळेस तुम्ही जे काही बोलाल, ते घात करणारे ठरेल.

जेव्हा मनामध्ये तिरस्कार निर्माण होईल, तेव्हा एकांतामध्ये बसा. परमेश्वराचे स्मरण करा. कुणाला काहीही सांगू नका. जेव्हा मन प्रफुल्लित असेल, आनंदाने नाचत असेल, उत्सव साजरा करत असेल, तेव्हा आभार मानण्याची भावना मनामध्ये जागृत होईल. कृतज्ञेने भरले असेल. तेव्हा काहीतरी बोला, अशावेळेस तुमच्या बोलण्यामध्ये संगीत असेल, तुमच्या बोलण्यामध्ये काहीतरी सार असेल.

'तेरा प्रीतम तुन्ह में, सत्रु भी तुझ माहिं ।' हे जे शब्द आहेत, त्यातील सार समजून घेतला तर ते मित्र बनतील. प्रीतमला भेटण्याचे ते एक द्वार उपलब्ध होईल. आणि हेच शब्द समजा त्यातील निरर्थक भावच घेतला तर ते तुमच्यासाठी फाशी ठरतील. ते तुमचा शत्रू बनतील.

तेरा प्रीतम तुझ में, सत्रु भी तुझ माहिं ।
सीतल सब्द उचारिये, अहम आनिये नाहिं ।।
अहंकार छोडो, क्योंकि अहंकार गर्मी है ।।

मी ऐकले आहे. एक सूफी संत होऊन गेले - सूफि संत खैराबादी; ते आपल्या उदरनिर्वाहासाठी भाजी विकत असत. भोळसट गृहस्थ होते, खूप लोक त्यांना खोटे नाणे देऊन जात. एवढेच नाही तर, काही लबाड माणसे हे खोटे नाणे तुमच्याच दुकानातून आम्हाला मिळाले असे सांगून, त्यांच्याकडून बदलून सुद्धा घेत असत. परंतु खैराबादी गप्प बसून ते घेत असत आणि जेव्हा कुणी खोटे नाणे त्यांना देऊन जात असे, त्यावेळेस लोक नेहमी बघत असे की जेव्हा लोक खोटं नाणं त्यांना देत तेव्हा ते आकाशाकडे बघत आणि हात जोडत असत.

आयुष्यभर त्यांची ही सवय होती जेव्हा त्यांचा अंतकाळ आला, तेव्हा त्यांनी प्रार्थना केली की, 'हे परमेश्वरा, संपूर्ण आयुष्यभर मी खोटे नाणे घेत राहिलो कुणाचेही खोटे नाणे स्वीकारण्यास मी नकार दिला नाही. मी सुद्धा एक खोटे नाणे आहे आणि आता तुझ्याकडे येत आहे, मला परत पाठवू नको.

तेव्हा लोकांना समजले की, एखाद्याने खोटे नाणे दिल्यानंतर, हे आयुष्यभर आकाशाकडे नजर वर करून का बघत असतील. आयुष्यभर ते हीच प्रार्थना करत राहिले की, 'हे परमेश्वरा, आयुष्यभर मी खोट्या नाण्यांचा स्वीकार करता आलो आहे. कुणाचे खोटे नाणे स्वीकारण्यास मी नकार दिला नाही. आता मी सुद्धा एक खोटे नाणे आहे तुझ्या दाराशी येत आहे. मला अव्हेरू नकोस.'

हा आहे निरहंकारी भाव - की मी सुद्धा एक खोटे नाणे आहे.

परमेश्वराकडे जाताना तुम्ही अहंकार घेऊन गेलात तर कसे जाल? अहंकार तर

दगडी भिंतीसारखा तुमच्या समोर उभा राहाणार. तुम्ही परमेश्वराला प्राप्त करू शकणार नाही. तुम्ही तेथे मिटून जाल तरच मिलन होणार.

आणि आत्तापासून मिटायला सुरुवात करा. क्रोधामुळे तुमचा अहंकार वाढतो. क्रोधाने, तिरस्कार-वैमनस्य यामुळे तुमच्या अहंकाराला खत-पाणीच मिळते.

'सीतल सब्द उचारिये' शीतल होऊन राहा. आणि शीतल शब्द बोला. शांतता ही आपली जीवनशैली बनवा. तीच तुमची जीवनप्रणाली आहे.

शांत होता होता, साधक होता होता एक दिवस तुम्ही साधु होऊन जाल. साधु होता होता एक दिवस तुम्ही कृतार्थ होऊन जाल.

'साधो, सब्द साधना किजै।'

ही आहे शब्दांची साधना.

बस. आज एवढेच !

♦

'कहै कबीर में पूरा पाया'मधून

ओशो – एक परिचय

आपल्यासारख्या भेदाभेद करणाऱ्या माणसांसाठी 'अर्थपूर्ण जाणीव' किंवा 'समजूत' म्हणू या हवं तर, पण तो अर्थबोध करून देण्याचं ओशोंचं मोठं योगदान आहे. ओशोंमध्ये एक गूढवादी तसंच एक वैज्ञानिकही आहे. त्यामुळे एक क्रांतिकारी म्हणता येईल, असं चैतन्य त्यांच्या अस्तित्वात आहे. म्हणूनच जीवनाचा नवीन मार्ग शोधण्याच्या निव्वळ गरजेसाठी 'सजग माणूसकी'ची गरज आहे, हे त्यांनी वारंवार जाणवून दिलंय. तीच त्यांची तीव्र इच्छा आहे.

या सुंदर आणि अलौकिक अशा पृथ्वीतलावर आपण आपल्या रोजच्या जगण्यात गतकाळानुसार सतत भीतीच्या छायेखाली वावरत असतोच.

प्रत्येकानं स्वत: बदलत राहणं, मग आपण सर्वांनी बदलत राहणं हा त्यांचा प्रमुख मुद्दा आहे. 'आपण सर्वांनी' म्हणजेच आपला समाज, आपली संस्कृती, आपल्या श्रद्धा एकूणच आपलं सर्व जग हे बदलणं आलं. त्या सर्व बदलाचं प्रवेशद्वार म्हणजे – ध्यान! मेडिटेशन!

आधुनिक जीवनपद्धतीतली अस्वस्थता जेव्हा हळूहळू शांत होत जाईल, तेव्हा प्रत्यक्ष कृती आपोआपच शांततेनं फक्त ऐकून घेण्याच्या मन:स्थितीत विरघळून जाईल. खऱ्याखुऱ्या 'मेडिटेशन'च्या आरंभाची ही एक गुरुकिल्लीच असणार आहे. या दुसऱ्या पायरीसाठी आधार म्हणून ओशोंनी नीट ऐकून घेण्याच्या प्राचीन कौशल्याचं सूक्ष्म पद्धतशीर भाषणांमध्ये रूपांतर केलं आहे. इथं 'शब्द' म्हणजे संगीत बनतं. ऐकणारा

जे काही ऐकतो, त्यातून जागरूकतेची अनुभूती घेतो. या सगळ्या नाजूक घडामोडींमध्ये शांतता जसजशी वाढू लागते, तसतसं पटकन मनापर्यंत पोहोचेल अशा गोष्टी ऐकण्याची गरज असते. ती गरज एखाद्या जादूप्रमाणे पूर्ण होते. नेहमीप्रमाणे मनाचे इतर अडथळे दूर होतात आणि सुंदर जादूमय घडामोडी घडू लागतात.'

लंडनच्या 'संडे टाइम्स'नं विसाव्या शतकातल्या जग बदलून टाकणाऱ्या एक हजार व्यक्तींमध्ये त्यांची गणना केलेली आहे. टॉम रॉबिन्स या अमेरिकन लेखकानं तर त्यांना 'जिझस ख्राईस्ट' नंतरचं सर्वांत 'खतरनाक' व्यक्तिमत्त्व असं बिरुद त्यांना बहाल केलंय. भारताचं भाग्य बदलवणाऱ्या गांधी, नेहरू आणि बुद्ध यांच्या बरोबरीनं भारतातील 'संडे-मिडडे'नं त्यांचा गौरव केला आहे.

आपल्या कार्याविषयी ते म्हणतात,'नवीन आधुनिक मनुष्याच्या जन्मासाठी मी 'भूमी' तयार करतो आहे.' या नवीन मनुष्याला ते 'झोरबा द बुद्ध' म्हणतात. झोरबा अशा की, ज्यामध्ये पृथ्वीवरची सर्व सुखं उपभोगण्याची क्षमता असेल, तसंच बुद्धांची शांत, सौम्य अशी प्रवृत्ती असेल. ओशोंच्या सर्वांगीण विचारांमध्ये जीवन-दर्शनाचा एक झुळझुळता प्रवाह आहे. त्यामध्ये पूर्वेकडची कालातीत असलेली प्रज्ञा आणि पश्चिमेकडचं विज्ञान, तसंच तंत्रज्ञानाच्या सर्वोच्च शक्यतांचा समावेश आहे.

आंतरिक परिवर्तनाच्या शास्त्रात 'ओशो' म्हणजे क्रांतिकारी उपदेशासाठी उत्तम पर्याय आहेत. तसंच ध्यानाच्या विविध पद्धतीचे प्रसारक आहेत. आत्ताच्या आधुनिक वेगवान जीवनशैलीला अनुसरून या पद्धती त्यांनी निर्माण केल्या आहेत.

सक्रिय ध्यानपद्धती अशापद्धतीनं तयार केलीय की, त्यामध्ये शरीर आणि मन या दोन्हीमध्ये एकत्रितपणे ताणतणावांचा निचरा होऊ शकेल आणि रोजच्या जीवनात सहज स्थिर मनोवृत्ती प्राप्त होऊ शकेल आणि गाढ शांतीचा अनुभव येईल.

ओशो हे कोणत्याच अवकाशात मावणारे नाहीत. माणसाच्या व्यक्तिगत शोधापासून ते समाजातल्या सर्व सामाजिक तसंच राजकीय प्रश्नांवर प्रकाश टाकणारी अशी त्यांची प्रवचनं आहेत. ओशोंनी स्वत:ही पुस्तकं लिहिलेली नाहीत. जागतिक स्तरावर सर्व श्रोत्यांसमोर दिलेल्या प्रवचनांच्या ऑडिओ व्हिडीओच्या वार्तांकनांचं संकलन म्हणजे त्यांची पुस्तकं आहेत. ते म्हणतात ''मी जे काही सांगतो ते केवळ तुमच्यासाठीच नसून भविष्यातल्या पिढींसाठी सांगत असतो.

ओशोंची दोन आत्मकथात्मक पुस्तकं याप्रमाणे.

१) 'ऑटोबायोग्राफी ऑफ ए स्पिरिच्युअली इनकरेक्ट मिस्टीक', सेंट मार्टिस प्रेस, यूएसए.

२) 'ग्लिम्प्सेस ऑफ ए गोल्डन चाइल्डहूड', ओशो मीडिया इंटरनॅशनल, पुणे, भारत.

♦

ओशो इंटरनॅशनल मेडिटेशन रिझॉर्ट

शंभरपेक्षाही जास्त अशा निरनिराळ्या देशांमधून हजारो पर्यटक दरवर्षी या रिसॉर्टला भेट देतात. इथला अनुपम असा परिसर उत्साहानं परिपूर्ण, शांत-निवांत असा असून काहीतरी सर्जनात्मक असं नवीन जीवन जगण्याविषयी प्रेरणा देणारा आहे. संपूर्ण वर्षभर चोवीस तास चालणारे निरनिराळे उपक्रम इथे आहेत. अर्थात काहीही न करता नुसतं शांत बसणं, हाही त्यातलाच एक भाग!

इथल्या सर्व कार्यक्रमांच्या रचनेत ओशोंच्या 'झोरबा द बुद्ध'ची आंतरदृष्टी समाविष्ट आहे. यामध्ये एका नवीन मनुष्याचा नवीन ढंग आहे. जो माणूस रोजचं दैनंदिन जीवन सर्जनात्मक पद्धतीनं जगूनसुद्धा मौन तसंच ध्यानामध्ये मग्न होण्याची क्षमता राखतो.

ठिकाण : मुंबईपासून शंभर मैलावर दक्षिणपूर्वेला असलेल्या संपन्न अशा आधुनिक पुणे शहरात सुट्टी घालवण्याचं एक सुरेख असं स्थान म्हणजे, 'ओशो इंटरनॅशनल मेडिटेशन रिसॉर्ट!'' घनदाट झाडीमध्ये लपलेलं हे रिसॉर्ट सर्वांपेक्षा वेगळं असून अठ्ठावीस एकराच्या बगिचामध्ये पसरलेलं आहे.

इथली कार्यक्रमपद्धती :

ध्यान : दिवसभर चालणाऱ्या ध्यान कार्यक्रमांमध्ये सक्रिय तसंच निष्क्रिय, परंपरागत तसंच क्रांतिकारक, खासकरून 'ओशो डायनॅमिक मेडिटेशन'पद्धतीनुसार, प्रत्येक व्यक्तीनुसार अनेक ध्यानपद्धती उपलब्ध आहेत. या सर्व ध्यानपद्धती जगातल्या सर्वांत भव्य अशा 'ओशो ऑडिटोरियम' ध्यान सभामंडपात पार पाडल्या जातात.

विविधता : इथल्या विविध व्यक्तिगत सेशन्समध्ये, शिबिरात सर्जनशील अशा कलांपासून ते संपूर्ण स्वास्थ्यापर्यंत, तसंच व्यक्तिगत परिवर्तन, व्यक्तिगत संबंध,

जीवनातील अग्रक्रम, कार्यध्यान, गुह्यविज्ञान, खेळ, मनोरंजन या सर्व गोष्टीत अगदी 'झेन पद्धती'चा सुद्धा समावेश आहे. इथल्या (मल्टिव्हर्सिटी) विविध गोष्टींच्या यशाचं रहस्य म्हणजे इथले सर्वप्रकार पूर्णपणे ध्यानाशी जोडलेले आहेत. त्यामुळे इथल्या माणसांमध्ये हा विचार घट्टपणे रुजवला जातो की, 'मनुष्य म्हणजे फक्त शरीराशी निगडीत नसून त्यापलीकडेही खूप आहे.'

बाशो स्पा : हिरव्यागार झाडांच्या सान्निध्यात, मोकळ्या हवेत असलेला भव्य असा, पाण्यात मनसोक्त तरंगण्याचा आनंद देणारा जलतरण तलाव म्हणजे मोठं आकर्षण आहे. वैशिष्ट्यपूर्ण तयार केलेली मोठी झकूझी, सौना, जीम, टेनिसकोर्ट या सर्वांचा समावेश इथे केलेला आहे.

भोजन : निरनिराळ्या पद्धतींनी बनवलं जाणारं इथलं स्वादिष्ट भोजन पूर्णपणे शाकाहारी असून ते पाश्चात्त्य तसंच आशियाई ढंगामध्ये उपलब्ध आहे. मेडिटेशन रिसॉर्टसाठी विशेषत्वानं लागवड केलेल्या सेंद्रिय भाज्याच इथं वापरल्या जातात. ब्रेड आणि केक रिसॉर्टच्या स्वत:च्याच बेकरीत बनवले जातात.

संध्याकाळचे कार्यक्रम : या कार्यक्रमांची यादी तर खूप मोठी आहे. पण सर्वांत पहिल्या स्थानावर आहे नृत्य! इतर कार्यक्रमात चांदण्यारात्रीतलं ध्यान, विविध मनोरंजक कार्यक्रम, संगीताचे कार्यक्रम तसंच रोजच्या जीवनासाठी ध्यान हे सम्मिलित आहे.

याव्यतिरीक्त प्लाझा कॅफेमध्ये मित्र-परिवारा बरोबर गाठीभेटी तसंच रात्रीच्या शांतवेळी या परिकथेसारख्या वाटणाऱ्या वातावरणात भटकण्याचा आनंदही घेऊ शकतो.

सोयी : रोजच्या उपयोगाच्या वस्तू आपण रिसॉर्टच्या दुकानांमधून खरेदी करू शकता. मल्टिमीडिया सभागृहात ओशोंची सर्व 'मीडिया' सामुग्री मिळू शकते. बँक ट्रॅव्हल एजन्सी तसंच सायबरकॅफेची सोयही इथे आहे. खरेदीची आवड असणाऱ्यांना पुण्यामध्ये भरपूर गोष्टी उपलब्ध आहेत. अगदी पारंपरिक भारतीय वस्तुंपासून ते आंतरराष्ट्रीय बँडपर्यंतची सर्व दुकाने आहेत.

राहाण्यासाठी : ओशो गेस्टहाउसमध्ये एखादी छानशी खोली मिळू शकते. खूप दिवस राहायचं असेल, तर 'लिव्हिंग-इन'चं पॅकेज घेऊ शकता. याव्यतिरिक्त आसपास बरीच चांगली हॉटेल्स आणि सर्व्हिस्ड अपार्टमेंट सुद्धा आहेत.

www.OSHO.com/meditationresort
www.OSHO.com/guesthouse
www.OSHO.com/livingin

अधिक माहितीसाठी

सध्या सोशल नेटवर्किंगद्वारा संपूर्ण माहिती मिळू शकते. हे माध्यम फक्त तरुण वर्गच वापरतो असं नाही. काळ बदलतोय तसंच आम्हीही बदलतोय.

* विविध वेबसाइट – www.OSHO.com

* हिंदीसाठी – www.OSHO.com/hindi

* ओशो लायब्ररीमध्ये आपल्या आवडत्या विषयांसाठी
  www.OSHO.com/library
  www.OSHO.com/library-hindi

* संपूर्ण ओशो ध्यानपद्धती आणि संबंधित संगीतासाठी
  www.OSHO.com/Meditation

* ओशोंचं संपूर्ण हिंदी-इंग्रजी साहित्य आणि इ-बुक्ससाठी
  www.OSHO.com/shop
  www.OSHO.com/shop-hindi
  www.OSHO.com/ebooks

* ऑडिओ प्रवचनांसाठी MP3 व इतर
  www.OSHO.com/hindiAudiobooks

* रिसॉर्टला येण्यासाठी माहितीखातर
  www.OSHO.com/MeditationResort

* ओशो इंटरनॅशनल न्यूजलेटरच्या मोफत सदस्यत्वासाठी
  www.OSHO.com/newsletters
  www.OSHO.com/hindinewsletters

* ओशो टॅराकार्ड ऑनलाइन वाचनासाठी
  www.OSHO.com/tarot

* ओशो हिंदी रेडिओसाठी पाहा.
  www.OSHOtalks.info
  radiohindi.OSHO.com

* इथल्या कार्यक्रमांसाठी, उत्सवांसाठी माहिती घेण्यासाठी
  www.facebook.com/OSHO.International

* विविध उपक्रम, कार्यक्रमांसाठी माहिती
  www.facebook.com/OSHO.International.Meditation.Resort

* ओशो व्हिडीओ चॅनल, कुठेही केव्हाही
  www.youtube.com/OSHO.International

* दिवसाची सुरुवात ओशोंच्या संदेशानं
  www.twitter.com/OSHOtimes

* या साइट्सवर रजिस्ट्रेशन तसंच ब्राउज करण्यासाठी थोडा वेळ काढा. ओशोंबद्दल भरपूर माहिती मिळेल.

* या व्यतिरिक्त आणखीनही निरनिराळ्या रोचक पद्धतीनं आपण शोधू शकता ज्यायोगे 'ओशोंना जगभरात' प्राप्त करता येईल.

ओशो का हिंदी साहित्य

उपनिषद
सर्वसार उपनिषद
कैवल्य उपनिषद
अध्यात्म उपनिषद
कठोपनिषद
ईशावास्य उपनिषद
निर्वाण उपनिषद
आत्म-पूजा उपनिषद
केनोपनिषद

महावीर
महावीर-वाणी (दो भागों में)
जिन-सूत्र (दो भागों में)
महावीर या महाविनाश
महावीर : मेरी दृष्टि में
ज्यों की त्यों धरि दीन्हीं चदरिया

कृष्ण
गीता-दर्शन
(आठ भागों में अठारह अध्याय)
कृष्ण-स्मृति

बुद्ध
एस धम्मो सनंतनो (बारह भागों में)

अष्टावक्र
अष्टावक्र महागीता (नौ भागों में)

लाओत्से
ताओ उपनिषद (छह भागों में)

च्वांगत्सु
संसार और मार्ग
सत्य असत्य

मीरा
मैंने राम रतन धन पायो
झुक आई बदरिया सावन की

जगजीवन
नाम सुमिर मन बावरे
अरी, मैं तो नाम के रंग छकी

कबीर
सुनो भई साधो
कस्तूरी कुंडल बसै
कहै कबीर दीवाना
मेरा मुझमे कुछ नही
गुंगे केरी सरकारा
क़है कबीर मैं पूरा पाया
होनी होय सो होय

शांडिल्य
अथातो भक्ति जिज्ञासा (दो भागों में)

दादू
सबै सयाने एक मत
पिव पिव लागी प्यास

पलटू
अजह्यचेत गंवार
सपना यह संसार
काहे होत अधीर

दरिया
कानों सुनी सो झूठ सब
अमी झरत बिगसत कंवल

सुंदरदास
हरि बोलौ हरि बोल
ज्योति से ज्योति जले

धरमदास
जस पनिहार धरे सिर गागर
का सोवै दिन रैन

मलूकदास
कन थोरे कांकर घने
रामदुवारे जो मरे

बाउल संत
प्रेम योग
आनंद योग

अन्य रहस्यदर्शी
भक्ति-सूत्र (नारद)
शिव-सूत्र (शिव)
भजगोविन्दम् मूढ़मते (आदिशंकराचार्य)
एक ओंकार सतनाम (नानक)
जगत तरैया भोर की (दयाबाई)
बिन घन परत फुहार (सहजोबाई)
नहीं सांझ नहीं भोर (चरणदास)
संतो, मगन भया मन मेरा (रज्जब)
कहै वाजिद पुकार (वाजिद)
मरौ हे जोगी मरौ (गोरख)
सहज-योग (सरहपा-तिलोपा)
बिरहिनी मंदिर दियना बार (यारी)

प्रेम-रंग-रस ओढ़ चदरिया (दूलन)
दरिया कहै सब्द निरबाना (दरियादास
बिहारवाले)
हंसा तो मोती चुगैं (लाल)
गुरु-परताप साध की संगति (भीखा)
मन ही पूजा मन ही धूप (रैदास)
झरत दसहुं दिस मोती (गुलाल)
अकथ कहानी प्रेम की (फरीद)

झेन, सूफी और उपनिषद
की कहानियां
बिन बाती बिन तेल
सहज समाधि भली
दीया तले अंधेरा
मनुष्य होने की कला
सदगुरु समर्पण
उस पथ के पथिक
अंतर्यात्रा के पथ पर

विचार-पत्र
क्रांति-बीज
पथ के प्रदीप

पत्र-संकलन
अंतर्वीणा
प्रेम की झील में अनुग्रह के फूल
ढाई आखर प्रेम का
पद घुंघरू बांध
प्रेम के फूल
प्रेम के स्वर
पाथेय

बोध-कथा
मिट्टी के दीये

ध्यान, साधना

ध्यान विज्ञान
ध्यानयोग : प्रथम और अंतिम मुक्ति
मैं कौन हूं
चित चकमक लागे नाहिं
समाधिके द्वार पर
तृषा गई एक बूंद से
तृषा गई एक बूंद से
जीवन सत्यकी खोज
माटी कहै कुम्हार सूं
माटी कहै कुम्हार सूं
जीवन रस गंगा
अमृत की दिशा
अमृत की दिशा
समाधि के तीन चरण

साधना-शिविर

साधना-पथ
साधना-पथ
अंतर्यात्रा
प्रभूकी पगडंडियां
साक्षी की साधना
साक्षी की साधना
साक्षी का बोध
मैं मृत्यु सिखाता हूं
जिन खोजा तिन पाइयां
समाधि के सप्त द्वार (ब्लावट्स्की)
साधना-सूत्र (मेबिल कॉलिन्स)
ध्यान-सूत्र
जीवन ही है प्रभु
असंभव क्रांति
ध्यान दर्शन
ध्यान के कमल
शून्य की नाव
शून्य के पार
सत्य की खोज
संभावनाओं की आहट
समाधि कमल
जो घर बारे आपना
प्रेम दर्शन
गिरह हमारा सुन्न में
अपने माहिं टटोल
जीवन संगीत
रोम-रोम रस पीजिए

योग

पतंजलि : योग-सूत्र (पांच भागों में)
योग : नये आयाम

तंत्र

संभोग से समाधि की ओर
संभोग से समाधि की ओर
युवक और यौन
क्रांती सूत्र
तंत्र-सूत्र (पांच भागों में)

राष्ट्रीय और सामाजिक समस्याएं

फिर अमरित की बूंद पड़ी
एक एक कदम
देख कबीरा रोया
देख कबीरा रोया
अस्वीकृति में उठा हाथ
भारत के जलते प्रश्न
समाजवाद से सावधान
समाजवाद अर्थात आत्मघात
स्वर्ण पाखी था जो कभी
नये समाज की खोज

नये समाज की खोज
नये भारत का जन्म
भारत का भविष्य

अंतरंग वार्ताएं
संबोधि के क्षण
प्रेम नदी के तीरा
सहज मिले अविनाशी
उपासना के क्षण
अनंत की पुकार

प्रश्नोत्तर
नहिं राम बिन ठांव
प्रेम-पंथ ऐसो कठिन
उत्सव आमार जाति, आनंद आमार गोत्र
मृत्योर्मा अमृतं गमय
प्रीतम छवि नैनन बसी
रहिमन धागा प्रेम का
उड़ियो पंख पसार
सुमिरन मेरा हरि करैं
पिय को खोजन मैं चली
साहेब मिल साहेब भये
जो बोलैं तो हरिकथा
बहुरि न ऐसा दांव
ज्यूं था त्यूं ठहराया
ज्यूं मछली बिन नीर
दीपक बारा नाम का
अनहद में बिसराम
लगन महूरत झूठ सब
सहज आसिकी नाहिं
पीवत रामरस लगी खुमारी
रामनाम जान्यो नहीं
सांच सांच सो सांच
आपुई गई हिराय
बहुतेरे हैं घाट
कोंपलें फिर फूट आईं
क्या सोवै तू बावरी
कहा कहूं उस देस की
पंथ प्रेम को अटपटो
फिर पत्तों की पांजेब बजी
मैं धार्मिकता सिखाता हूं, धर्म नहीं
ओशो उपनिषद
एक नई मनुष्यता का जन्म
भविष्य की आधारशिलाएं

विविध
अमृत-कण
अमृत वाणी
कुछ ज्योतिर्मय क्षण
नये संकेत
चेति सकै तो चेति
हसिबा, खेलिबा, धरिबा ध्यानम्
धर्म साधना के सूत्र
मैं कहता आंखन देखी
जीवन क्रांति के सूत्र
जीवन रहस्य
करुणा और क्रांति
विज्ञान, धर्म और कला
प्रभु मंदिर के द्वार पर
तमसो मा ज्योतिर्गमय
प्रेम है द्वार प्रभु का
अंतर की खोज
अमृत वर्षा
अमृत द्वार
एक नया द्वार
प्रेम गंगा
समुंद समाना बुंद में

सत्य की प्यास	शिक्षा में क्रांति
शून्य समाधि	गहरे पानी पैठ
व्यस्त जीवन में ईश्वर की खोज	ज्योतिष विज्ञान
अज्ञात की ओर	नव संन्यास क्या
धर्म और आनंद	सत्य का अन्वेषण
जीवन-दर्शन	सत्य का दर्शन
जीवन की खोज	घाट भुलाना बाट बिनु
क्या ईश्वर मर गया है	पथ की खोज
क्या मनुष्य एक यंत्र है	जीवन अलोक
नानक दुखिया सब संसार	जीवन की कला
नये मुनष्य का धर्म	जीवन क्रांती की दिशा
धर्म की यात्रा	जीवन गीत
स्वयं की सत्ता	मन का दर्पण
सुख और शांति	आंखों देखी सांच
नारी और क्रांति	आनंद की खोज
सम्यक शिक्षा	स्वर्णिम बचपन

ओशोंच्या साहित्यासंबंधी माहितीसाठी तसेच मागणीकरिता संपर्क :

ओशो मिडिया इंटरनॅशनल

१७ कोरेगाव पार्क, पुणे ४११००१ (महाराष्ट्र-भारत)

फोन नं. +९१ (२०) ६६०१९९८१

Email : distribution@osho.net

ओशोंच्या ऑडियो व्हिडियो प्रवचनांसंबंधी माहितीसाठी तसेच मागणीकरिता संपर्क :

ओशो मल्टिमीडिया ॲन्ड रिसॉर्ट्स प्रा. लि.

१७, कोरेगाव पार्क, पुणे ४११००१ (महाराष्ट्र-भारत)

फोन नं. +९१ (२०) ६६०१९९८१

Email : distribution@osho.net

श्रोत्यांसमोर प्रत्यक्ष दिलेल्या तत्कालीन प्रवचनांचा समावेश असणारी ही ओशोंची पुस्तकं आहेत. ओशोंची सर्व प्रवचनं, पुस्तकरूपात तसंच ऑडिओ रेकॉर्डिंगच्यारूपात उपलब्ध आहेत. ही रेकॉर्डिंग्ज तसंच पुस्तकं यांच्यासाठी www.OSHO.com/library या संकेतस्थळावर संपर्क साधता येईल.

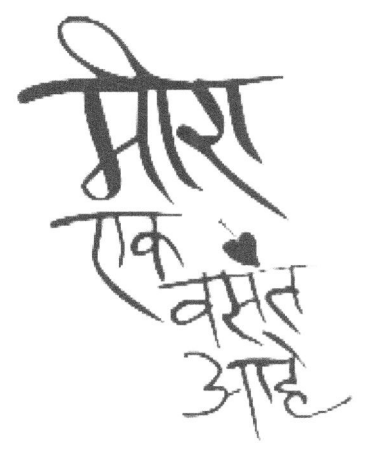

मीरा एक वसंत आहे

ओशो

अनुवाद
स्वाती चांदोरकर

जेव्हा दु:खाचा भडिमार होतो तेव्हा सामान्य मनुष्य ईश्वराला दोष देतो, वेठीला धरतो आणि मीरा मात्र ईश्वराचे आभार मानते. 'सर्व मोहपाशातून सुटका केलीस,' असं म्हणते. 'ईश्वराराधना व्हावी म्हणूनच अशी तजवीज केलीस.' असं म्हणते. ती ईश्वराराधनेत कधी रममाण होते, हे तिचं तिलाही कळत नाही. ईश्वराराधना म्हणजे फक्त कृष्णाची आराधना. पंचवीस हजार वर्षांपूर्वी अवतरलेल्या कृष्णावर ती पंचवीस हजार वर्षांनंतर स्वत:ला समर्पित करू शकते.

अशा भक्तीला नावं ठेवली जातात, कलंक लावला जातो, जीवे मारण्याचा यत्न केला जातो. तरीही प्रसन्नता, शांतता, सुमधुर हास्य विलसत राहतं. न पाहिलेल्या मीरेचं रूप नजरेसमोर तरळत राहतं. शिल्पकारांनी त्यांच्या कल्पनेनुसार घडवलेली मीरा नजरेसमोर येते आणि वाटून जातं, 'खचितच, मीरा अशीच दिसत असणार.

शांत, सुंदर, जगाचं भान नसलेली, कृष्णमय झालेली.'

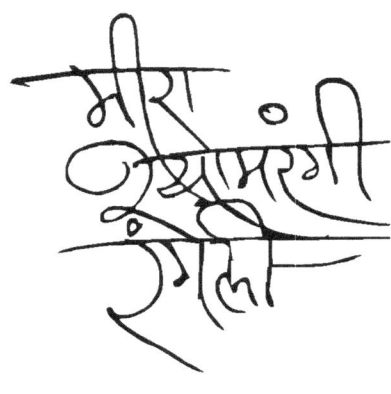

ओशो

अनुवाद
स्वाती चांदोरकर

जेव्हा दु:खाचा भडिमार होतो तेव्हा सामान्य मनुष्य ईश्वराला दोष देतो, वेठीला धरतो आणि मीरा मात्र ईश्वराचे आभार मानते. 'सर्व मोहपाशातून सुटका केलीस,' असं म्हणते. 'ईश्वराराधना व्हावी म्हणूनच अशी तजवीज केलीस.' असं म्हणते. ती ईश्वराराधनेत कधी रममाण होते, हे तिचं तिलाही कळत नाही. ईश्वराराधना म्हणजे फक्त कृष्णाची आराधना. पंचवीस हजार वर्षांपूर्वी अवतरलेल्या कृष्णावर ती पंचवीस हजार वर्षांनंतर स्वत:ला समर्पित करू शकते.

अशा भक्तीला नावं ठेवली जातात, कलंक लावला जातो, जीवे मारण्याचा यत्न केला जातो. तरीही प्रसन्नता, शांतता, सुमधुर हास्य विलसत राहतं. न पाहिलेल्या मीरेचं रूप नजरेसमोर तरळत राहतं. शिल्पकारांनी त्यांच्या कल्पनेनुसार घडवलेली मीरा नजरेसमोर येते आणि वाटून जातं, 'खचितच, मीरा अशीच दिसत असणार.

शांत, सुंदर, जगाचं भान नसलेली, कृष्णमय झालेली.'

www.ingramcontent.com/pod-product-compliance
Lightning Source LLC
Chambersburg PA
CBHW061501030726
47503CB00005B/1768
* 9 7 8 8 1 7 7 6 6 6 8 3 0 *